அவரை வாசு என்றே அழைக்கலாம்

அவரை வாசு என்றே அழைக்கலாம்

சதீஷ்கரில் உள்ள மாவோயிஸ்ட்டுகளுடன் ஒரு பயணம்

சுப்ரன்ஷு சௌத்ரி
தமிழில்: வெ.ஜீவானந்தம்

எதிர் வெளியீடு

அவரை வாசு என்றே அழைக்கலாம்
சதீஷ்கரில் உள்ள மாவோயிஸ்ட்டுகளுடன் ஒரு பயணம்

சுப்ரன்ஷு சௌத்ரி
தமிழில்: வெ.ஜீவானந்தம்

முதல் பதிப்பு: ஆகஸ்ட் 2015
எதிர்வெளியீடு
96, நியூ ஸ்கீம் ரோடு, பொள்ளாச்சி - 642 002.
தொலைபேசி: 04259 - 226012, 99425 11302.
வடிவமைப்பு: ரவிந்திரன்

விலை: ₹ 180

Let's Call Him Vasu
Shubhranshu Choudhary
Translated by V. Jeevanantham

© Shubhranshu Choudhary
First Edition: August 2015
Published by Ethir Veliyedu,
96, New Scheme Road. Pollachi - 642 002.
Phone: 04259 - 226012, 99425 11302.
Email: ethirveliyedu@gmail.com
www.ethirveliyedu.in

This Tamil edition is published in an arrangement with Penguin Books India Pvt Ltd.

Price: ₹ 180
ISBN : 978-93-84646-35-6

All rights reserved. No part of this book may be reprinted or reproduced or utilised in any form or by any electronic, mechanical or other means, now known or hereafter invented, including photocoping and recording, or in any information storage or retrieval system, without permission in writing from the Publisher.

சுப்ரன்ஷு சௌத்ரி

சுப்ரன்ஷு சௌத்ரி ஒரு பத்திரிக்கையாளர். இவர் இருபது ஆண்டு களுக்கும் மேலாக பத்திரிக்கை மற்றும் காட்சி ஊடகங்களான BBC, The Guardian இல் பணி புரிந்தவர். தற்போது இவர் ஊடகங்களில் ஜனநாயகத் தன்மையை நிலைநாட்டும் ஆய்வில் தன்னை அர்ப்பணித்துக் கொண்டுள்ளார். இந்த ஆய்வின் வழி அவர் செல்பேசிகளில் பயன்படுத்தப்படும் உலகத்தின் முதல் சமுதாய வானொலியான CGnet Swaraவை உருவாக்கியுள்ளார்.

எண்ணற்ற இன்னல்களை
அனுபவித்துக் கொண்டிருக்கும்
தண்டகாரண்யாவின்
பழங்குடியின மக்களுக்கு...

Madhya Pradesh
Chhattisgarh
Jharkhand
West Bengal
N
Lalgarh
Bilaspur
Balaghat
Rajnandgaon
Bhilai
Nagpur
Raipur
Dalli Rajhara
Dhamtari
Orissa
Gadchiroli
Kanker
Nayagarh
Maharashtra
R. Indravati
Bastar
Lohandiguda
Dantewada
Koraput
Jagdalpur
Bhopalpatnam
Bailadila
Karimnagar
Bijapur
Sukma
Warangal
Konta
Visakhapatnam
Telangana
R. Godavari
Andhra Pradesh
Map not to scale

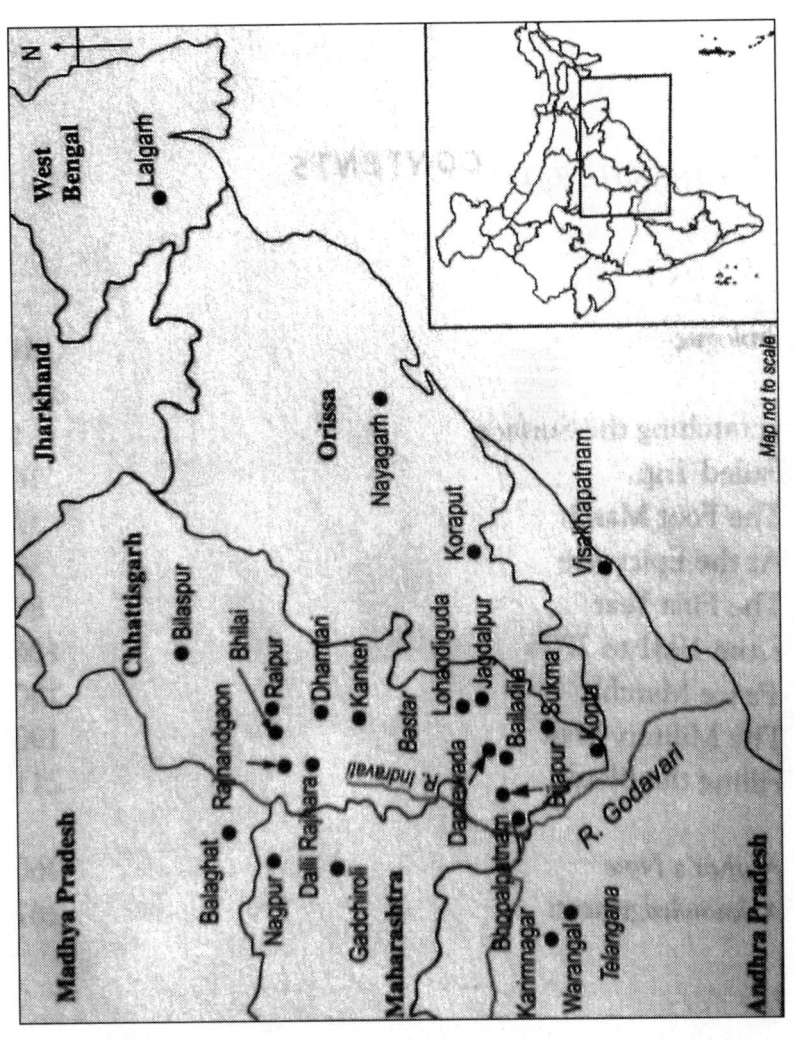

பொருளடக்கம்

என்னுரை	11
1. தேடலின் துவக்கம்	17
2. தோல்வியில் முடிந்த தேடல்	29
3. பாத யாத்திரை	40
4. புயலின் மையத்தில்	58
5. முதலாண்டு	78
6. 1981 முதல் 2005 வரை	90
7. சமாதான யாத்திரை	124
8. ராணுவ வீரன்	154
9. தொடர்கிறது தண்டகாரண்யம்	169
பின்னுரை	203

என்னுரை

வாசு. சரி அவரை அப்படியே அழைக்கலாம். வாசுதான் எனது முதல் மாவோயிஸ்ட் தோழர். கருத்த நல்ல உடற்கட்டுக் கொண்ட மனிதர். ஹைதராபாத் ஹிந்தி பேசுபவர். மாணவப் பருவத்தி லிருந்தே அவரை எனக்குத் தெரியும். நான் இதழியல் பயிற்சி பெற்று வந்த காலத்தில் எனக்கு அறிமுகமானார். இந்தியா காபி ஹவுஸ் - பத்திரிக்கையாளர்கள் கூடும் நட்புச் சங்கமம், அங்கு அவருடன் உரையாடுவேன்.

வாசு நன்கு படித்த தீவிரமான இளைஞன். மார்க்சியத்தில் ஈடுபாடு கொண்டவர். மார்க்சியம் கற்பது எத்தனை அவசிய மானது என்று வலியுறுத்துபவர். எனக்கு மார்க்சியம் பற்றிய இரு கனமான நூல்களைக் கொண்டுவந்து கொடுத்தார்.

நான் காலை துவங்கி இரவு பத்திரிக்கையை அச்சிட்டு அனுப்பிவிட்டு வீடு வந்து சேர்கையில் நள்ளிரவு தாண்டிவிடும். வாசுவிடம் என் இயலாமையைச் சொன்னேன். எனினும் புத்தகங்களை விட்டுச் சென்றார். எடுத்துப் புரட்டினேன். பக்கத்துக்குப் பக்கம் முக்கியமான பகுதிகளை அடிக்கோடிட்டு அத்தனை கவனமுடன் அவர் படித்துள்ளது வியப்பளித்தது.

சில நாட்களில் அவர் எனது ஓய்வு நேரம் அறிந்து, தனது

பழைய சைக்கிளில் வந்து எனக்கு வாசித்துக் காட்டுவார். குறிப்பிட்ட நேரத்தில் சரியாக வரும் அவரை என் நண்பர்கள் கடிகாரம் என்று கிண்டலாகக் கூறுவர். அவரை எனது நண்பன் கவனித்து, இவர் ஒரு மாவோயிஸ்ட் போல உள்ளார் என்றான். நான் அதைப் பொருட்படுத்தவில்லை.

ஒருநாள் வாசுவிடம் நேரடியாகவே கேட்டுவிட்டேன். நீ ஒரு நக்சல்பாரியா என்று. மாவோயிஸ்ட் என்பது ஒரு பயங்கரமான குற்றச்சாட்டு என்று கருதிய சூழலில், அவர் அதை மறுப்பார் என்றே எதிர்பார்த்தேன். ஆனால் வாசு மறுக்கவில்லை. ஆம் என்றார். "கட்சி என்னை நகர்ப்புறத்தில் அதனை வளர்க்கும் பணியைத் தந்து அனுப்பியுள்ளது" என்றார்.

நான் அதிர்ந்து போனேன். அவர் என்னைத் தேர்ந்தெடுத்தது *ஏன்? எப்படி? எதற்காக?*

மனேந்தர்கார் சதீஷ்கர் மாநிலத்தின் பிரிட்டிஷ் கால நிலக்கரிச் சுரங்கப் பகுதி. அத்துடன் ரயில் பாதை முடிவடைகிறது. என் தகப்பனார் தேசப் பிரிவினை காலத்தில் கிழக்குப் பாகிஸ் தானிலிருந்து ஓடி வந்த இந்து அகதி. இந்திய ரயில்வேயில் பணியாற்றினார். பிரிட்டிஷ் ஆட்சியில் அவர்களுக்கு ஊழியம் செய்து உயர்ந்த புதிய மத்திய தர வர்க்கம் நாங்கள். விடுதலையின் பின் அப்பாவி ஆதிவாசி மக்களை ஏய்த்தும், மிரட்டியும் எஜமானத்தனம் செய்யும் கருப்பு முதலாளிகள். வளர்ச்சி எதுவும் எட்டாத இக்காட்டுப் பகுதியில் தமக்கான நிலக்கரியைச் சுமந்து வரும் ரயிலோட்டிகளான எமக்கு பிரிட்டிஷ் அரசு தனித்த சுற்றுச் சுவரமைத்த குடியிருப்புகளைக் கட்டித் தந்து பேணியது. வர்க்கப் பிரிவினைச் சுவர் கனமாகவே கட்டப்பட்டிருந்தது.

ரயில்வே குடியிருப்பு பாதி வெள்ளை மனச் சலவை செய்யப்பட்ட மனிதர்களின் உலகம். பழைய பிரிட்டிஷ் அதிகாரிகள் அரங்கில் இப்போது துர்கா பூஜை நடத்திக்கொண்டுள்ளோம். அவர்களின் நடனக்கூடம் எமக்கு விளையாட்டு அரங்கம். அவர்களின் மது புட்டிகள் அலங்கரித்த அடுக்குகளில் இன்று நூலகப் புத்தகங்கள் வைக்கப்பட்டுள்ளன.

என் இளம் வயதில் நான் என் வீட்டுக்குப் பால் கொண்டுவரும் ஆதிவாசிப் பெண்ணிடமோ, தோட்டவேலை செய்யவரும் இளை ஞனிடமோ நட்பு ரீதியில் பேசிய நினைவு எனக்கு இல்லை. நாங்கள் படித்த பள்ளி பழங்குடி மக்கள் நலவாழ்வுத் துறை

நடத்திய பள்ளியே. எனினும் பழங்குடி இளைஞர்களுக்குக் கடைசி இருக்கைகளே. நாங்கள் தான் முன்பு.

அவர்களுக்காக ஒரு கவனிப்பில்லாத விடுதி உண்டு. நான் ஓரிரு முறை அவர்கள் கும்பலாகப் படுத்துக் கிடக்கும் விடுதிக்குச் சென்ற நினைவு உண்டு. அரசு வழங்கிய தொள தொள டிராயர், இறுக்கமாகப் பிடித்த சட்டை, இவற்றில் சோளக்கொல்லை பொம்மை போல அவர்கள் வருவது நினைவில் உள்ளது. ஒரு வகுப்பறையில் அருகருகே இருந்த போதும், இணையாகச் செல்லும் புகைவண்டித் தண்டவாளங்கள் போல ஒருவரை ஒருவர் தீண்டாமலேயே காலத்தைக் கழித்தோம்.

என் பள்ளித் தோழர்களுடனான உறவு பின் தொடரவில்லை. என் நண்பர்களாக இருந்தவர்கள் எங்கள் ரயில்வே குடியிருப்புப் பகுதிச் சிறுவர்களே. சுய முன்னேற்றம் ஒன்றே லட்சியமாகக் கொண்ட புதிய இந்திய மத்தியதர வர்க்கத்தின் பிரதிநிதிகள் நாங்கள். இந்திய ஆளும் வர்க்கத்திற்கு உண்மையுடன் சேவை செய்து, கடின உழைப்பால் உயர நினைப்பவர்கள். மறுபுறம் வணிகத்திறனாலும், நல்ல வேலையாலும் புதிய உயரங்களைத் தொடும் கற்பனை கொண்டவர்கள். எந்த இயந்திரத்திற்கு எத்தனை எண்ணெய் தடவி ஓடச் செய்வது? யாரைப் பிடித்து முன்னேறுவது? என்பதே எங்கள் நிரந்தர சிந்தனை. கற்பழிக்கப்படாத சதீஷ்கரின் இயற்கை வளங்களைப் புதிய எஜமானர்கள் கொள்ளையிட எங்கள் அறிவையும், உழைப்பையும், அர்ப்பணித்து, முன்னேற்றிக் கொள்பவர்கள். இவற்றின் உடைமையாளர்களான அப்பாவி ஆதிவாசிகளுக்கு வெள்ளை எஜமானர்களுக்கு பதில், புதிய கருப்பு எஜமானர்கள். அதுதான் மாற்றம்.

வாசுவைச் சந்தித்த சில மாதங்களுக்குப் பின் நான் ராய்பூரை விட்டு டெல்லி சென்றேன். 1990ல் செய்தி வேட்டையாளனாக டெல்லி முழுதும் ஓய்வின்றி அலைவேன். ஒரு நில நடுக்கம், புயல், வரட்சி, கலவரம், அரசியல் குழப்பம் என ஏதாவது அசம்பாவிதங் களைத் தேடும் வல்லூறுச் செய்தியாளனாக ஆனேன்.

இந்த முடை நாற்ற வாழ்க்கையிலிருந்து 2004 ல் விடுபட்டு, சதீஷ்கரின் வசந்தத் தென்றலை நுகரப் புறப்பட்டேன். வளச் செல்வம் குவிந்த அப்பகுதி தனி மாநிலமாக்கப்பட்டிருந்தது. பழங்குடி மக்களுக்கான தனியரசு என்று கூறப்பட்டாலும், அப்பாவிகளை ரகசியமாக சத்தமின்றிச் சுரண்டும் புத்திசாலி கொள்ளைத் திட்டம். ஆனால், அவர்கள் ஆசைகளுக்கு மாறாக

அது புரட்சிக்களமாக, பிரதமரின் உறக்கம் கெடுக்கும் இந்தியாவின் பெரும் உள்நாட்டுப் பாதுகாப்பு அச்சுறுத்தலாகிப் போனது.

பிரிந்த போதும் எனக்கும் வாசுவுக்கும் இடையேயான தொடர்பு இருந்தது. அவர் பதில் சொல்லத் தயங்கும் கேள்விகளை நான் எப்போதும் கேட்பதில்லை. இந்த நாகரிகமான உறவுதான் எங்கள் தொடர்பு அறுந்துவிடாமல் காப்பாற்றியது எனலாம். நான் பின் பிபிசியில் சேர்ந்தேன். இந்தியாவில் கைபேசி அறிமுகமாவதற்கு முன்னரே எனக்குக் கைபேசியைக் கம்பெனி தந்தது.

வாசு என்னைப் பலமுறை அழைப்பதுண்டு. ஆனால் ஒவ்வொன்றும் ஒவ்வொரு தொலைபேசி எண்ணிலிருந்து. பெரும்பாலும் வாசு பயன்படுத்துவது பொதுத் தொலைபேசியே. வாசு என்னைத் தேர்ந்தெடுத்து, என்னுடன் இவ்வளவு தொடர்பு கொள்வது ஏன்?

ஒவ்வொரு முறையும் வாசு வந்து எங்கள் தோழர்களுடன் சில காலம் தங்கி, உன் அனுபவத்தை ஒரு நூலாக எழுது என்று வலியுறுத்துவார். நான் ஒவ்வொரு முறையும் அவரது வேண்டுகோளைப் புறந்தள்ளி வந்தேன். 2005 வரை எந்தப் பத்திரிக்கையாளனுக்கும் நக்சல்பாரி என்பது சுவாரஸ்யமான தலைப்பே அல்ல. காஷ்மீர், வடகிழக்கு மாநிலங்கள் எனப் பல சூடான தலைப்புகள் எங்களுக்குச் சோறு போட்டுக் கொண்டிருந்தன.

வசதிகள் வரும் வரை தேவைகளே நம் சிந்தனையை அடைத்துக் கிடக்கின்றன. தேவைகள் நிறைபெற்ற உடனேதான் நம்மில் பலர் நம்மைச் சுற்றிய உலகத்தையே திரும்பிப் பார்க்கிறோம். எனக்கும் இந்த லட்சியமற்ற சுவாரஸ்யம் தேடியலையும் பத்திரிக்கையாளன் வாழ்வின் வெறுமை தெரியத் துவங்கியது. உலகை மாற்றும் பல முயற்சிகள் பெரும் ஆரவாரமின்றி அமைதியாக எங்கோ சில மூலைகளில் எங்களுடைய கவனத்தை ஈர்க்காமல் நடந்து கொண்டிருப்பதை உணரத் துவங்கினேன்.

2005ல் சதீஷ்கர் மாநிலம் முழுதும் சுற்றினேன். புதிய மாநிலம். தொன்மை மனிதர்கள். அவர்களை வேட்டையாடத் துரத்தும் நவீன வளர்ச்சிகள். மண்ணில் குரல், காடுகளில் ஓலம், மனிதர்களின் கண்ணீர், வாழ்வுக்கான போராட்டம் என எல்லாம் புலப்படத் துவங்கின.

உங்கள் பத்திரிக்கைகள் எங்களைப் பார்க்காது. எங்கள்

ஓலத்தைக் கேட்காது. எங்கள் துயரத்தை எழுதாது என்று திரும்பிய பக்கமெல்லாம் மக்களில் குற்றாச்சாட்டுக் குரல்கள். நான் பல காலம் வாழ்ந்த மக்களுடனும், மொழிபெயர்ப்பாளர் உதவியுடன் பேசும் நிலை. இத்தனை பெரிய ஊடக உலகத்தில் கோண்டி தெரிந்த ஒரு பழங்குடியின பிரதிநிதி கூட இல்லை. இந்த ஊடகங்கள் உருவாக்குபவர்கள், எழுதுபவர்கள், படிப்பவர்கள் எவரும் இந்த மனிதர்களிலிருந்து இல்லை. என சதீஷ்கர் பயண அனுபவங்களை ஒரு உள்ளூர்ப் பத்திரிக்கையில் எழுதினேன். எதிர்ப்பு, ஆதரவு எனப் பல்வேறு எதிர்வினைகள் மொத்தத்தில் சுவாரஸ்யமான விவாதம் தொடர்ந்தது. எனக்குப் பத்திரிக்கை உலகில் ஒரு இடம் தந்தது. தொடர்ந்து CGN விவாத அரங்கில் அது நல்ல இடம் பெற்றது.

அப்போது பெரிய பத்திரிக்கைகள் சதீஷ்கர் பழங்குடி மக்கள் மாவோயிஸ்ட்டுகளுக்கு எதிராகத் தாமாகவே திரண்டு எழுகின்றனர் என்று எழுதின. சல்வா ஜூதும் எனும் அமைதி யாத்திரை மாவோயிஸ்ட் வன்முறைக்கு எதிராக மக்களால் நடத்தப்படுகிறது என்றன. ஆனால் இந்த அமைதித் தூதுவர்களைச் சுற்றித் துப்பாக்கிக் கும்பல் நிற்பதைப் புகைப்படங்கள் காட்டின. மலை கிராமத்து மக்களை லாரிகளில் ஏற்றிப் பாதுகாப்பான சாலையோர திடீர் முகாம்களில் அடைத்துப் பாதுகாத்தனர். மக்கள் ஆதரவு எனும் நீரில் வாழ்ந்து கொண்டிருந்த மாவோ யிஸ்ட் மீன்களைப் பிடிக்கக் குளத்தை வற்றச் செய் என்ற அதி புத்திசாலித்தனமான அரசு மூளை வேலை செய்தது. ஊர் இரண்டுபட்டது.

சதீஷ்கர் சிறப்பு மக்கள் பாதுகாப்புச் சட்டம் நிறைவேற்றப் பட்டது. மாவோயிஸ்ட்டுகளைப் பாராட்டி, வியந்து, ஆதரித்து, எதை எழுதினாலும் அது குற்றம் என்றது சட்டம். பெரிய பத்திரிக்கைகள் அரசு விளம்பரங்களின், ஆதரவின் ஆசி பெரிது என அடக்கி வாசித்தன. நான் இரண்டு ஆண்டுகளாகத் தொடர்ந்து எழுதிய பகுதி எவ்விதக் காரணமும் கூறாமல் நிறுத்தப்பட்டது. என் நடவடிக்கை, பயணம், பேச்சு என யாவும் கண்காணிக்கப்பட்டது. என் நண்பர்களைக் கூட அவர்கள் விட்டுவைக்கவில்லை.

வலையதளம் தடையற்ற செய்திப் பகிர்வுக்கான புதிய சாதனமாகக் கைகொடுத்தது. CGN வலையத்திலிருந்து சர்வதேச ஊடகங்களும், மனித உரிமை அமைப்புக்களும் செய்திகளைப் பரிமாறிக்கொண்டன. மெல்ல உள்ளூர்ப் பத்திரிக்கைகள் கூட

சல்வா ஜுதும் எப்படி, யாருக்காக, யாரால் செயல்படுகிறது என்பதை கவனித்து எழுதத் துவங்கினர். இதுதான் வாசு நீண்ட காலமாக வேண்டிக்கொண்டது. இந்தியாவின் உள்நாட்டுப் பாதுகாப்புக்கு அச்சுறுத்தலான அவர்களைப் பற்றி நாடு திரும்பிப் பார்க்கத் துவங்கியது.

எனது குரு பிபிசி புகைப்படக் கலைஞர் ப்ரெட் ஸ்காட் சொன்னது தான் என் நினைவுக்கு வந்தது. "ஏதாவது நல்ல கதை செய்ய வேண்டுமென்று நினைத்தாயா? உடனே உன் இருக்கையை விட்டு எழுந்து நிகழ்வு இடத்தைத் தொடு. யாரும் காணாத புதிய மூலையிலிருந்து எதையும் பார்" எனவே மாவோயிஸ்ட்டுகளைப் பற்றி வாசுவின் தோழர்களைப் பற்றி, சுரண்டப்படும் காடுகளைப் பற்றி எழுத முடிவு செய்தபின், டெல்லியில் என்ன வேலை. இனி சதீஷ்கர் காட்டில், வாசுவின் தோழர்கள் பார்வையில் அந்தக் காடுகளை உலகுக்குச் சொல்லப் புறப்பட்டேன்.

நான் விரும்பிய நேரத்தில் வாசுவை எட்ட முடியவில்லை. எனினும், காட்டை நோக்கிப் புறப்பட்டேன். புதிய தோழர்கள் வழிகாட்டினர். அடுத்த சில மாதங்கள் இந்தியாவின் அடர்ந்த காடுகளில், மோசமான மலைப் பாதைகளில், மர்மமான மனிதர்களுடன், அவர்களின் உணர்வுகள், கண்ணீர், கோபம், விரக்தி, வெற்றி, தோல்வி, பலம், பலவீனம் என அனைத்துடனும்.

கடந்த பல மாதங்களில் நேரடியாகவும், புரியாத கோண்டி குமுறல்களை மொழிபெயர்ப்பிலும் கேட்டுக்குறிப்புகளாக எழுதியவற்றைத் திரட்டி, இணைத்து ஒட்டி சதீஷ்கரின் புதிய போராட்டக் கதையை எழுத வேண்டும். 1980 முதல் 2012 வரை பார்த்தது, கேட்டது என அனைத்தையும் கொண்டு ஒரு சித்திரம் பெரிய சித்திரம். எத்தனை துல்லியமாக எத்தனை உண்மையாக எத்தனை தெளிவாக இருக்குமோ? தெரியவில்லை.

எனினும் என் ஊடக வாழ்வில் இது ஒரு மைல்கல். நாளை இந்தியாவிலும், தொடரும் ஒரு பெருங்கேள்வியின் ஊடாக முன்னோக்கி நடக்கிறேன். புதிய அனுபவம். இன்னும் விடைகாண வேண்டிய மகத்தான கேள்விகளுடன் - நக்சல் பிரச்சனை ஏன்? என்ன முடிவு? எப்படி முடியும்?...

இந்தியாவையே உலுக்கும் கேள்விகளின் ஊடாக எனது முதல் சில அடிகளே இந்நூல்.

1
தேடலின் துவக்கம்

நான் சமைத்துக்கொண்டிருந்தேன். தொலைபேசி மணியடித்தது. ஏதோ பழக்கப்பட்ட குரல். தென்னிந்திய பேச்சொலி. பேசியவர் தன் பெயரைச் சொல்லவில்லை. உரையாடல் சில நொடிகளே. நிச்சயமாக ஏதோ தடை செய்யப்பட்ட அமைப்பைச் சேர்ந்தவர்கள் தான். ஆந்திரம் சார்ந்த மாவோயிஸ்ட்டுகளாக இருக்கலாம். ஆனால், அது மேற்கு வங்கத்திலிருந்து வந்ததாக என் செல்பேசி காட்டியது.

நான் பிபிசியில் பணியாற்றத் துவங்கிய காலம் முதல் என் போன் கவனிக்கப்பட்டது என்பதை அறிவேன். முன்னர் சில தடை செய்யப்பட்ட இஸ்லாமிய அமைப்புகளோ, வடகிழக்கு மாநிலத் தீவிர அமைப்புகளோ அவ்வப்போது தொடர்பு கொள்வதுண்டு. வாசு காணாமல் போனபின்பு மாவோயிஸ்ட்டுகள் உறவு குறைந்துவிட்டது. யாராவது புதியவர்கள் தொடர்பு கொள்ள வேண்டும்.

இவர்கள் யுக்தி எனக்கு அத்துபடி. எனவே பக்கத்துப் பொதுத் தொலைபேசியில் மீண்டும் அவனுடன் பேசிட வேண்டும்.

"என் பெயர் பிரசாந்த்". பூம்கல் தினம் வருகிறது. வர முடியுமா?"

பிப்ரவரி 10 பழங்குடி பஸ்தர் இன மக்கள் சதீஷ்கரில் பிரிட்டிஷ் அடக்குமுறைக்கு எதிராக 1910 இல் வெகுண்டெழுந்த நாள் பூம்கல் தினம். அது தண்டகாரண்யம் ஆதிவாசிகளின் பெருமைக்குரிய உரிமைநாள். மாவோயிஸ்ட்டுகளின் வலிமை உணர்த்தும் நாள். முன்பொரு முறை பிபிசிக்காக அந்நாளைப் பதிவு செய்ய வந்த நினைவு.

வேறு முன் திட்டமிட்டிருந்த வேலை இருந்தது. எனினும், நக்சல்பாரிகள் பற்றிய ஒரு நூலை எழுத வேண்டும் என்ற நீண்ட நாள் திட்டம் ஒரு குண்டு போலப் பாய்ந்தது.

ஆந்திரா, பிஹார் போன்ற பகுதி மாவோயிஸ்ட்டுகள் பற்றி நிறைய எழுதப்பட்டுள்ளது. ஆனால் தண்டகாரண்யா மாவோயிஸ்ட்டுகளின் கதை இன்னும் எழுதப்படாத கன்னிக் கதையாகவே உள்ளது.

ஐந்து மாநிலங்களைத் தழுவிய பரந்து கிடக்கும் ஆந்திரா, மகாராஷ்டிரா, ஒடிஷா, ஜார்கண்ட், மத்திய பிரதேசம், சதீஷ்கர் மாநிலத்தின் அடர்ந்த காடுகளே மாவோயிஸ்ட்டுகளுக்குப் பாதுகாப்பான மறைவிடம். இப்போது இதுதான் அவர்களின் தலைமை நிலையம். ராமாயண நிகழ்களமான புராண இதிகாசப் புகழ் பெற்ற தண்டகாரண்யம், இன்று முற்றிலும் மாறுபட்ட நிகழ்வுகளின் களமாக உள்ளது. பிரசாந்த் என்னைக் காட்டுக்குள் அழைத்துச் செல்ல வேண்டும். அதற்கு கட்சித் தலைமையின் அனுமதி அவசியம். பின்னர் தான் என் புத்தகம் துவங்கும்.

என் புத்தகம் எப்படி அமைவது என்பது பற்றி விவாதிக்க விரும்பினார். சில நாட்கள் செய்திகள் ஏதுமில்லை, பின் ஒருநாள் ஒரு தொலைபேசி வந்தது. பெங்காலி உச்சரிப்புடன் ஒரு ஆண் குரல். அவர் அனில்.

"நாம் நேரு சதுக்கத்தில் சந்திப்போமா? என் லேப்டாப்பை பழுது பார்க்க வேண்டும்" என்ற அனில் தன்னிடம் கைபேசி இல்லையெனவும், தான் என்னை அடையாளம் கண்டுவிட முடியுமென்றும் சொன்னார். டீக்கடை, பேருந்து நிலையம் போன்ற இடங்களிலேயே மாவோயிஸ்ட்டுகளைச் சந்தித்தது மாறி இப்போது ஐ.டீ. மார்க்கட்டான டெல்லியின் டிஸ்னிலேண்ட் நேரு சதுக்கத்தில் ஒரு மாவோயிஸ்ட்டைச் சந்திப்பது வியப்பாகவே இருந்தது. இங்கு கிடைக்காத நவீன உலகப் பொருட்களே இல்லை.

மாவோயிஸ்ட்டுகள் - கம்ப்யூட்டர் என்னால் பொருத்திப் பார்க்க முடியவில்லை. நீண்ட நாட்கள் முன் அனிலை அவரது பழைய சைக்கிளில் சந்தித்த நினைவு. ஒரு மூவி காமிரா வாங்க ஆலோசனை கேட்டார். நான் அது வீண் என்று அவரைத் தடுத்த நினைவு. இப்போது நான் பழசாகிவிட்டேனா?

அனில் சொன்ன கடை முன் நின்றேன். சரியாக அனில் வந்து சேர்ந்தார். கைகுலுக்கிக் கொண்டோம். அனிலின் கைபேசி ஒலித்தது. “மன்னிக்கவும், நீங்கள் கேட்டபோது கைபேசி இல்லையென்று பொய் சொல்லிவிட்டேன். பல சமயங்களில் இது காட்டிக் கொடுத்து விடுவதால், கட்சி இதைத் தடை செய்துள்ளது. குறிப்பிட்ட சிலருக்கு மட்டுமே இதற்கு அனுமதி உள்ளது” என்றார்.

கூட்ட நெரிசல், திருட்டு சிடிக்கள் வழியே பாடல் ஒலிக்கும் சப்தம் என இருந்த அச்சூழலுக்கு இடையே நான் என் புத்தக வரைபடத்தைச் சொன்னேன். மாவோயிஸ்ட்டுகளுடன் நேரடி யாகவும், மறைமுகமாகவும் ஈடுபட்டோரிடம் உரையாடி, அதன் தாக்கம் வரலாறு பற்றி எழுதுவது என் நோக்கம் என்றேன்.

“அதில் நானும் ஒரு பாத்திரமாக இருப்பேனல்லவா?” என்று சொல்லிச் சிரித்தார். “அனில் ஏதாவது அமைதியான மூலையைத் தேடிப் போய்த்தான் பேசமுடியும்”.

மிக கவனமாக, நீண்ட காலம் செய்தாக வேண்டிய வேலை. வாசு இருந்தால் எளிதாக வேலை முடியும். இப்போது என் புத்தகத்தை முடிப்பது சற்று கடினமே.

கானாட்ப்ளேஸ் இந்தியா காபி ஹவுஸ் அமைதியாகப் பேச உகந்தது என்று அங்கு சென்றோம். எனது பழைய ஏசி இல்லாத மாருதியில் சென்று சேர்வது, டில்லி போக்குவரத்து நெரிசலில் ஒரு விந்தைதான். எத்தனை பேரைச் சந்தித்து உரையாடுவது. எல்லா வற்றையும் ஒழுங்குபடுத்திப் புத்தகமாக்குவது என வழிமுழுதும் எனக்கு யோசனை.

இயக்கத்தில் சேர்ந்த இளைஞர்கள் ஏன், எதற்காகச் சேர்ந்தார் கள்? எப்படி ஆயுதம் எடுக்கும் முடிவுக்கு வந்தார்கள்? என அறிய விரும்பினேன்.

“இந்தக் கதையின் துவக்கம் அனில் உன்னிலிருந்து துவங்கக்

கூடும்" என்று காபியைச் சுவைத்தபடி ஆரம்பித்தேன்.

"நான் பொலிட்பிரோவின் செய்திச் சுமப்பாளராகப் பணியாற்று கிறேன்." கம்யூனிஸ்ட் கட்சி மார்க்சிஸ்ட்டின் உயர்மட்டக் கொள்கை அமைப்பு அது. கட்சியைப் பொதுமக்கள் நக்சல், நக்சல்பாரி, மாவோயிஸ்ட் எனப் பல வகைகளில் அழைக்கின்றனர். "அவர்கள் தான் உங்கள் புத்தக முயற்சி பற்றி முடிவு செய்ய வேண்டும். பொலிட்பிரோ உறுப்பினர்தான் உங்களை அழைத்தவர். அவர் உங்களை முதலிலேயே சந்தித்துள்ளதாகக் கூறினார்".

"பிரசாந்த் என்ற பெயருடைய எவரையும் நான் சந்தித்த தில்லையே".

அனில் சிரித்தபடியே, "ஓ, அப்போது அவர் ராம்ஜி என்று அழைக்கப்பட்டார். பின் கிஷன்ஜி என்ற பெயருடன் வங்காளத்தில் பணியாற்றினார். இப்போது அவருக்கு வயதாகி விட்டது. நீங்கள் பார்த்தாலும் அடையாளம் காண முடியாது".

கிஷன்ஜி *2009* லால்கர் சம்பவத்தில் அன்றைய வங்காள முதலமைச்சரைத் தாக்கிக் கொலை செய்யும் திட்டத்தில் பெரிதும் பேசப்பட்ட தலைவர் என்பதை அறிவேன்.

மாவோயிஸ்ட்டுகள், தலைமறைவு இயக்கத் தலைவர்கள் எவருடனும் தொடர்ந்து பழகவோ, உறவு கொள்ளவோ முடியாது. அவர்களது முகவரியோ தொலைபேசி எண்ணோ அப்படியே மாறாமலிருக்காது. அதுதான் அவர்களுக்கும் எனக்கும் பாதுகாப்பு.

ராம்ஜி ஒரு நடுத்தர வயதுக்காரர், அவர் நான் பிபிசியில் பணியாற்றிக் கொண்டிருந்த போது, நிஷாந்த் என்பவருடன் என்னைக் காணவந்தார். நிஷாந்த் எனது நக்சல் உறவுக்குப் பாலமான டெல்லிப் பல்கலைக்கழக மாணவர். ராம்ஜியுடன் பிபிசிக்காக இந்தியில் ஒரு நேர்காணல் நடத்தினேன். பின்னர் தான் தெரிந்தது நிஷாந்த் ஓரிசாவில் போலீஸ் துப்பாக்கிச் சூட்டில் இறந்து விட்ட செய்தி. வாசுவும் கூட அப்படி இறந்திருக்கக் கூடுமோ?

அனில் என்னுடன் பேச முன் வந்ததே எனக்கு முதலாவதான பெரும் வெற்றியாகப்பட்டது. இதன் மூலம் நான் அதிக ஒத்துழைப்பைப் பெற முடியும். சின்னத் துளை கிடைத்துவிட்டால்

போதும் பின் நுழைந்துவிடலாம்.

"கல்கத்தா முதலாவது நக்சல் கம்யூனிஸ்ட் இயக்கத்தின் நாற்றங்காலாக இருந்தது. 1960களில் துவங்கிய இவ்வியக்கத்தின் மையம் மாணவர்களே. வங்கத்தின் வட பகுதியில் உள்ள நக்சல் பாரி கிராமத்தில் 1964ல் எங்கள் இயக்கம் துவங்கியது.

1972களில் கண்மூடித்தனமான கொடிய தாக்குதலால் ஒடுக்கி அழிக்கப்பட்டது. தோல்வி கண்ட தலைவர்கள் சிதறி பிஹார், ஒரிசா, ஆந்திரா எனப் பல மாநிலங்களில் ஓடி ஒளிந்தனர். அங்கே புதிதாக மக்கள் இயக்கங்களைக் கட்டத் துவங்கினர். அப்படித்தான் பிரசாந்தோ, ராம்ஜியோ, கிஷன்ஜியோ நீங்கள் அறிந்த அவர் ஆந்திராவில் மக்கள் போர்க்குழுவை உருவாக்கத் துவங்கினார்".

"அனில் நீங்கள் வங்கத்தில் படித்தீர்களா?"

"ஆம், என் பெற்றோர் வங்கத்தில் வாழ்ந்து கொண்டிருந்தனர். நான் ப்ரெசிடென்சி கல்லூரியில் பௌதீகம் படித்துக் கொண்டிருந்தேன். 1998ல் முதன் முதலாக தண்டகாரண்யாவில் எனக்கு கட்சி பணியாற்றக் கட்டளையிட்டது. ராய்பூர் வந்து சேர்ந்தேன். பின் பெங்காலிப் பகுதியான பஸ்தருக்கு அழைத்துச் செல்லப்பட்டேன். அங்கு வங்கதேச அகதிகள் பலர் குடியேற்றப் பட்டிருந்தனர். அவர்களுடன் தொடர்பு கொள்வது பெங்காலி தெரிந்த எனக்கு எளிது எனக் கருதியது கட்சி".

நான் மசாலா தோசை வரவழைத்தேன். நிதானமாகச் சாப்பிட்டுக்கொண்டே பேசிக் கொண்டிருந்தோம். அவருடைய தோள்பையில் இண்டிகோ விமானப் பட்டை இருந்தது.

"உள்ளே வேலைகள் முடிப்பதில் தாமதமாகி விட்டது. உங்களைச் சந்திக்க நேரமாகிவிட்டது என்றதால் விமானத்தில் வந்து சேர வேண்டியதாகிவிட்டது" என்றார்.

நேரு சதுக்கம், லேப்டாப், இண்டிகோ அட்டை நிச்சயமாக நக்சல்பாரி இயக்கம் வெகு வேகமாக மாறிக்கொண்டுதான் உள்ளது.

"ராய்பூரிலிருந்து சென்ற என்னை அடர்ந்த காட்டுப் பகுதியில் ஒரு ஆதிவாசி கிராமத்தில் விட்டுச் சென்றுவிட்டார் என் வழிகாட்டி. அது வங்கதேச அகதிகள் வாழுமிடமல்ல. தோழர்

கோசா என்னை வரவேற்றார். ஆனால் அவசர வேலையாக உடனே புறப்பட்டுச் சென்றுவிட்டார். கோசா தண்டகாரண்யா மாநிலத்தின் தலைவர் என்று கட்சி நியமித்திருந்தது.

விரைவில் வருகிறேன் என்று சொல்லிச் சென்ற கோசா பத்து நாட்கள் வரை வரவில்லை. அகதிகளுடன் அவர்களின் தோட்ட வேலைகளில் உதவி செய்தபடி நாட்களைக் கடத்தினேன். இந்தி தெரிந்தவர்கள் எவருமே இல்லை. புரட்சி நடக்கும் என்று எதிர்பார்த்து வந்தது முட்டாள்தனமென என்னை நானே சபித்துக்கொண்டேன். பதினைந்தாம் நூற்றாண்டில் வாழ்வது போல உணர்ந்தேன். மக்கள் சற்றும் நாகரிகம் காணாதவர்கள். அவர்கள் மத்தியில் நாட்களை ஏன் வீணாக்குகிறோம் என்று நொந்துகொண்டேன்".

"நீங்கள் ஏன் இந்த வனாந்தரத்தில் இருந்து கொண்டு நாட்களை வீணாக்க வேண்டும்?" எனக் கேட்டேன்.

"எனக்கு தெரியும். புரட்சி என்பது இந்த ஜென்மத்தில் இல்லை. புதியதோர் உலகம் செய்வது நமது லட்சியம். ஆனால் இந்த தண்டகாரண்யக் காட்டில் என்ன செய்துவிட முடியும்? தனித்துக் கிடக்கும் காடு. ஆனால் இந்த மக்களுக்குக் கட்சிதான் எல்லாம். எப்படி நகரத்து இளைஞர்களுக்கு அமிதாப் பச்சன், அம்பானிக் கனவோ, அப்படி இந்த ஆதிவாசி இளைஞர்களுக்கு துப்பாக்கி தூக்குவது மாற்றம் செய்வது இதுதான் லட்சியம்".

"நான் தோழர் கோசாவைச் சந்திக்க வேண்டும். வாசு அவரைப் பற்றி எனக்குச் சொல்லியுள்ளார். 1980இல் தண்ட காரண்யா காட்டில் நுழைந்த மாவோயிஸ்ட் குழுவில் இன்னும் கொல்லப்படாமலிருப்பவர் அவர் ஒருவரே" என்று அனிலிடம் கூறினேன்.

"கொண்டப்பள்ளி சீத்தாராமையாவிடமிருந்து சென்ற ஏழு உறுப்பினர்கள் கொண்ட ஏழு குழுக்களைப் பற்றி அறிவேன். அவரை தோழர் கே.எஸ். என்றே அழைப்போம். அதில் தப்பி வாழ்பவர் கோசா மட்டுமா என்பது எனக்குத் தெரியாது".

"கோசாவால் மத்திய இந்தியாவில் கடந்த 30 ஆண்டுகளாக நிகழ்ந்த மாற்றங்கள் பற்றிக் கூற முடியும். அவரிடம் நான் முழுக் கதையையும் கேட்டாக வேண்டும். வாசு உயிருடன் இருந்தால் அவரையும் சந்திக்க வேண்டும்".

“வாசு என்பவரைப் பற்றி எனக்கு எதுவும் தெரியாது. ஆனால் நீங்கள் சொன்ன விபரங்கள் கொண்டு தேட முயற்சிக்கிறேன்” என்றார் அனில். ஆனால் வாசுவுக்கு இப்போது ஒரு புதிய பெயர் இருக்கும். அது என்னவோ?

அனிலுக்கு என்னிடம் பேச இன்னும் தயக்கம் இருக்கலாம். நான் அதைப் போக்க வேண்டும். “தத்துவங்கள் பற்றிய நீண்ட பேச்சு சலிப்பூட்டும். ஏதாவது நிகழ்வுகள் பற்றிப் பேசுவோம். பினாயக் சென் பற்றி எதுவும் கூற முடியுமா?”

பினாயக் சென் மாவோயிஸ்ட்டுகளுடன் உறவு கொண்டவர் எனக் கைது செய்யப்பட்டார். இப்போது அவரை விடுதலை செய்யக் கூறி நாடு முழுதும் பெரும் இயக்கமே நடைபெற்று வருகிறது. அவரது விடுதலையை வலியுறுத்திச் சில நோபல் பரிசு பெற்றவர்கள் கூடப் பிரதமருக்குக் கடிதம் அனுப்பியுள்ளனர்.

“பினாயக் சென் உங்களுக்குத் தகவல் தருபவராகச் செயலாற்றி யுள்ளாரா?” என்று கேட்டேன். எனக்கு அனில் ஒப்புதல் பதிலைத் தருவார் என்ற நம்பிக்கை இல்லை. ஆனால் வியப்பூட்டும் வகையில் அவர் ஆம் என்றார்.

“நீங்கள் டாக்டர் சென் பற்றியறிந்த பியூஸ் குகா கைது செய்யப் பட்டதை அறிவீர்களா?” என்று கேட்டேன்.

“பியூஸ் குகா எங்கள் தலைவர் நாராயண் சன்யாலுக்குத் தகவலர் தூதுவர், நான் பிரசாந்துக்கு உள்ளது போல. டாக்டர் சென் நாராயண் தாவை ராய்பூர் சிறையில் சந்திப்பார். 1997 கட்சி கலைக்கப்பட்டபின் பீஹார் சென்றார். அங்கு இந்தியக் கம்யூனிஸ்ட் கட்சி மார்க்சிஸ்ட் லெனினிஸ்ட்டை உருவாக்கியவர் அவர்.”

எத்தனை பிரிவுகள்!!!

“ஆம், முப்பத்திரெண்டு குழுக்கள். சில குழுக்கள் ஒற்றைப்படை உறுப்பினர்கள் மட்டுமே கொண்டவை”.

ஆம் அதுதான் பெரிய பிரச்சனை.

அனில் அதை ஒப்புக் கொள்வது போல் புன்னகைத்தார்.

“எங்களுக்குள் பல கட்சிகள். ஏகப்பட்ட தலைவர்கள்.

இப்போது மீண்டும் அனைவரும் நெருங்கி வருகிறோம். நாராயண் தாவின் குழு மக்கள்போர்க்குழுவுடன் இணைந்து விட்டது. 1998 இல் பியூஸ் கட்சியின் முழு நேர கட்சி ஒருங்கிணைப்பாளராக இருந்தார். அவர் மிகவும் உண்மையுடன் பாடுபட்டார். நாராயண் தா பியூசுக்காக, பீடி இலை கம்பெனி ஒன்றை நிறுவி, அவரது பாதுகாப்பான செயல்பாட்டுக்கு உதவினர்ர்.

நாராயண் தா நீதிமன்றச் செலவுகளுக்காக அலைந்தபோது பியூஸ் 50000 ரூபாயை சபயசாச்சி பாண்டேவிடம் வசூலித்து பினாயக் சென்னிடம் கொடுக்க இருந்தார். அவர்களுடைய உரையாடல் பதிவு செய்யப்பட்டிருக்கலாம். பியூஸ் தங்கியிருந்த ஓட்டலில் கைது செய்யப்பட்டார். அந்த நேரத்தில் பினாயக் சென்னும் அவரது மனைவியும் ஹோட்டலுக்குச் சென்றனர். பியூஸ் என்ற பெயரில் எவரும் தங்கவில்லை என்று ஹோட்டல் மேனேஜர் சொல்லிவிட்டார்.

பின் பினாயக் வேறு வேலையாக கல்கத்தா சென்றுவிட்டார். பியூசிடமிருந்து செய்தி எதுவும் வராததால் நாங்கள் மிகவும் கலங்கிவிட்டோம். அதனால் பினாயக்கை சந்திக்க அவரது தாயார் வசிக்கும் கல்யாண் சென்றோம். அவரை ராய்பூர் சென்று பியூசைக் கவனிக்கக் கேட்டுக்கொண்டோம். அவரும் ஒப்புக்கொண்டார்".

சுவையான செய்திகள், ஆனால் இவற்றை மறு ஒப்பீடு செய்யாமல் எப்படி ஏற்றுக்கொள்வது?

பின்னொருநாள் சபயசாச்சி பாண்டேவைச் சந்திக்கும் வாய்ப்பை பெற்றேன். ஓரிசா மாவோயிஸ்ட்டான அவர், ஏன் டாக்டர் சென்னுக்கு 50,000 அனுப்பினார் எனக் கேட்டேன். நாராயண் தாவுக்காக பணத்தை பியூசிடம் தந்ததாகக் கூறினார். சென்னிடம் பணத்தைத் தரும் முன் பியூஸ் கைது செய்யப்பட்டுவிட்டார். எனவே பணத்தைத் திருப்பித் தந்துவிட்டார் என்றார். இதுபற்றிக் கட்சியின் மத்தியக் குழுவுக்குத் தெரிவித்துவிட்டதாகவும் கூறினார்.

இது பற்றிப் பின் பினாயக் சென்னிடம் கேட்டேன். அவருடைய வழக்கறிஞர் இது யாவும் உண்மையற்ற கதை என்று மறுத்து விட்டார்.

"உங்களுடன் எத்தனை பெங்காலிகள் சதீஷ்கரில் வேலை

24 அவரை வாசு என்றே அழைக்கலாம்

செய்கிறார்கள்?" என்று கேட்டேன். அவர் மறுப்பார் என நினைத்தேன். மாறாக வியப்பூட்டும் வகையில், "பினாயக் சென் கட்சிக்காக வேலை செய்தார் என்பதை நான் ஒப்புக்கொள்ள முடியாது. ஜீத்குகா யோகியை ஒரு பெங்காலி என்று நீங்கள் கருதினால் அவர் ஒரு உறுப்பினர். பினாயக் தா, நாராயண் தாவின் பழைய நண்பர். அவருக்குத் தனிப்பட்ட முறையில் உதவினார். ஜீத் கட்சியின் உயர்மட்டத்தில் இருந்தார். அவருடைய சகோதரி முக்தி குகா யோகி சிலகாலம் தண்டகாரண்யாவில் இருந்தார். அவர் கூடச் சிலகாலம் ராய்பூரில் எங்களது கல்லூரிக் காலத்தில் வெளிப்படையான உறுப்பினராக இருந்தார்."

அனிலின் வாக்கு என்னை அதிர்ச்சியுறச் செய்தது. சில நாட்கள் முன் நான் எழுதிய ஒரு கட்டுரையின் தலைப்பு, "நமக்கு என்ன வேண்டும்? நியோகியா? நக்சலா?". சங்கர் குகா நியோகி ஜீத் மற்றும் முக்தியின் தந்தை. புகழ்பெற்ற தொழிற்சங்கத் தலைவர். அவர் நக்சல்பாரிகளிடமிருந்து விலகி காந்திய வழியில் தொழிலாளர் உரிமைகளுக்காகப் போராடி வருபவர். அது தொழிலாளர்களிடையே நம்பிக்கையை வளர்த்தது. ஆனால், கடுமையான அடக்குமுறைகளுக்கு உள்ளானது. போலீசால் பல தொழிலாளர்கள் கொல்லப்பட்டனர். கடைசியில் நியோகியும், முதலாளிகளின் கூலிப்படையால் கொல்லப்பட்டார். நியோகிக்குப் பின் இயக்கம் பிளவுபட்டது. நியோகி தொழிலாளர்களுக்காக அமைத்த மருத்துவமனையில் சேவை புரிய பினாயக் சென் வந்தார்.

அனிலின் வாதங்கள் என்னுடனோ, ஜனநாயக மரபுடனோ ஒத்ததாக இல்லை. அமைதி வழியில் தீர்வுகாணச் சில நம்பிக்கை இழந்த செயல்வீரர்கள் முயன்றனர்.

"ஜீத், முக்தி இருவரும் கட்சியிலிருந்து விலகினர். எனினும் இதுபற்றி தண்டகாரண்யாவில் உள்ள தலைவர்களிடம் உறுதி செய்து கொள்ளுங்கள்" என்றார் அனில்.

ஜீத் இப்போது பிலாய் இரும்புத் தொழிற்சாலையிலும், முக்தி தல்லி ராஜ்ஹராவின் மேயராகவும் உள்ளனர். முக்தி தேர்தலில் காங்கிரஸ் சார்பாக நின்று வெற்றி பெற்றார். சங்கர் நியோகி சதீஷ்கர் முக்தி மோர்ச்சாவின் வேறு எந்தப் பிரிவும் மாவோயிஸ்ட்டுகளுடன் உறவாக இல்லை. இதில் நியோகியின் உறவினர்கள் பலர் உறுப்பினராக இருந்தனர்.

"1980க்குப் பின் கட்சி பெரிதும் ஆந்திரத் தோழர்களாலேயே நடத்தப்பட்டதல்லவா? பின் எப்படி எனக்கு வங்காளத்தில் அழைப்பு வந்தது? நானும் வங்காளத்தைச் சேர்ந்தவன் என்பது காரணமா? அல்லது கட்சியின் அறிவுத் தலைமை வங்கத்திடம் சென்றுவிட்டதா"?

"இதற்கு என்னால் உறுதியுடன் பதில் கூற முடியாது. ஆனால் ஆந்திராவில் அடக்குமுறைகள் கட்டவிழ்த்து விடப்பட்ட பின் அங்கு கட்சி பலவீனமானது. மேற்கு உலகமே பின் புகலிடமானது. பெருமளவில் உறுப்பினர்கள் சேரவில்லை எனினும், மெல்ல மெல்ல எண்ணிக்கை கூடியது. கல்கத்தாவின் படித்த இளைஞர்கள் முழு நேரக் கட்சிப் பணியாளர்களாக முன்வந்தனர். வரலாறு திரும்பத் துவங்கியது.

அந்த வேளையில் பெரும்பாலான கைதுகள் சதீஷ்கரில் நடைபெற்றன. பத்திரிக்கையாளர் பிரபுல் ஜா போன்றோருக்கு வங்கத் தொடர்பு இருந்தது. இது ஒன்றும் புதுமை இல்லை."

அனில் என் எதிர்பார்ப்புக்கு மாறாகப் பல புதிய தகவல்களைச் சொன்னார். "உண்மையில் பலர் கைது செய்யப்பட்டதற்கு ஒரு வங்காளியே காரணம். அவர் பெயர் சுமித். பெங்காலி கட்சியில் உறுப்பினர். 1998ல் கட்சி அவரை பெங்கால் மற்றும் பஸ்தரில் பணிபுரிய அனுப்பியது. அவருக்கு மருத்துவ பயிற்சி எதுவும் கிடையாது. கட்சிப் பணிபுரிய அது ஒரு போர்வை. அங்கு பணியாற்றிய சுமித் ஜமுனா எனும் ஆதிவாசிப் பெண்ணையே திருமணம் செய்து கொண்டார்.

பின்னர் சுமித் போலீஸ் உளவாளியாகிவிட்டான். கோசா வேறு வேலையாக வெளியே சென்றார். சுமித் அவருடைய மறைவிடத்திற்கு பைக்கில் கூட்டிச் சென்றார். கோசாவை விட்டுவிட்டுத் திரும்பும்போது கைது செய்யப்பட்டான். அவனிடம் ரூ 10 லட்சம் கட்சிப் பணம் இருந்தது. சுமித் மோசமாக அடித்து நொறுக்கப்பட்டான். பின்னர் அவன் போலீஸ் உளவாளியாக இருக்க ஒப்புக்கொண்டான்.

அவன் தகவலைக் கொண்டு 15 உறுப்பினர்களைக் கைது செய்தனர். பிரபுல் ஜாவும் கைது செய்யப்பட்டார். அவருக்குக் கட்சியுடன் எவ்வித உறவும் இல்லை. சுமித்தின் கைது கட்சிக்கு ஒரு பேரிடியானது.

“மாலதி என்ற ஒரு பெண் கைது செய்யப்பட்டார். அப்போது சுமித் போலீஸ்காரர்களுடன் இருந்தார். அவனே அவளை அடையாளம் காட்டினான்”. வாசு என்னிடம் கூறிய உருவ அடையாளங்களைக் கொண்டு மாலதியே வாசுவின் மனைவியாக இருக்க வேண்டுமெனக் கருதினேன்.

வாசு மகாராஷ்டிராவில் கைது செய்யப்பட்டதாகச் சிலர் முன்னர் கூறினர். எனவே நான் சிறை செல்லும் போதெல்லாம் அவனைத் தேடுவேன். ஆனால் வேறு வேறு பெயருடன் வாழ்பவரை எப்படித் தேடிக் கண்டுபிடிப்பது.?

“நான் நினைக்கும் நபர்தான் வாசுவாக இருப்பாரானால், நிச்சயமாக வாசு சிறையில் இல்லை. மாலதியின் கணவர் வாசு கட்சி வேலையாக வெளியூர் சென்றுவிட்ட காரணத்தால், கைது செய்யப்படாமல் தப்பினார் என்பதை அறிவேன்.”

அனில் சொல்வது உண்மையானால் நான் வாசுவை மீண்டும் சந்திக்க முடியும். அனில் சுமித்தின் கதையைத் தொடர்ந்தார். “போலீஸின் உளவாளி முயற்சி சுமித்தில் துவங்கியது. இது போலத்தான் ஆந்திராவில் கட்சி சிதைக்கப்பட்டது. அது சதீஷ்கரில் நடக்க அனுமதிக்கமாட்டோம்” என்றார்.

“சுமித் எடுத்துச் சென்ற 10 லட்சம் என்ன ஆனது?”

சுமித் சில மாதங்கள் சிறைக்குப் பின் விடுதலையானான். தன்னை மீண்டும் கட்சியில் சேர்த்துக் கொள்ள முடியுமா என்று கேட்டு கடிதம் எழுதினான். ஆனால் கட்சி தக்க விசாரணை செய்ய வேண்டும் என்றது. ஆனால் சுமித் தப்பித்துவிட்டான். பின்னர் அவனைப் போலீஸ் ஒரு டாக்டர் வேடத்தில் மத்தியப் பிரதேசத்திற்கு அனுப்பினர் என்பதை அறிந்தோம்.

அவன் எங்களிடம் வந்த போது அவனது கடந்தகால நடவடிக்கைகள், கொடுக்கப்பட்ட பணம், வங்கிக்கணக்கு போன்றவை பற்றித் தீவிரமாக விசாரித்தோம். அவனது கணக்கில் உயர் போலீஸ் அதிகாரி பணம் போட்டிருந்தது தெரியவந்தது. கடைசியில் சுமித் தான் உளவாளியானதை ஒப்புக் கொண்டான். அனைத்து விசாரணையும் வீடியோவில் பதிவு செய்யப்பட்டது. கட்சி அவனுக்கு மரண தண்டனை விதித்தது.

பின்னர் சுமித்தை உளவாளியாக்கிய உயர் அதிகாரி சௌபியும்

28 போலீஸ்காரர்களும் மன்பூர் தாக்குதலில் . கொல்லப் பட்டனர்.

அனில் என் தேடலை விரைவுபடுத்தினார். கட்சியின் அனைத்து நிலைத் தலைவர்கள் பற்றியும் அறிந்தேன். எனது இருப்பு, செயல்பாடுகள் பற்றித் தொலைக்காட்சிக்கும் தெரிவித் தேன். ஆந்திராவுக்கு வெளியேயும் மாவோயிஸ்ட்டுகள் இத்தனை வலிமையுடன் இருப்பது எனக்குப் பெரும் வியப்பைத் தந்தது. சதீஷ்கரில் மாவோயிஸ்ட்டுகள் செயல்பாடுகள் பற்றி நான் முழுமையாக அறிய முடியும் என்ற நம்பிக்கை பிறந்தது. அதே சமயம் நான் பலவீனமானது என்று கருதிய காவல்துறை, தீவிரமாக செயல்பட்டது. மாவோயிஸ்ட்டுகளிடையே ஊடுருவித் தகவல்களைப் பெற முயன்றது.

சதீஷ்கரில் மாவோயிஸ்ட்டுகள் வளர்ச்சி வரலாறு அனிலுடன் பேசப் பேசத் தெளிவானது. 2004ல் இரு வேறு மாவோயிஸ்ட் குழுக்கள் ஒன்று சேர்ந்தன. பின் கட்சி கூடுதல் வலிமை பெற்றது. தண்டகாரண்யா இனி மாவோயிஸ்ட்டுகளின் மறைவிடமாக மட்டும் இருந்துவிடாது. முக்கியச் செயல்மையமாகவும் மாறிக் கொண்டிருந்தது.

1980களில் அவர்கள் ஆழமாகத் தங்கள் கால்களைத் தண்ட காரண்யாவின் காடுகளில் பதித்தனர். இதையறிந்த மத்திய அரசு சதீஷ்கரில் கனிம வளத்தை விற்கும் முன் நக்சல்பாரிகளை இக்காட்டிலிருந்து முற்றிலும் விரட்டியடிப்பது, ஒழிப்பது அவசியம் என்று முடிவு கட்டியது.

எனவே காங்கிரஸ் தலைவரான மகேந்திர கர்மாவின் உதவியுடன் சல்வா ஜுடும் என்ற துணை ராணுவம் போன்ற அரசுக் கூலிப் படையை அமைக்க முயன்றது.

இதன் செயல்பாடுகள் பற்றி விரிவாக அறிந்துகொள்வது மிகவும் அவசியம். மொத்தத்தில் அமைதியான ஆதிவாசிகளின் காடு இனி அமைதி இழக்கப் போகிறது. அவர்களின் காலடியில் காலம் காலமாக இயற்கை புதைத்து வைத்துள்ள கனிம வளங்களே அவர்களின் அமைதிக்கும், அழிவுக்கும் காரணமாகப் போகிறது என்பது எத்தனை சோகமானது.

2
தோல்வியில் முடிந்த தேடல்

பொலிட்பிரோவின் அனுமதி கிடைப்பது தள்ளிப் போய்க் கொண்டே இருந்தது. காத்திருப்பது தவிர வேறு வழியில்லை. அந்த அனுபவம் கற்றுத் தந்த பாடம் எதுவும் எளிதில் கிடைத்துவிடாது. கிடைக்கும் என நினைப்பது கிடைக்காமல் போகலாம். நகர்ப்புற அறிவு கொண்டு ஆதிவாசிகளின் உலகை அளந்துவிட நினைப்பது முட்டாள்த்தனம் என்பதையும் கற்றுக் கொண்டேன்.

கடைசியாக அனிலிடமிருந்து ஒரு கடிதம் வந்தது. சித்ரகூட் நீர்வீழ்ச்சி அருகே காலை 9 மணிக்குக் குறிப்பிட்ட நாளில் வந்துவிடக் கூறியிருந்தது. சித்ரகூட்டில் ஒரு நட்சத்திர ஓட்டலில் தங்கவும் அறை போட்டிருப்பதாக எழுதியிருந்தனர். இத்தகைய ரகசிய சந்திப்புகள் ரகசியமாகவே இருக்க வேண்டும். எனது புகைப்படக் கலைஞரைத் தயாராக இருக்கும்படி வேண்டிக்கொண்டேன். அதே வேளையில் நாம் திட்டமிட்ட எதுவும் நடக்காமலும் போகலாமென எச்சரித்தேன்.

ஒருவர் கையில் கேமிராவுடனும், மறுகையில் கண்ணாடியுடனும் காத்திருக்க வேண்டும். வருபவர் கையில் இந்தியா டுடே வைத்திருப் பார் என்று அடையாளம் கூறப்பட்டிருந்தது. நீர்வீழ்ச்சியருகே

குறிப்பிட்ட நேரத்தில் காத்திருந்தோம். முஸ்தபாவிற்குச் சரியான இடத்தில்தான் நிற்கிறோமா என்ற சந்தேகம். கடந்த காலத் தோல்வி அனுபவம் அவரை வாட்டியது.

காட்டுக்குச் செல்லும் முன் ஏதோ ஒரு வனாந்திரச் சாலையில் சந்திக்கச் சொல்லுவார்கள் என்றே நாடகத் தன்மை யுடன் எதிர்பார்த்தேன். வழக்கத்திற்கு மாறான சூழலின் காத்தி ருந்தேன்.

சற்று தொலைவில் வெள்ளை சஃபாரி சூட்டில், கையில் ஒரு இந்தியா டுடேவுடன் சிவா கோவிலருகில் ஒருவர் வந்து கொண்டிருந்தார். வந்தவர் கைகுலுக்கியபடித் தன்னை கோபிநாத் என்று அறிமுகம் செய்துகொண்டார். "நாம் முதலில் ஆற்றைக் கடந்து சென்று பேசுவோம்" என்றார். எனக்கு மனதில் சற்று சந்தேகம்.

"இங்கு நக்சல்பாரிகள் இல்லையல்லவா?"

"டாக்டர்கள் வந்த பின் நிலைமை மாறிவிட்டது" என்றார் கோபிநாத்.

இந்தப் பகுதியில் தான் நக்சல்பாரிகள் ஜனாதிபதி வருகை புரிந்தபோது போலீஸ் வேனுக்குக் குண்டு வைத்துத் தகர்த்தனர். நான் அதை ஏதோ அபூர்வ நிகழ்வு என்றே நினைத்தேன். நான் இங்கு வந்தபோது இளைஞர்கள் நக்சல் இயக்கத்தில் சேர முன்வருவதை அறிந்தேன். தலைவர்களால் தாங்கள் ஏய்க்கப் பட்டதாக அவர்கள் கூறினர். தொழிலதிபர்கள் நலனுக்காகவே போலீசும், அதிகாரிகளும், அரசியல்வாதிகளும் செயல்பட்டனர். ஆனால் எப்படி இவ்வளவு சீக்கிரம் வேர்விட்டு வளர்ந்தனர் என்பது ஆச்சரியமாக உள்ளது.

நாங்கள் டேக்சியை அனுப்பிவிட்டு, ஆற்றைக் கடந்தோம். அக்கரையில் ஒரு மோட்டார்பைக் எங்களை அழைத்துச் செல்லக் காத்திருந்தது. ஒன்று கோபிநாத்துடையது மற்றது மற்றொரு கிராம சேவகருடையது.

"நான் உங்களுடன் வந்தால் மக்கள் சந்தேகப்பட மாட்டார் களா?"

"இல்லை, நீங்கள் விவசாயத்துறையில் அரசின் உயர் அதிகாரி என்று ஏற்கனவே சொல்லிவைத்துள்ளேன்"

30 அவரை வாசு என்றே அழைக்கலாம்

ஒரு விவசாய அதிகாரி. பெரிய காமிராவுடன் பைக்கில். மக்கள் இதை எப்படி ஏற்பார்கள்? புரியவில்லை.

"இது புதிய சாலை, இதைச் சில மாதங்கள் முன் முதலமைச்சரே வந்து திறந்து வைத்தார். போத்காட் அணையின் பணிகள் விரைவில் துவங்க உள்ளது" என்று கோபிநாத் கூறினார். 1990 ல் இத்திட்டம் சுற்றுச்சூழல் அமைச்சக ஒப்புதல் பெறாததால் நின்று போனது. இப்போது தொழிலதிபர்களின் முயற்சியால் மீண்டும் துவங்கியுள்ளது.

"அணை கட்டி முடிந்தால் இந்த கிராமங்கள் எல்லாம் மூழ்கிவிடும்" எனக் கணுக்காலளவில் ஓடிக்கொண்டிருந்த இந்திராவதி ஆற்றை கடந்தபடிக் கூறினார் கோபிநாத். சித்ரகூட நீர்வீழ்ச்சியும் மழை வந்தால் மட்டுமே விழும். மற்ற காலங்களில் தூங்கும்.

"நாம் சிறிது தூரம் நடக்க வேண்டும். அடுத்த குழுவினர் உங்களைக் கூட்டிச் செல்வார்கள். எங்கே போக வேண்டுமென்பது எனக்குத் தெரியாது" என்றார் கோபிநாத்.

எப்படி ஒரு கிராம அதிகாரியின் சகோதரர் மாவோயிஸ்ட்டு களுடன் இணைந்துள்ளார்?

"நான் காங்கிரஸ்காரர்களிடமும் வேலை செய்துள்ளேன். யாருடனும் வேலை செய்தாக வேண்டும். யார் பதவிக்கு வருவார் கள் என்பது யாருக்குத் தெரியும்? ஆனாலும் மாவோயிஸ்ட் சகோதரர்கள் மட்டுமே எங்களை போத்காட் அணையில் மூழ்காமலும், டாடாக்களின் கொள்ளையில் சாகாமலும் காக்க முடியும். இரண்டும் வந்தால் நாங்கள் எங்கள் பாரம்பரிய மண்ணைக் காலிசெய்து போயாக வேண்டும்.

மாவோயிஸ்ட்டுகள் இத்தனை வேகமாக வளரக் காரணம் என்ன என்று கேட்டேன். ஒன்னரை ஆண்டுகள் முன் சகோதரர் களுக்கு இங்கு அத்தனை செல்வாக்கு இல்லை. 1961னிலேயே இங்கு வர முயற்சித்தார்கள். ஆனால் டாடாவின் தொழிற்சாலை அறிவிக்கப்பட்ட பின் அவர்களுக்கு நல்ல வரவேற்பு.

ஒரு இடத்தை நடந்து கடப்பது அப்பகுதி பற்றியும், மக்கள் பற்றியும் தெளிவான அறிதலைத் தருகிறது. கோபிநாத் ஆதிவாசி யாக இருந்த போதும் ஏன் இந்துக் கோவில் முன் வந்து

காத்திருந்தார் என்று கேட்டேன்.

"எங்கள் குல மன்னர் ப்ரவீருடன் சிவனையும் கும்பிடுகிறோம். எங்கள் மன்னரைப் போலீஸ் கொன்றனர். மேலும் பிஹாரி தாஸைச் சந்தித்த பின் என் வாழ்க்கையே மாறிவிட்டது. அவர் ராஜா ப்ரவீரின் மறு அவதாரம்" என்றார் கோபிநாத்.

பிஹாரி தாஸ் ஒரு இந்து மத மாற்றக்காரர். ஆதிவாசிகளின் ராஜபக்தியைப் பயன்படுத்தி தம் விருப்பப்படி, இந்துக்களாக மத மாற்றம் செய்துவந்தார். ராஜா ப்ரவீர் சந்திர பாஞ்டியோ விடுதலைக்குப் பின் ஆதிவாசிகளால் கடவுளைப் போல் போற்றப் பட்டார். கடவுள் அவதாரமான அவரது ஆதரவு பெற்றவர்கள் ஏற்கப்படுவர். அவர் சொன்னால் மின் கம்பம் கூட ஜெயிக்கும். ஆனால் 1966ல் அவர் போலீஸ்காரர்களால் கொல்லப்பட்டார். ப்ரவீரின் முன்னோர் தமது இந்து தெய்வங்களை ஆதிவாசிகள் வழிபடச் செய்துவிட்டனர். தண்டேஸ்வரியைக் கொண்டாடும் சிறப்பு துசீரா விழா ஆண்டுதோறும் நடைபெறும். இதில் மன்னர் கடவுள் போல் போற்றப்படுவார். காங்கிரஸ்காரர்கள் கூட இதை ஒப்புக் கொள்ள வேண்டும். இந்தியக் கம்யூனிஸ்ட் கட்சியைத் தவிர மற்ற எல்லாக் கட்சிகளுமே மேல ஜாதி இந்துக்களின் கட்சியே. கம்யூனிஸ்ட் கட்சி மட்டுமே ஆதிவாசிகள் கட்சி.

"புதிய ராஜா எப்படி?" என்று கேட்டேன். கமல் பாஞ்டியோவைச் சித்ரகூட்டில் சந்தித்த விபரத்தை அவரிடம் கூற வில்லை. "டாடாவுக்கு எதிராக பேரணிகளில் அவர் கலந்து கொள்வாரா" என்று கேட்டேன்.

கமல் பாஞ்டியோ லண்டன் பொருளாதாரப் பள்ளி மாணவர், ப்ரவீர் கொல்லப்பட்ட பின் மத்திய அரசு அவரது சகோதரரை ராஜாவாக அறிவித்தது. கோபிநாத் மூலம் ஆதிவாசிகளின் மன்னரை அறிந்து கொள்ள விரும்பி, "கமல் துசீரா ஊர்வலத்தை ராஜா ப்ரவீர் போல நடத்தினாராம். ஆந்திராவிலிருந்து வந்த இம்மக்கள் பழைய ஆந்திரர்களை முன்னிறுத்துகிறார்களா?" என்று கேட்டேன்.

1324ல் நடைபெற்ற ஆதிவாசி ராஜாக்களுடனான போரில் ஆந்திரா வாரங்கல் பஞ்டியோக்கள் பஸ்தரைத் தமதாக்கிக் கொண்டனர். ப்ரவீர் மன்னராக பிரிட்டிஷாரால் முடி சூட்டப் பட்டார். ப்ரவீர் பைலாடிலா மலைப்பகுதியை ஹைதராபாத் நிஜாமுக்கு 99 வருடக் குத்தகைக்கு எழுதிக் கொடுத்துவிட்டார்.

இதை பஸ்தரை ஹைதராபாத்துக்குத் தாரை வார்ப்பதாகி விடும் என ஆதிவாசிகள் எதிர்த்தனர். பின் அதைச் சுதந்திர நாடாக அறிவித்தனர். 1947 டிசம்பரில் ராஜா பஸ்தரை இந்தியாவின் ஒரு பகுதியாக அறிவிக்க குத்தகை முடித்து வைக்கப்பட்டது.

பைலாடிலா பிரிட்டிஷ் காலத்திலேயே உயர்தர இரும்புத்தாது கொண்ட வளமான பகுதி என்பது கண்டுபிடிக்கப்பட்டது. விடுதலைக்குப் பின் ப்ரவீர் மக்களுடன் நன்கு கலந்து பழகினார். அதை இளைஞர் காங்கிரஸ்காரர்களால் ஏற்றுக்கொள்ள முடிய வில்லை. 1960 டிசம்பர் 13 அன்று ப்ரவீர் தாம் கம்யூனிஸ்ட்டுகளுடன் நட்புக் கொள்வதாக அறிவித்தார். இதனால் ஆத்திரமடைந்த காங்கிரஸ் அவரைக் கைது செய்ய உத்தரவிட்டது. கமலின் பாட்டன் வழி வந்த சர்காரியை ராஜாவாக அறிவித்தது. ப்ரவிரையே மீண்டும் ராஜாவாக்க வேண்டுமென்று ஆதிவாசிகள் கோரினர்.

1961 மார்ச் 31 அன்று நடைபெற்ற ப்ரவீரை மன்னராக்கும் போராட்டத்தில் போலீஸ் துப்பாக்கிச் சூட்டில் 12 ஆதிவாசிகள் கொல்லப்பட்டனர். ஆனால் ஆதிவாசிகளோ தங்கள் மக்கள் 50 பேர் கொல்லப்பட்டதாக வெகுண்டெழுந்தனர். சுதந்திர இந்தியாவில் ஆதிவாசிகள் முதன் முதலாக சுட்டுக் கொல்லப்பட்டது அன்று தான். ப்ரவீர் மன்னராக ஏற்கப்பட்டார். எனினும் அவருடனான காங்கிரசின் உறவு தொடர்ந்து சீர் கெட்டது. ஐந்தாண்டுகள் பின் ராஜா ப்ரவீர் அவரது அரண்மனையிலேயே இந்தியப் போலீஸால் சுட்டுக்கொல்லப்பட்டார். காங்கிரஸ் மேலிட உத்தரவே இக் கொலைக்குக் காரணம்.

நான் கமல் சந்திர பாஞ்டியோவை அவரது ஜக்தல் பூர் அரண்மனையில் சந்தித்தேன். அப்போது அவர் ராஜ உடையில், தன் குருவுடன் வந்தார். அவர் இருக்கையின் பின்புறம் ராஜா ப்ரவீரின் ஓவியம் பெரிதாக இருந்தது. அவர் தன்னை ப்ரவீரின் வாரிசு போலவே காட்டிக் கொண்டார். அவர் டாடாவின் இரும்பாலை லோஹண்டி குடாவில் வருவதை எதிர்த்தார். “என் மக்கள் அதை ஏற்கவில்லை. என் குடும்பம் அதை எதிர்த்து வந்திருக்கிறது. மஹாராணி கோமல், ப்ரவீரின் தாயார் பிரிட்டி ஷாருக்கு பைலாடிலாவைத் தருவதை எதிர்த்தார். அவர் மர்மமான முறையில் கொல்லப்பட்டார்” என்றார்.

ராஜா ப்ரவீர் இரும்பாலை அமைக்க அனுமதிப்பதால்

அன்னியர்கள் பஸ்தரில் நுழைய வழி வகுக்கப்பட்டுவிடுமென அஞ்சினார். ஆதிவாசி மக்கள் நல்ல கல்வி பெற்று நவீன தொழிற்சாலைகளில் வேலை செய்யுமளவுக்குப் பயிற்சி பெற்ற பின் பஸ்தரில் தொழிற்சாலை ஆரம்பித்தால் போதுமென எண்ணினார்.

கமல் ஆதிவாசிகளின் ராஜபக்தியைச் சரியாகப் பயன்படுத்திக் கொள்ள விரும்பினார். மக்கள், மன்னர் அரண்மனையைத் தேடி நாற்பதாண்டுகளுக்கு பின் வருவதை அவர் கெடுத்துக் கொள்ள விரும்பவில்லை. ஆதிவாசிகளிடம் ராஜா கமல் மீதான பற்று வளர்ந்து வந்தது.

ப்ரவீரின் கொலைக்குப் பின் காங்கிரஸ், சிம்மாசனத்தைத் தனக்குச் சாதகமாக்கிக் கொள்ள முயன்றது. பாராளுமன்றத் தொகுதிகள் யாவும் ஆதிவாசிகள் பகுதி என்பதால் அவர்களுடன் சமாதானம் செய்து கொள்வது தவிர காங்கிரசுக்கு வேறு வழியில்லை. தன்னை அவதாரம் என்று அறிவித்துக் கொண்ட பிஹாரி தாஸைத் தமக்குச் சாதகமாகத் தேர்தலில் பயன்படுத்திக் கொள்ள முயன்றனர். ஆதிவாசிகளில் வசதி படைத்தோர் காங்கிரஸ் பக்கம் சாய்ந்தனர். மகேந்திர கர்மாவின் மாமாவைக் காங்கிரஸ் வேட்பாளராக நிறுத்தினர். ஆதிவாசி நாடாளுமன்ற உறுப்பினர்கள் மேல் ஜாதிக்காரர்களின் கை பொம்மையாகவே செயல்பட்டனர். இந்து வியாபாரிகள் பஸ்தரின் பொருளாதாரம், அரசியல் என அனைத்தையும் ஆட்டிப் படைத்தனர்.

கம்யூனிஸ்ட்டுகள் 1960ல் நடத்திய நில உரிமைப் போராட்டம் பெரும் வெற்றி பெறவில்லையெனினும் அவர்கள் தேர்தலில் ஓரளவு வெற்றி பெற்றனர். தொழிற்சங்கம் அவர்கள் வசமே இருந்தது. ராஜா ப்ரவீரின் மரணத்தின் பின் கம்யூனிஸ்ட்டுகளே பஸ்தரின் பலம் வாய்ந்த கட்சியாக இருந்தனர். ஆனால் சாராய அரசியலும், பணத் தேர்தலிலும் அவர்கள் வெற்றி பெற முடியாது போனது.

பெங்கால் கம்யூனிஸ்ட் தலைவர் சுதீர் முகர்ஜி மகேந்திர கர்மாவை ஜக்தல் பூரில் ஒரு விடுதியில் கண்டு, அவரைத் தனது பாதுகாப்பில் வைத்துக் காப்பாற்றினார். கர்மாவின் தந்தை ஒரு ஆதிவாசித் தலைவர். அவர் பூம்கல் புரட்சியின் போது பிரிட்டிஷ் அரசுக்கு ஆதரவாக இருந்ததாக தகவல். கர்மாவின் மாமா காங்கிரஸ் கட்சியின் நாடாளுமன்ற உறுப்பினராக இருந்தார்.

ஆவேச இயல்பு கொண்ட கர்மா, கம்யூனிஸ்ட் கட்சியில் சட்ட மன்ற உறுப்பினராக 1980இல் தேர்வு பெற்றார். உணர்ச்சி மிக்க உரையாடல் மூலம் ஆதிவாசி உரிமைகளுக்குச் சட்டசபையில் போராடினார். கட்சியின் கட்டுப்பாட்டுக்குள் இயங்குவது அவருக்கு மிகவும் சிரமமானது. சட்டமன்ற உறுப்பினர் சம்பளத்தைக் கூடக் கட்சிக்கே தர வேண்டியிருந்தது. எனவே நீண்ட காலம் கம்யூனிஸ்ட் கட்சியின் கட்டுப்பாட்டில் இயங்க முடியாமல் அவர் வெளியேற நேர்ந்தது.

மேல்தட்டு ஆதிவாசியாக விரும்பிய கர்மா ஊழலில் ஈடுபட்டதே அவர் வெளியேறக் காரணம் என்கின்றனர் கம்யூனிஸ்ட்டுகள். கர்மா காங்கிரஸின் யுக்திகளைச் சரியாகப் புரிந்து கொண்டார். பஸ்தரில் நிலத்தை வெளியாட்களுக்கு விற்க முடியாது. மற்ற அரசியல்வாதிகள் போல ஏமாந்த மக்களின் நிலத்தை அடிமாட்டு விலைக்கு வாங்கினார். அந்நிலத்தில் உள்ள பழைய தேக்கு மரங்களின் மதிப்பு நிலத்தின் மதிப்பைவிட அதிகம். ஆதிவாசி மக்களுக்கு ஒரு ரூபாய்க் கட்டுகளாகத் தந்து நிறைய தருவது போல ஏமாற்றினார். அன்றைய பிஜேபி அரசு கர்மாவுக்குப் பாதுகாப்பு வழங்கிக் காப்பாற்றியது. இப்படிப் புதிய உறவை கர்மா வளர்த்துக் கொண்டார்.

கர்மாவின் உறவினர் கல்மா தேவாவை 1987ல் மாவோயிஸ்ட்டுகள் சுட்டுக் கொன்றனர். துப்பாக்கிகளின் வலிமையுடன் இருந்த மாவோயிஸ்ட்டுகள் அரசுக்கு இணையான அதிகாரத்துடன் செயல்பட்டு கல்மாவை கொலை செய்தது சதீஷ்கரின் முதல் அரசியல் கொலையாகும். இதன் மூலம் மாவோயிஸ்ட்டுகள் மாநிலத்தின் முக்கிய அரசியல் சக்தியாயினர்.

கமல் தனது மாளிகையின் கதவுகளைப் பேச்சுவார்த்தைக்குத் திறந்து வைத்திருந்தார். கோபிநாத் அனைத்துக் கட்சிகளுடனும், நல்லுறவு அவசியம் என்பதை உணர்ந்தவர்.

நீண்ட நடைப்பயணத்தால் களைப்படைந்த நாங்கள் மா மரத்தின் நிழலில் இளைப்பாறினோம். அடுத்த தொடர்பாளர்கள் வருவார்கள் எனக் காத்திருந்தோம். அருகிலிருந்த கிராமத்திலிருந்து சிலர் தரை விரிப்பைக் கொண்டுவந்து விரிந்து ஓய்வெடுக்கக் கூறினர். அவர்கள் பேசியது என்ன என்பது புரியவில்லை.

கோபிநாத் வந்த போது, அவர்கள் என்ன பேசுகிறார்கள் என்று கேட்டேன். “ராய்பூர் சென்ற போது உங்களைப்

போலப் பேண்ட் போட்ட மனிதர்களைப் பார்த்தோம்" என்கிறார்கள் என்றார். மகேந்திர கர்மா போத்காட் அணைக்கு எதிரான போராட்டத்திற்காக இவர்களை ராய்பூர் அழைத்துச் சென்றதுண்டு.

இப்போது மகேந்திர கர்மா போத்காட் அணையை ஆதரிக் கிறார். எப்போது அணை எதிர்ப்புப் போராட்டம் நடந்தது என்று கேட்டேன். "என் தாடி கருப்பாக இருந்த போது" என்று சொல்லிச் சிரித்தார்.

இரவு வரை மரத்தடியில் காத்திருந்தோம். நான் உறங்கிப் போய்விட்டேன். விழித்த போது என் அருகில் புதிதாக இரண்டு ஜோடிக் காலணிகள் கிடந்தன. அந்த புதிய மாவோயிஸ்ட் தன்னை ஏக்நாத் என்று அறிமுகம் செய்து கொண்டார்.

விலையுயர்ந்த அந்த உட்லாண்ட் காலணியைப் பற்றிக் கேட்டேன்.

"சுமார் 300 ரூபாய் இருக்கும்" என்றார்.

ஏக்நாத் பின் ஒரு கடிதத்தைத் தனது பையிலிருந்து எடுத்தார். அது மடிக்கப்பட்டிருந்த விதத்திலிருந்தே அது மாவோயிஸ்ட் தலைமையிடமிருந்து வந்த குறிப்பு என்பதை அறிந்து கொண்டேன்.

தவிர்க்க முடியாத காரணங்களால் தங்களைச் சந்திக்க முடியாமல் பாதியிலேயே திரும்ப நேர்ந்தது. அடுத்த முறை நிச்சயம் சந்திப்போம். தோழர் ராஜு என்று கையெழுத்திட்டிருந்தது.

இரவு தங்க கிராமத்தில் ஏக்நாத் ஏற்பாடு செய்திருந்தார். அடுத்த நிலைத் தோழர் ராமு தாதாவை அடுத்த நாள் காலை சந்தித்தோம். இவரது குழுதான் டாடாவுக்கு நிலம் தர வலியுறுத்திய ஏஜண்டுகளைக் கொன்றது என்று கோபிநாத் கூறினார்.

கடிதத்தை மீண்டும் உற்றுப் படித்தேன். கையெழுத்து ராஜுவினுடையது போலவே இருந்தது. ராஜுதான் வாசுவோ?

"ராஜு எத்தனை காலமாக இங்கு உள்ளார்?"

"இரண்டாண்டுகள் முன் கிழக்குப் படை துவக்கினோம்.

அதன் முன்னணித் தலைவர் ராஜுதான்."

ஆம் நான் வாசு பற்றிக் கேள்விப்பட்டு இரண்டாண்டுகள் ஆனது.

நான் ராஜுவுக்கு ஒரு கடிதம் கொடுக்க விரும்பினேன்.

நாங்கள் கிராமத்தை அடைந்தபோது இருட்டிவிட்டது. எங்களுக்கு உணவு தயாராக இருந்தது. ஏக்நாத் தனது உட்லாண்ட் 300 ரூபாய் செருப்பைக் கழற்றி விட்டுத் தன் கதையைச் சொல்லத் துவங்கினார்.

"நான் ராஜ கோண்ட ஆதிவாசி இனத்தவன். மகாராஷ்டிராவில் உள்ள கட்சிரோலி என்ற கிராமத்தை சேர்ந்தவன். எனது இளைய சகோதரன் கட்சி உறுப்பினன். மற்றொரு சகோதரன் கிராமத்தில் குடும்பத்தை கவனித்துக் கொள்கிறார். எனது மனைவி சுனிதாவும் மற்றொரு கட்சி அணியில் உள்ளார். ஆறு மாதங்களுக்கு ஒரு முறை சந்தித்துக் கொள்வோம். நாங்கள் குழந்தைகள் பெற்றுக் கொள்ள வேண்டாம் என முடிவு செய்தோம். நான் கருத்தடை செய்து கொண்டேன். 1980ல் தோழர் கோசா எங்கள் கிராமத்திற்கு வந்தார். ஏழைகளுக்காகப் போராடும் அவரது கொள்கை என்னை ஈர்த்தது. 1983ல் எனது 18வது வயதில் கட்சியில் சேர்ந்தேன். இப்போது 25 ஆண்டுகள் ஓடிவிட்டது" என்றார்.

பெரிய மாற்றங்கள் தன் வாழ்நாளில் வந்துவிடும் என்று அவர் நம்புகிறாரா என்று கேட்க எனக்கு ஆசை.

"புரட்சி வரும். இந்தத் தலைமுறையில் இல்லையென்றாலும், அடுத்த தலைமுறையில் புரட்சி வரும். மாற்றம் வரும்" என்று நம்பிக்கையுடன் புன்னகைத்ததை இருட்டிலும் என்னால் உணர முடிந்தது. எத்தனை நம்பிக்கை? இது இல்லாவிட்டால் அவர்களுக்கு வேறு என்ன உண்டு?

மங்கலான விளக்கொளியில் சாப்பிட்டு முடித்தோம். நாள் முழுதும் நடந்த களைப்பு, உறங்கிப் போனோம். காலை ஏக்நாத், ராஜுவுக்கு வாசுவுக்கான என் கடிதத்துடன் புறப்பட்டார்.

மரத்திற்கும் நிறுத்தி வைக்கப்பட்டிருந்த சைக்கிளுக்குமாக கட்டப்பட்டிருந்த எனது கொசுவலையை மடித்து வைத்தேன். சில மாதங்கள் முன் மலேரியாவால் அவதிப்பட்ட அனுபவ விளைவு. மக்கள் எப்படித்தான் கொசுக்கடியில் வாழ்கிறார்களோ?

தோல்வியில் முடிந்த தேடல்

மலேரியா எதிர்ப்பு என்று மாவோயிஸ்ட்டுகளுக்கும், தொண்டு நிறுவனங்களுக்குமான பொது வேலைத்திட்டம். ஒவ்வொரு ஆண்டும், ஒவ்வொரு கிராமத்திலும், 3, 4 பேரை மலேரியா பலி கொண்டு விடுகிறது. அரசின் துணை ராணுவப் படையினரில் அதிகமானவர்கள் மாவோயிஸ்ட் குண்டுகளை விடவும், கொசுக்கடியால் சாவதாகக் கூறுகிறார்கள். எனினும் அரசின் அதிகாரக் குறிப்பு இந்த இறப்புகள் பற்றி எதுவும் பேசாது. இது ஹரிச்சந்திர ஆட்சியல்லவே. மலேரியா கண்டுபிடிப்பு, மருத்துவம், தடுப்பு எனப் பல தொல்லைகளிலிருந்து தப்ப சாவைப் பதிவு செய்யாமல் மறைப்பதே சரியான ஜனநாயக வழி.

கோபிநாத் எப்படித்தான் கொசுவலை இல்லாமல் தூங்கினாரோ? காலையில் பார்த்தேன். நாங்கள் தங்கிய வீடு ஒரு மண் வீடுதான். அந்த வீட்டின் உரிமையாளர் அந்த கிராமத்தின் பெரிய வசதி வாய்ந்தவராம். 78 ஏக்கர் நிலம் உள்ளவராம்.

"இத்தனை நிலம் இருந்தும் சாப்பாட்டுக்குத் தேவையானதை விளைவிக்க முடியவில்லை. புளி பறித்து விற்றால், கிலோ 7 ரூபாய், பீடி இலைக் கட்டு 50 பைசா. தோழர்கள் இதை 10 ரூபாயாகவும், கட்டுக்கு 70 பைசாவாகவும் உயர்த்த உறுதி தந்துள்ளனர்" என்றார் நம்பிக்கையுடன்.

இவரைப் போய் பணக்காரர் என்றும் உழைக்கும் வர்க்க எதிரி யென்றும் எப்படிச் சொல்லிவிட முடியும்?

"இவருக்கு ஒரு மோட்டார் பைக் உள்ளது. இவர் கிராம அலுவலராக இருந்தார். ஊழல் செய்ததால் நீக்கப்பட்டார்" என்றார் கோபிநாத். இவருடன் எப்படி மாவோயிஸ்ட்டுகள் நட்புடன் வேலை செய்ய முடிகிறது என்ற கேள்வி என்னுள். உடனேயே மகேந்திர கர்மா கடந்த காலத்தில் கூட்டாக இயங்கினர் என்பதை நினைத்துக் கொண்டேன். வேறு வழியேதுமில்லை. கால் பதிக்கும் வரை அவர்களுக்கு ஏதாவதொரு உள்ளூர் உதவி தேவை அவ்வளவே.

அந்த வீட்டிலிருந்த ஒரு பையன் பள்ளிக்குப் புறப்பட்டுக் கொண்டிருந்தான். அவனிடம் தோழர்கள் பற்றிக் கேட்டேன்.

"அவர்களின் கூட்டத்திற்கு நான் சென்றதில்லை. நான் பள்ளி விடுதியில் உள்ளேன்" என்றான். அவனது மார்பில் "ஜெய்ஸ்ரீராம்" என ராமர் படம் போட்ட பதக்கம் தொங்கியது.

"நான் படிக்கிறேன். படித்து முடித்த பின்னும் வேலை கிடைக்குமா என்பது சந்தேகமே. எங்கும் எதற்கும் லஞ்சம் என நண்பர்கள் சிலர் படித்தும் குறைவான கூலிக்கு தற்காலிக வேலைக்கே போகின்றனர்."

"டாடா இரும்பாலை வருவது பற்றி என்ன நினைக்கின்றனர்".

"நான் படித்தாலும் எனக்கு அதில் வேலை கிடைக்காது".

இளைஞர்கள் நம்பிக்கையின்றி வளர்கின்றனர். தோழர்களுடன் அவர்களுக்கு நெருங்கிய தொடர்பு இல்லை. ஏமாற்றமே அவர்களிடம் காணப்படுகிறது.

கோபிநாத்திடம் புதிதாக இளைஞர்கள் மாவோயிஸ்ட் படையில் சேருகிறார்களா என்று கேட்டேன். கோபிநாத் யோசித்து, "இந்த இரண்டு ஆண்டுகளில் 25 இளைஞர்கள் சேர்ந்துள்ளார்கள். என்றார். இதில் ஐந்து பெண்களும் உண்டாம். எவரும் எட்டாம் வகுப்பைத் தாண்டவில்லை.

வளர்ச்சி எனும் பெயரில் மக்கள் உடைமை, வாழ்வு, வருமானம் என அனைத்தும் சிதைக்கப்பட்டு, இடம் பெயர்ந்து வாழ்வோரிடம் மாவோயிஸ்ட்டுகள் சென்று, பேசி, உதவி, அவர்களை நெருங்குகிறார்கள்.

பேசிக் கொண்டிருக்கும் போதே ஒரு நபர் வந்து செய்தி சொன்னான். சந்திக்கவிருந்த தலைவரும், அவசர வேலையாகச் சென்றுவிட்டார். யாரையும் சந்திக்க முடியாது என்றார். முஸ்தபா தனக்குப் படம் பிடிக்கும் வேலையில்லை என்று உடனே புறப்படத் தயாரானான். தோழர்கள் அனுமதியின்றி எந்தப் படமும் எடுக்க முடியாது. மக்கள் சுதந்திரமாகப் பேசும் சூழல் இல்லை. அப்போதுதான் மக்களின் உண்மையான கருத்தை அறிய முடியும்.

பயணம் தோல்வி. ஆனால், நண்பர் வாசு உயிரோடுள்ளார் என்ற செய்தி பெரும் மகிழ்ச்சி, மன நிறைவு தந்தது.

ஒரு இழப்பில் ஒரு லாபம்.

3
பாத யாத்திரை

மீண்டும் அழைப்பு வருமெனக் காத்திருந்து காலம் போனது. அரசின் பாதுகாப்பும், கடுமையும் அதிகமாக இருந்தது. கடைசியாகக் காத்திருந்த தொலைபேசி அழைப்பு வந்தது.

பேசுவது வாசுதான் என்பது எனக்கு உறுதியானது. நான் எழுதிய கடிதம் கிடைத்ததாகச் சொன்னான். ஆனால் பேசப் பேசக் குரல் உடைந்தது. தொலைபேசித் தொடர்பு துண்டிக்கப்பட்டது. பின் பேசிய வாசுவின் தொடர்பு கடினமாக இருந்தது. எனவே ஒரு மரத்தின் மீது ஏறிப் பேசுகிறேன் என்றார் வாசு.

நான் நிறையப் பேசவும், கேட்கவும் நினைத்த போதும், பேச முடியவில்லை. "முந்திய முறை வந்த அதே இடத்தில் மீண்டும் சந்திப்போம்" என்று ஒரு நாளையும் நேரத்தையும் குறிப்பிட்டார்.

நானும் முஸ்தபாவும் மாவோயிஸ்ட் சந்திப்புக்காக எடுத்த இரு முயற்சிகளும் தோல்வி கண்டன. மீண்டும் சித்ரகூட், அதே இடம் கனமான காமிரா சுமையுடன் இரண்டு மணிநேரம் காத்திருந்தோம். மூன்றாம் முறையும் தோல்விதானா என்றான் முஸ்தபா. கோபிநாத்துடன் தொடர்பு கொள்ள முடிந்தது. நல்ல வேளையாக அவன் இடம் பெயர்வுக்கு எதிரான அணிவகுப்பு அவரை வாசு என்றே அழைக்கலாம்

நடத்த அனுமதி வாங்குவதற்காக நகரத்தில் தான் இருந்தான். எனவே உடனே வருவதாகக் கூறினான்.

கோபிநாத் வந்து சேர்ந்தான். எங்களுக்குப் பெரும் மகிழ்ச்சி. ஆனால் வாசுவின் அழைப்பில்தான் வந்துள்ளோம் என்பது அவனுக்குத் தெரியாது.

"ராஜு தாதா வேறு யாரையாவது அழைத்து வர நியமித் திருப்பார். காத்திருங்கள் நாளை நான் அவரை அணிவகுப்பு விஷய மாகச் சந்திப்பேன். உங்களைப் பற்றி அவரிடம் சொல்கிறேன்" என்றான்.

கட்சியின் அனுமதியின்றி கோபிநாத்துடன் போக முடியாது. காத்திருப்பதா, போவதா, என்ன செய்வது என்பது புரிய வில்லை.

செய்தித் தொடர்பு மாவோயிஸ்ட் உலகில் தனியார் சொத்துப் போல பாதுகாக்கப்பட்டது. சம்பந்தப்பட்டவர் மட்டுமே அறிய முடியும். குறிப்பிட்ட அளவு தகவலை மட்டுமே ஒவ்வொருவரும் அறிந்திருப்பர். ராஜுதான் வாசுவா யாரறிவார்?

கிராம சேவகர் எனது வசதியான தங்குதலுக்கு கிராமத்தில் ஏற்பாடு செய்வதாகவும், ராஜுவைச் சந்திக்க ஏற்பாடு செய்வ தாகவும் கூறினான்.

மறுநாள் காலை புறப்பட்டோம். காட்டினுள் ஒரு மணி நேரம் நடந்த பின் தோளில் துப்பாக்கியுடன் ஒரு பெண்ணைக் கண்டோம். நெருங்கிச் சென்ற பின் அருகில் வாசு ஒரு பச்சைச் சீருடையில் இருப்பதைக் கண்டேன். சற்று எடை கூடியுள்ளார். முகத்தில் தாடி, தலையில் தொப்பியுடன் சற்று மாறுபட்டுக் காணப்பட்டார். முகத்தில் சுருக்கங்கள், வாழ்க்கை அனுபவத்தின் கிறுக்கலாக. தோளில் தொங்கிய ஏ.கே.47 ன் பின்னணியிலும் அமைதியுடன் காணப்பட்டார்.

நண்பனை உயிருடன் நீண்ட இடைவெளியின் பின் காண்பது எத்தனை மகிழ்ச்சி. பல மாறுதல்கள் பின்னும் பழைய நட்புடன் பேசிக்கொண்டோம்.

"சரி, புறப்படுவோம். மதிய உணவுக்கு இரண்டு மணி நேரம் நடந்தாக வேண்டும். அங்கே ஒரு நண்பர் குழு நமக்காகக் காத்திருக்கிறது. பேசிகொண்டே நடப்போம்."

வாசு ஒரு கோலுடன் நடந்தார். ஒரு பஸ் விபத்தில் முழங்கால் உடைந்து விட்டது என்றார். அடர்ந்த முடி உதிர்ந்து லேசான வழுக்கை.

"பயணத்தைச் சற்றுத் தள்ளிப் போடச் சொன்ன கடிதம் கிடைக்கவில்லையா?"

மாவோயிஸ்ட்டுகள் பற்றிய இந்தப் புத்தகத்தை எழுத ஒரிசாவில் அலைந்துகொண்டிருந்தேன். கைபேசி இணைப்பும் சரியாக இல்லை என்றேன். உடனே வாசு, "அங்கு சபய சாச்சி பாண்டே கைது செய்யப்பட்டார் என்ற செய்தி வந்தது உண்மையா?" என்று கேட்டார்.

"அது போலீஸ் செய்தி. ஆனால் நான் அவரை ஒரு வாரம் முன் சந்தித்தேன்." வாசு நிம்மதிப் பெருமூச்சு விட்டார்.

"நீ ஒரு பெரிய தலைவன், உன் இயக்கத்தின் மற்றொரு மாநிலத் தலைவர் கைது செய்யபட்டால் தெரியாதா? பத்திரிக்கைச் செய்தி சரியா தவறா என்று விசாரிக்க முடியாதா?"

"நீ நினைப்பது போல தகவல் தொடர்பு எங்களுக்கு அவ்வளவு எளிதல்ல. கண்காணிப்பு அதிகம். ஆட்களை அனுப்பித் தகவல் அறிவதும் மிகவும் கடினம். ஆபத்து."

"எனது மனைவி ராய்பூர் சிறையில் உள்ளார். என் மகள் பொறியியல் படித்துக் கொண்டிருக்கலாம். அவள் என் சகோதர ருடன் உள்ளாள். அவர்களுடன் பேசுவது கூட ஆபத்து. நான் பிடிபட்டு விடலாம்."

வாசுவின் மனைவியை பிலாஸ்பூர் புகைவண்டி நிலையத்தில் சந்தித்தது நினைவுக்கு வந்தது.

வாசு ஒரு குண்டைத் தூக்கிப் போட்டார். "எனக்கு உன் புத்தகம் பற்றிய அனுமதி பொலிட்பிரோவிலிருந்து வரவில்லை. எனவே நான் எதையும் பேச முடியாது" என்றார்.

"பின் ஏன் வாசு வரும்படிக் கூறினாய்?"

"நான் உன்னை மாநிலச் செயலர் கோசாவிடம் அனுப்புகிறேன். அவர் அனுமதி தரக்கூடும். என் நம்பிக்கைகள் சரியத் துவங்கின. ஆனால் நிம்மதியளிக்கும் வகையில் வாசு "நீ அவரை ஜுன் 8 ல்

சந்திக்கலாம்" என்றார் சிரித்தபடி.

"இன்னும் 10 நாட்கள் உள்ளது. இடையில் ஒரு மாநாடு உள்ளது அதன் பின் வரவா?" என்று கேட்டேன்.

"கோசா அடர்ந்த காட்டுக்குள் உள்ளார். அவரைச் சந்திக்க ஐந்து நாட்கள் காட்டில் நடந்தாக வேண்டும். 80 கிலோ மீட்டர் தொலைவு. நாங்கள் பழக்கப்பட்ட பாதை என்பதால் இரண்டு நாட்களில் நடந்துவிடுவோம். நீ ஒரு மணி நேரத்தில் நான்கு கிலோமீட்டர் கூட நடக்க முடியாது" என்றார் கவலையுடன்.

"நான் கோசாவைச் சந்திக்க வேண்டும். இரவிலும் நடப்பேன்".

"பல மலைகளைக் கடந்தாக வேண்டும். குறைந்த பட்சம் மூன்று நாட்களாவது தேவை. தாமதமாகிப் போனால் அவரைக் காண முடியாது".

ஜூன் மாதத்தில் பருவமழை வேறு துவங்கிவிடும். பின் எதுவும் நடக்காது. எப்படியும் கோசாவைச் சந்திப்பதும் அவருடன் பேசுவதும் இப் புத்தகத்தின் முக்கியப் பகுதி.

வாசு எப்படியும் விரைவில் கோசாவின் சம்மதத்ததைப் பெற்று விடுகிறேன் என்று நம்பிக்கையூட்டினார். முஸ்தபாவுக்குத் தன் கவலை. "கோசாவைப் படம் பிடிக்க முடியுமா?"

அதற்கான அனுமதி கிடைக்காது என்றார் வாசு. எனவே கனமான காமிரா சாதனங்களைத் தூக்கிக் கொண்டு முஸ்தபா நடப்பது சிரமம். மேலும் தாமதப்பட்டால் கோசாவைச் சந்திக்க முடியாமல் போகலாம். எனவே முஸ்தபாவை விட்டுச் செல்ல முடிவு செய்தேன்.

வாசு எனக்குப் பாதுகாப்பாக ஐந்து தோழர்களை அனுப்பு வதாகக் கூறினார். ஏனெனில் எதிரிகளின் இடத்தைக் கடந்து செல்ல வேண்டியுள்ளது. எனினும் வடகிழக்கு எல்லைப் பகுதியில் உல்பா தீவிரவாதிகள் பற்றி அறியச் சென்ற போது, இந்திய ராணுவத்தின் துப்பாக்கிச் சூட்டிலிருந்து தப்பிய அனுபவம் நினைவுக்கு வந்தது.

எனது லேப்டாப்பை மட்டும் எடுத்துக் கொண்டு புறப் பட்டேன்.

சுராஜ் அவனது மனைவி சுத்ரி, சந்ரு, பீம், ஜிட்ரு என ஐவர் என்னுடன் புறப்பட்டனர். ஒருவர் பின் ஒருவராக நடக்கத் துவங்கினோம். சுராஜ் தன்னைப் பற்றிச் சொல்ல ஆரம்பித்தான். “நான் டாகிலோட் கிராமத்தைச் சேர்ந்தவன். என் மனைவி சுத்ரி பல்லிவலா கிராமத்தைச் சேர்ந்தவள்” என்றான்.

உடனே நான் “2003ல் சல்வா ஜுதும் முதல் முதலில் அந்த கிராமத்தில் தானே மாவோயிஸ்ட்டுகளுக்கு எதிராகக் குடிசை களை எரித்தனர்” என்று கேட்டேன்.

வியப்பூட்டும் வகையில், சுராஜ், “அது சுத்ரியுடைய வீடுதான்” என்றான்.

“ஏன் எரித்தார்கள்” என்று கேட்டேன்.

“நான் தான் முதன் முதலாக 2002ல் கட்சியில் சேர்ந்தேன். அதனால்தான் என் வீட்டைக் குறிவைத்து எரித்தனர்” என்றாள்.

“சல்வா ஜுதுமின் நட்பு அமைப்பான தண்டேஸ்வரி சமன்வயா சமிதி, போலீஸ் துணையுடன் எரித்தனர். அதன் தலைவர் யார் தெரியுமா? அவர் எனது சித்தப்பா” என்றான். நான் அதிர்ந்து போனேன்.

“என் தாத்தா விவசாயம் செய்து பிழைக்க நிலம் தேடி, டாகிலோட் கிராமம் வந்து சேர்ந்தார். என் சித்தப்பா எங்களது பூர்வீக கிராமம் கசோலியில் விவசாயம் செய்து வந்தார். பக்கத்தில் உள்ள சிவானந்தா ஆசிரமத்தில் படித்தவர் அவர். அதனால் பின்னர் இந்துவாக மாறினார். ஆஸ்ரமமும், அப்பகுதி தொழில், வணிகம் செய்யும் பணக்காரர்களும், பிஜேபியினரும் கூடி சைதுராமுடன் சேர்ந்து தண்டேஸ்வரி சமன்வயா சமிதி எனும் அமைப்பை உருவாக்கி மாவோயிஸ்ட்டுகளை 2003ல் எதிர்த்தனர்”.

இதுதான் சல்வா ஜுதும் உருவானதன் அடிப்படைப் பின்னணி. மக்களின் சுயமான எழுச்சியால் 2005 உருவானதுதான் சல்வா ஜுதும் என்பது முற்றாக உண்மையல்ல. 2006ல் நான் சைதுராமைப் பேட்டி கண்டபோது, தானே மாவோயிஸ்ட்டுகளுக்கு எதிரான இயக்கத்தை 2003ல் உருவாக்கினேன் என்று கூறினார். நூறு கிராமங்களில் பரவி உள்ளதாகவும் கூறினார். மகேந்திர கர்மா

பிஜேபி துணையுடன் இந்த இயக்கத்தை விரிவுபடுத்தினார். ஆனால் இது தடம் புரண்டு போகும் என்பதையும் சைதுராம் அப்போதே கூறினார்.

நான் சைதுராமை சல்வா ஜுதும் அணிவகுப்பில் சந்தித்ததை சுராஜிடம் கூறினேன். மகேந்திர கர்மா உணர்ச்சி உரையாற்ற, மற்ற தலைவர்கள் கிராம மக்களை மிரட்டித் தம் வசம் சேர்த்தனர்.

சைதுராமுக்கு பத்திரிக்கையாளரிடம் சாதுரியமாகப் பேசத் தெரியாது. உணர்ச்சி வசப்பட்டு உண்மைகளைச் சொல்லி விடுவான். மாவோயிஸ்ட்டுகளை ஒழிக்க முதலில் அவர்களை ஆதரிப்பவர்களை அழிக்க வேண்டும் என்பான். கிராமங்களில் தண்டேஸ்வரி சமிதிகள் அமைத்து மாவோயிஸ்ட் வளர்ச்சியைத் தடுத்தான். சல்வா ஜுதுமோ கிராமத்து மக்களை சாலையோரம் அமைக்கப்பட்ட அரசு முகாம்களில் தங்கச் செய்வது என்ற யுக்தியைக் கடைப்பிடித்தனர். சித்தப்பா சல்வா ஜுதும். மகன் மாவோயிஸ்ட் எனப் பிரிந்து நிற்கும் உங்கள் கிராமம்தான் இன்றைய சதீஷ்கரின் உண்மை நிலை என்றேன்.

“நானும் சுத்ரியும் எனது சித்தப்பாவைக் கொல்ல அனுப்பப்பட்ட குழுவில் இடம் பெற்றிருந்தோம். ராஜ்மன் நாற்பது பேர் கொண்ட இக்குழுவின் தலைவராக இருந்தார். அவர்கள் தங்கி இருந்த இடம் விளக்கொளியில் பிரகாசமாக இருந்தது. எனவே தாக்குதல் துவங்குவது சிரமமாக இருந்தது. ஆனால் தாக்குதலில் சைதுராம் தப்பி விட்டார். எங்கள் முயற்சி தோற்றது. ஆனால் அடுத்த முயற்சியில் நாங்கள் அவரைக் கொன்றுவிட்டோம். பலரைக் கொன்று, பல கிராமங்களை அழித்த அவரைக் கொன்றது தவறு என்ற குற்ற உணர்வு எனக்குச் சிறிதும் இல்லை” என்றான்.

ராஜ்மனை அடுத்து சந்தித்துப் பேசுவது அவசியம். சைதுராம் பற்றிப் பேசியது சுத்ரியை பாதித்திருக்க வேண்டும். தன் வீட்டை எரித்து அழித்த அம் மனிதனின் பெயரைக் கேட்டால் கூட அவளது பழைய நினைவுகள் அவளை வாட்டத் துவங்கியது.

பின் அவள் கோண்டி மொழியில் தனது அனுபவத்தைக் கூறத் துவங்கினாள். சுராஜ் மொழி பெயர்த்தான். மதுகர் ராவ் ஒரு பள்ளி ஆசிரியர். அவர் மாணவர்களை மாவோயிஸ்ட்டுகளுக்கு எதிராக நிற்கப் பயிற்றுவித்தவர். குட்ரு முகாமில் அவரைப் பிடிக்கச் சென்றோம். அவர் அன்று முகாமில் தங்காமல், தன் வீட்டில் தங்கியிருந்தார். எங்களது தாக்குதல் குண்டு சத்தம்

கேட்டு இருட்டில் தப்பி ஓடி விட்டார். சுதாகர் தாக்குதலுக்குத் தலைமை தாங்கினார்.

"நாம் சற்று விரைந்து நடந்தால், சுதாகரை சந்தித்து விடலாம். அவர் தம்டாரியிலிருந்து தேவ்ஜியுடன் வந்து கொண்டிருக்கிறார். அவர்களது குழுவே 13 போலீஸ்காரர்களை சமீபத்தில் ரெய்பூர் அருகே கொன்றனர். நாங்கள் டிலிபெண்டா கிராமத் தாக்குதலை நடத்தினோம். அதில் சிறப்புக் காவல் அதிகாரி கொல்லப்பட்டது டன் ஐந்து வீடுகளும் அழிக்கப்பட்டன" என்று கூறினான்.

அவனது ஒப்புதல் எனக்கு ஆச்சரியமாக இருந்தது. மூத்த மாவோயிஸ்ட் தலைவர்கள் பத்திரிக்கையாளர்களிடம் கவனமாகப் பேசுவர். வீட்டை எரித்தோம் என்று எந்த மாவோயிஸ்ட்டும் ஒப்புக் கொண்டதில்லை. சல்வா ஜுதும் தலைவர்கள் எப்போதும் தாம் செய்த தவறுகளை ஒப்புக்கொண்டதில்லை. ஒருவரின் வெற்றிக் களிப்பு, மற்றவரின் துன்பத் துடிப்பு. இப்படித்தான் வரலாறு ஓடுகிறது.

வழியில் சிதைக்கப்பட்ட பள்ளிக் கட்டிடம் ஒன்றைக் கண்டோம். ஒரு மனிதன் மோட்டார் பைக்கில் வந்து தன்னைப் பள்ளியாசிரியர் என்று அறிமுகம் செய்து கொண்டார்.

"அப்போ உங்களுக்கு வேலை செய்யாமல் சம்பளம் கிடைக்கச் செய்து விட்டார்களா தோழர்கள்" என்று கேட்டேன்.

"அது சரியல்ல. தோழர்கள் படிப்பை நிறுத்த நினைக்கவில்லை. கட்டிடத்தைத்தான் இடித்தார்கள். போலீஸ்காரர்கள் தங்கும் இடமாக இது பயன்படுத்தப்படக் கூடாது. மாற்றாக கிராமத்தில் பள்ளிக்காக ஒரு குடிசை கட்டியுள்ளார்கள். நான் அங்கு பாடம் நடத்துகிறேன்" என்றார்.

என்னைச் சுற்றியிருந்த தோழர்களை திருப்திப்படுத்த அப்படிக் கூறியிருக்கக் கூடும். தான் மாதம் 4000 ரூபாய் சம்பளம் பெறும் தற்காலிக ஆசிரியரே என்றார். 4000 ரூபாயில் எப்படி ஒரு மோட்டார் பைக் சவாரி?

"நீ எத்தனை தாக்குதலில் பங்கேற்றிருக்கிறாய்?"

"இந்த கிராமத்தில் கூட்டம் நடத்த சந்தைத் திடலுக்கு, சாதாரண உடையில் சென்றோம். எங்களை அடையாளம் கண்ட சிலர் போலீசுக்குத் தெரிவித்தனர். இதை போலீசிலிருக்கும் எங்கள் ஆள்

எங்களுக்குத் தெரிவித்துவிட்டான். நாங்கள் தயாராகி துப்பாக்கிச் சூடு நடத்தினோம். எட்டுப் போலீஸ்காரர்கள் செத்தார்கள். அது ஒரு பெரிய தாக்குதல்" என்றான்.

"கண்ணி வெடிகள் எங்கும் புதைக்கப்பட்டுள்ளதா?"

"ஆம். கண்ணி வெடியால் ஒரே ஒரு போலீஸ்காரர் மட்டும் கொல்லப்பட்டார். அவர்கள் சரணடைய மறுத்ததால்தான் சுட வேண்டியதானது. மூன்று பேரைக் கைது செய்து சென்று, சில நாட்கள் பின் விடுதலை செய்துவிட்டோம்".

"எங்கள் எதிரி இந்த அமைப்பே தவிரத் தனிப்பட்ட போலீஸ் காரர்கள் அல்ல" என்று கூறி அனுப்பிவிட்டோம்.

கம்லாபூரில் மதிய உணவு. சுத்ரி பாத்திரம், சமையல் சாமான் களை கிராமத்திலிருந்து வாங்கி வந்தாள். சமையல் செய்து சாப்பிட்டு மரத்தடியில் சற்று ஓய்வெடுத்தோம்.

சுத்ரி அழகும் கவர்ச்சியும் கொண்ட மெலிந்த உயரமான பெண். மாவோயிஸ்ட் குழுவுக்கு உகந்த தோற்றம் கொண்டவளாக அவள் தோன்றவில்லை. எனக்கு அருகில் அமர்ந்திருந்த சுராஜ் தனது பையிலிருந்து அவாம்இஜுங் என்ற மாவோயிஸ்ட் ஏட்டை எடுத்தான். அதில் மாநிலத்தின் மாவோயிஸ்ட் நிகழ்வுகள், தாக்குதல்கள் பற்றிய செய்திகள் இருந்தன.

ஜிட்ரு வானொலியில் செய்தியைக் கேட்டுக் கொண்டிருந்தான். தவறாமல் செய்தி கேட்பது அவர்கள் பழக்கம். பொழுதுபோக்கு, பாடல்களில் அவர்களுக்கு ஆர்வமில்லை. வங்கக் கடலில் புயல் சின்னம் உண்டாயிருப்பதாகச் சொன்னார்கள். வெப்பம் குறையும்.

கம்லாபூர் ஒரு நல்ல ஆதிவாசி கிராமம். ஆங்காங்கே சில வீடுகள் தள்ளித் தள்ளி இருந்தன. வேட்டைச் சமூகம் அவர்களது. பக்கத்து ஊர்ச் சந்தையில் உப்பு, எண்ணெய் போன்றவற்றை வாங்கவும் நீண்ட தூரம் நடக்க வேண்டும்.

ஆசிரியர்கள், மருத்துவ ஊழியர்கள் பக்கத்து ஊரிலிருந்தே வருவார்கள். பகையும், மோதலும் வளர்ந்து வரும் சூழலில், பள்ளி அரசுக் கட்டிடங்கள் போன்றவை ராணுவ, போலீஸ் புகலிட மாகிறது. மக்கள் பாதுகாப்புக் கவசமாக்கப்படுகின்றனர்.

பஸ்தரில் சல்வா ஜுடும் அவ்வளவு அதிகமாகச் செயல்படத் துவங்கவில்லை. ஆனால் மக்களை மிரட்டி கிராமங்களை விட்டு, சாலையோரம் குடியேற்றும் முயற்சி தீவிரமாக நடக்கிறது. அதிகமாக வெளியாரோ, பத்திரிக்கையாளர்களோ காணப்பட வில்லை.

ஜீத்துராம் சோரி என ஒருவர் வந்தார். வழக்கம் போல் பள்ளிக்கு ஆசிரியர்கள் முறையாக வருகிறார்களா என்று கேட்டேன். நகரத்திலிருந்துதான் ஆசிரியர்கள் வருகிறார்கள். எப்போதாவதுதான் வருவார்கள். தினமும் வருவதில்லை. அவர்களுக்காக ஒரு குடிசை கட்டியபோதும், யாரும் வந்து தங்கத் தயாராக இல்லை.

“நான் முன்னாள் கிராம சேவகர். எனக்கு நிறைய நிலமிருந்தது. பாதியைத் தான் உழ முடிகிறது. எனவே தோழர்கள் தரிசாகக் கிடக்கும் நிலத்தை நிலமற்ற ஏழைகளுக்குத் தர வற்புறுத்து கின்றனர்”.

மிரட்டுகிறார்களா என்று நான் கேட்ட போது, அவன் அதை மறுத்தான். காரணம் என்னுடன் தோழர்கள் இருந்தார்கள் என்பதே.

திடீரென ஒரு என்ஜின் சப்தம் கேட்டது. போலீஸ் ஜீப்பா என்று நான் அச்சத்துடன் கேட்டேன். ஜீத்துராம் டிராக்டர் என்றார். “நீ டிராக்டர் வைத்திருப்பதால், நீயே 100 ஏக்கரையும் உழலாமே?”

அவன் என்னருகில் இருந்த சுராஜ்ஜை கவனித்தபடி, “கிராமத்தில் மற்றவர்களும் வாழ வேண்டுமல்லவா” என்றான் ஆசிரியருக்கு பயந்த சிறு பிள்ளை போல. மற்றொருவர் தனது 50 ஏக்கர் நிலத்தில் 10 ஏக்கரை நிலமில்லாதவருக்குத் தந்துவிட்டார்.

இதுவெல்லாம் வாசுவின் கட்டளைப்படி சுராஜ் தனக்கு வசதியானவர்களைத் தேடிப் பிடித்து சொல்ல வைக்கும் நாடகமோ என நினைத்தேன். பத்திரிக்கையாளர்கள் பொதுவாக ரெடிமேட் ஆடைகளை விரும்புவதில்லை.

உன் கிராம அதிகாரி யார் என்று ஜீத்துராமிடம் கேட்டேன். “அந்தப் பெண் பக்கத்து நகரத்தில் வாழ்கிறாள். அவளது

குடும்பத்தினர் தமது அதிகப்படியான நிலத்தை சமர்ப்பிக்கவில்லை. எனவே அவள் கம்லாபூருக்குப் போய் விட்டாள்" என்றான். இப்படி கிராமத்தை விட்டு ஓடியவர்கள் பற்றி வாசு கூடச் சொல்லியிருக்கிறான்.

"அவள் அரசு நிதியைக் கையாடி, கிராம மக்களுக்கு எதுவும் செய்யாமல் ஏமாற்றியவள். இப்போது அங்கு ஆடம்பரமாக வாழ்கிறாள். நகரத்தில் 3.4 லட்சத்தில் வீடு கட்டிவிட்டாள். டிராக்டர் கூட வாங்கிவிட்டாள். சென்ற ஆண்டு மாவோயிஸ்ட் தாக்குதலுக்குப் பின் அரசு அதிகாரிகள் யாரும் கிராமத்திற்கு வருவதில்லை. ரேஷன் கடையைக் கூட 20 கி.மீ. அப்பாலுள்ள கம்லாபூருக்கு மாற்றிவிட்டனர். நடந்து போய் வாங்க வேண்டி யுள்ளது" என்றான்.

பத்தாண்டுகள் முன் மின் கம்பங்கள் நடப்பட்டுள்ளன. ஆனால் இன்று வரை மின் இணைப்பு வரவில்லை. ஆழ்குழாய் பம்ப் கூட பழுதாகி விட்டது. சரி செய்ய ஆள்வரவில்லை. ஆற்று நீரைத் தேடியே மக்கள் செல்ல வேண்டியுள்ளது.

"நான் பிஜேபிக்கு வேலை செய்பவன். நான் போத்காட் அணையை எதிர்தேன். ஒன்பது மாதங்கள் சிறையில் போட்டார்கள். மூன்று முறை சிறை சென்றுள்ளேன். என் வீட்டிலுள்ளவர்களைப் போலீஸ் அடித்துத் துன்புறுத்தியது. ஆனால் எனக்கு எங்கள் பிஜேபி சட்டமன்ற உறுப்பினர் அமைச்சரான போதும் உதவவில்லை. இந்த ஆண்டு தேர்தலில் நான் அவருக்கு வேலை செய்யவில்லை. எங்கள் ஊரில் வாக்களித்தவர்கள் வெறும் 10 பேர் மட்டுமே. என் கிராம அதிகாரி பிஜேபி. அவர் கணவர் காங்கிரஸ்".

"நீ ஏன் இதை பிஜேபியின் உயர் மட்டத் தலைவர்களிடம் சொல்லவில்லை?"

"நான் கம்லாபூரைத் தாண்டிச் சென்றதில்லை. பிஜேபி ஊர்வலத்திற்காக எங்களை பஸ் வைத்து ஒரு முறை கூட்டிச் சென்றார்கள். அவ்வளவே. நான் இதுவரை ரயிலிலேறியது இல்லை".

பின் நான் பீடி இலைக்குக் கிடைக்கும் விலை பற்றிப் பேசினேன். "காண்ட்ராக்டர் எங்களுக்குக் கட்டுக்கு 60 பைசா தருகிறான். தோழர்கள் வந்த பின் எங்களுக்கு ஓரளவு நல்ல

விலை கிடைக்கிறது. தோழர்கள் நீண்ட நாட்களாக உள்ள இடத்தில் அரசு நிர்ணயித்த விலையை விட அதிகமான விலை கிடைக்கிறது".

இங்குள்ள மக்களுக்கு வெளியுலகம் சுத்தமாகத் தெரியாது. ஜீத்துராம் தோழர்களுடன் இன்னும் நெருங்கிவிடவில்லை. எனினும் அவர்களால் பெற்றுவரும் நன்மைகளைப் பாராட்டுகிறார். இதுவரை ஒரு இளைஞனும், இரண்டு பெண்களும் மாவோயிஸ்ட்டுகளுடன் சேர்ந்துள்ளனர். இனி எப்படித் தராசு சாயுமோ?

நாங்கள் அடுத்த கிராமத்தில் பார்த்தபோது பள்ளிக் கட்டிடம் நன்றாக இருந்தது. இங்கு மாவோயிஸ்ட் ஆதிக்கம் வலுவாக உள்ளது. நிலம் அதிகம் உள்ளவர்களை நிலமற்றவர்களுக்குக் கொஞ்சம் நிலத்தைத் தர வற்புறுத்தி வருகின்றனர். ஆனால் பிடுங்கிக் கொடுக்குமளவுக்கு அவர்களது சக்தி இல்லை. அரசுக் கட்டிடங்கள் யாவும் சிதைந்து கிடக்கின்றன. ஆனால் கோவில்கள் நன்றாக உள்ளன. மக்களின் நம்பிக்கைகளைச் சிதைத்துவிடக் கூடாது என்பதை மாவோயிஸ்ட்டுகள் தெளிவாக உணர்ந்துள்ளனர்.

இதற்குள் காய்கறி வந்து சேர்ந்தது. ஒவ்வொருவரும் வேலை செய்தனர். சமையல், குடிக்கும் தண்ணீர் கூடச் சூடு செய்யப்பட்டது. பக்கத்துப் புதரிலிருந்து ஒரு பாம்பு வெளிப்பட்டது. சுராஜ் அதைப் பிடிக்க பின் ஓடினான்.

சாப்பிட்ட பின் நடக்கத் துவங்கினோம். சுராஜுக்கும், மற்றவர்களுக்கும் இடையில் நான் விடப்பட்டேன். அவர்களது வேகத்திற்கு நான் நடந்தாக வேண்டும். "நீங்கள் மெதுவாக நடந்தால் நேரத்திற்குப் போய்ச் சேர முடியாது. கோசா போய் விடுவார்" என்று வேகப்படுத்திக் கொண்டே இருந்தான் சுராஜ்.

பாதை முழுதும் மாம்பழங்கள் பழுத்து உதிர்ந்து விழுந்து கிடந்தன. எடுப்பாரின்றி தின்பாரின்றிக் கிடந்தன. இத்தனை மாம்பழம் இருந்தும், இதைப் பதப்படுத்தும் ஒரு தொழிற்சாலை கூட பஸ்தரில் இல்லை. அப்படி ஒன்று இருந்தால் இம் மக்களின் பொருளாதார நிலையே உயர்ந்து விடும்.

கட்சி ஒரு மாம்பழத் தொழிற்சாலை துவங்கத் திட்டமிட்டு வருவதாக வாசு சொன்னார். பஸ்தரில் புளியும் அதிகம் கிடைக்

அவரை வாசு என்றே அழைக்கலாம்

கிறது. அதையும் காசாக்க முடியும். மக்களுக்கும் நல்ல வேலை வாய்ப்பும் கிடைக்கும்.

அடர்ந்த காட்டை அழிக்காமல் எத்தனை நன்மைகளை இம்மக்களுக்குச் செய்துவிட முடியும் என்ற நினைவு தான் நடக்கும்போது எனக்கு ஏற்பட்டது. வனத்தில் கிடக்கும் பொருட்களில் 83 விழுக்காடு பயனின்றி வீணாகப் போகிறது என்று பேராசிரியர் முகேஷ் ஒரு முறை எழுதியது என் நினைவுக்கு வந்தது. இதை முறையாகப் பயன்படுத்தினால், ஆண்டுக்கு 1000 கோடி கிடைக்குமாம். சதீஷ்கரில் மட்டும் ஆண்டு தோறும் குறைவின்றிக் கிடைத்துக் கொண்டே உள்ள இந்த வளத்தை அழிப்பது பொன்முட்டையிடும் வாத்தை அறுப்பது போன்றது என்பதை அரசு கூட உணரவில்லையே. மாம்பழச் சாறு விற்கும் கடை வழி முழுதும் உள்ளது போன்ற கற்பனையில் நடை போட்டேன்.

சுராஜின் கைக்கடிகாரம் 7 மணியில் நின்று போய் நெடு நாட்களாகி விட்டது. இப்போது அது அவரது கையில் ஓர் அலங்காரப் பொருளே. உணர்வே கடிகாரமாகி நடந்து கொண்டிருந்தான் சுராஜ். ஒவ்வொரு மணி நேர நடையின் பின்னும் ஒரு சில நிமிடங்கள் ஓய்வு. நீண்ட தொலைவு நடந்து விட்டோம். வழியில் ஒரு நபர் கூட எதிர்ப்படவில்லை.

ஒரு கிராமத்துக் கூட்டம் தென்பட்டது. பெண்கள் சிவப்பு ஆடையும், ஆண்கள் பச்சை ஆடையும் அணிந்திருந்தனர். பறையடித்தபடி நடந்து கொண்டிருந்தனர். அவர்கள் பக்கத்து கிராமத்துப் பண்டிகைக்குச் செல்வதாக சுராஜ் சொன்னான்.

வழியில் உள்ள ஒரு மரத்தின் இலையை சுராஜ் பறித்துத் தந்து சாப்பிடச் சொன்னான். ஒரு பெண் மரத்திலேறி இலை களைப் பறித்துப் போட்டாள். ஆதிவாசிப் பெண்கள் மனத் தயக்கமற்றவர்கள். மேலாடையின்றித் திறந்த மார்புடன் இயல்பாக இயங்குவது, நகர மக்களின் மன உணர்வைப் பற்றி நம்மைச் சிந்திக்கச் செய்கிறது.

வழியில் ஒரு மரத்தாலான அமைப்பு ஒன்று இருந்தது. அது மாவோயிஸ்ட் நினைவுச் சின்னமோ என்று நினைத்தேன். ஒவ்வொன்றிலும் ஒரு திரிசூலம் இருந்தது. இப்போது புரிந்தது. எப்படி இந்த அடர்ந்த காட்டின் ஆதிவாசிகளிடையேயும் பிஜேபி நிறைய இடங்களில் வெற்றி பெற்றுள்ளது என்று. நம்பிக்கை

எதையும் வெல்கிறது.

பீம்க்கு பதினேழு வயதுதான் இருக்கும். கனமான சுமையுடன், எளிதாக நடந்தாள். அவளுடன் சுத்ரியும் வேகமாக நடந்தாள். பீம் தன் கதையைச் சொன்னாள். ஜகர்குண்டா அவளது சொந்த கிராமம். அது சல்வா ஜுதும் பிடியிலிருந்தது. 2007 ல் அவர்களால் சிறை வைக்கப்பட்ட அவள் விடுதலை பெற்ற பின் மாவோயிஸ்ட்டுகளுடன் சேர்ந்தாள். அதற்கு மேல் அவள் எதுவும் சொல்லவில்லை.

மாலை சூரியன் மெல்ல மறையத் துவங்கியது. எட்டு மணி நேரமாக நடந்து விட்டோம். பஸ்தர், நாராயண்பூர் எல்லையில் உள்ளோம். அடுத்த தங்கல் பீசாசா கிராமம். அங்கு இரவு உணவு. அதன் பின் இரண்டு மணி நேரம் நடக்க வேண்டும்.

ஒவ்வொரு வீட்டிலிருந்தும் ஒவ்வொரு உணவு வந்தது. அந்த உபசரிப்பு இயல்பானதா? பயத்தாலா? தெரியவில்லை.

இருட்டு மக்களின் முகபாவங்களைத் திரையிட்டு மறைத்தது.

கிராமத்தில் 41 வீடுகள். 10 மிகவும் வறுமைப்பட்ட குடும்பங்கள். இவர்களுக்கு அரசு மானியமாக உணவுப் பொருட்கள் கிடைக் கிறது. ஒருவர் தனக்கு ஆறு ஏக்கர் நிலம் உள்ளதாகவும் மானிய அட்டை தனக்கு இல்லை என்றார். ஆனால் தன்னை விட அதிக நிலம் கொண்டவர்கள் கூட அரசு மானிய அட்டை வாங்கியுள்ளார்கள் என்று சிரித்தார். அது இருந்தும் பலனில்லை. ரேஷன் வாங்க 30 கிலோ மீட்டர் நடந்தாக வேண்டும். ரேஷன் கடை போலீஸ் ஸ்டேசன் வளாகத்தில் உள்ளது மேலும் பயனற்றதாகி விட்டது என்றார்.

மழை துளிக்க ஆரம்பித்தது. எனவே தங்க முடிவு செய்தான் சுராஜ். அப்படியானால் நாளை 12 மணி நேரம் நடந்தாக வேண்டும். விரைவில் புறப்பட வேண்டும்.

நடந்த களைப்பில் ஆழந்து தூங்கிவிட்டேன். எங்கோ தூரத்தில் இசை முழக்கம். இரவு முழுவதும் கேட்டுக் கொண்டிருந்தது. சுத்ரி இரவு 2 மணி முதல் 4 வரைக் காவல் நின்றாள். சரியாக 4 மணிக்கு என்னை எழுப்பி விட்டாள். டார்ச் அடித்து மணி பார்த்தேன். என் அருகில் ஒரு செத்த எலி கிடந்தது. நல்ல வேளை பாம்பு இல்லை.

இருள் இன்னும் விலகவில்லை. நடக்கத் துவங்கினோம். பாதையற்ற வனத்தடம். திசை தெரியா இருட்டு. தோழர்கள் துணிவுடன் நடந்தார்கள். வழி சரி தவறு எனச் சொல்லும் வழிகாட்டி ஏதுமில்லை. சற்று நேரத்தின் பின் சுராஜ் கோண்டி மொழியில் ஏதோ பேசினான். நின்றார்கள். விவாதித்தார்கள். எனக்கு மொழி புரியவில்லை. ஆனாலும் புரிந்தது. தோழர்கள் வழி தவறிவிட்டார்கள். மழை பெய்து, சேறான பாதை விரைவாக நடக்க முடியாதபடி சகதியாக இருந்தது. நல்ல வேளை பருவமழைக்கு முன் வந்துவிட்டேன் என்ற மகிழ்ச்சி எனக்கு. விளையாட்டு வீரனான எனக்கு வியர்த்துக் கொட்டியது.

இந்தக் காட்டில் வாழும் மனிதர்களை நினைத்தேன். நான் இங்கு வாழ முடியுமா? நிச்சயமாக என்னால் இங்கு வாழ முடியாது. இங்கு வாழப் பொறுமையும், தத்துவமனமும் தேவை. பணத்தால் இங்கு எதையும் பெற்றுவிட முடியாது. எத்தனை காசு கொடுத்தாலும் தண்ணீர் கிடைக்காது. உணவு கிடைக்காது. பாதை கிடைக்காது.

காலை 7.30 பகல் 12 மணி போல சூடாக இருந்தது. எதிரே தூரத்தில் நான்கு பேர் வருவது தெரிந்தது. சுராஜ் அது சுதாகர் குழு என்றான். அவர்களில் ஒரு சிறுவன் கையில் கட்டுப் போட்டிருந்தான்.

நடந்து கொண்டே சுதாகர் சொன்னான். "வெடிகுண்டு மருந்து கட்டிக் கொண்டிருக்கும் போது வெடித்ததில் இரண்டு விரல்கள் சிதறி விட்டன," என்றான்.

"சில நாட்கள் முன் ஒரு ஹெலிகாப்டர் சில ஆட்களை இக்காட்டில் விட்டுச் சென்றது. ஆயுதம் தாங்கிய போலீஸ்காரர்கள்" என்றான்.

"கருப்புச் சீருடை அணிந்திருந்தார்களா?" என்றேன்.

சுராஜீக்கு வியப்பு. "எப்படிச் சொன்னீர்கள்?"

"ஒன்றுமில்லை கணிப்புத்தான்". சில நாட்கள் முன் நாளேட்டில் இரண்டு அணி கருப்புப் பூனைப் படை பஸ்தருக்கு அனுப்பப் பட்டனர் என்று படித்தேன். வனத்தில் மாவோயிஸ்ட் ஆயுதக் கிடங்கு உள்ளது என அறிந்திருப்பார்கள்.

கமேண்டோக்கள் மாவோயிஸ்ட் அரசின் அப்பகுதியின்

தலைவர் வீட்டை நோக்கிச் சென்றனர். தாக்குதல் நடக்கப் போகிறது என்ற பயத்தில் மக்கள் காட்டுக்குள் ஓடி ஒளிந்தனர். ஆனால் அவர் ஒரு குண்டு கூடச் சுடவில்லை. தலைவரின் வீட்டில் பல இடங்களில் தோண்டி வெடி குண்டுகள், ஆயுதம் பதுக்கப்பட்டுள்ளதா என்று தேடினர். சுராஜ் இந்திய ராணுவம் பற்றி மோசமாகச் சொல்லியிருந்தாலும், சரி தவறு என்று சொல்ல அங்கு யாருமில்லை. ஒரு இதழியலாளருக்கு உண்மை பேசும் மனிதர்கள் தான் பெரிய பரிசு. பொய் சொன்னால் யாருக்குத் தெரியப் போகிறது.

ஜகர்குண்டா வீடுகள் எரிப்புப் பற்றி அறியச் சென்றது நினைவுக்கு வந்தது. பீமின் ஊர் அது. கருப்புப் படையினர் அங்கு பல வீடுகளை எரித்தனர். கம்யூனிஸ்ட் கட்சித் தலைவர் மணிஷ் குஞ்சம் எட்டுச் சிறுமிகளை அரசு அழைத்துச் சென்று சாலை ஓர முகாமில் மாதக்கணக்கில் வைத்திருந்தனர் என்று அவர்களைக் காட்டினார். அவர்கள் சல்வா ஜூடும் ஆட்களால் கணக்கின்றிக் கற்பழிக்கப்பட்டனர். எனது நாட்குறிப்பை எடுத்துச் சரிபார்த்துக் கொண்டேன். அந்த பீம்தான் இந்த பீமா?

செங்குத்தான மலையில் ஏறினோம். வெய்யில் சுட்டெரித்தது. பீம் எப்போதும் சற்றுத் தள்ளியே நடந்து வந்தாள். சுராஜ் பலவற்றை வெளிப்படையாகப் பேசிய போதும், பீம் பற்றி எதுவும் பேசவில்லை. விபரங்கள் தெரிந்த போது என் நெஞ்சம் கனத்தது. கால்கள் நடுங்கின. கண்கள் கலங்கின. அப்படியே உட்கார்ந்து விட்டேன்.

எத்தனை துயரங்களை, வேதனைகளைத் தாங்கி மனிதர்கள் வாழ்ந்து கொண்டுள்ளார்கள்? என் உடலை விட மனம் மிகவும் வேதனையில் துடித்தது. என் நினைவு முழுதும் பீம் பற்றியே. பீம் அபூர்வமான பெண். அவளைக் கிண்டல் செய்து நான் பேசியது எத்தனை குரூரமான செயல் என்று உணர்ந்தேன். சலிப்பூட்டும் வன நடையில் இவையெல்லாம் இல்லையென்றால் நடக்க முடியாது. எல்லாம் சிறு சிறு உற்சாக மூட்டல்தான். கேட்ட கதையின் கோரம் மனதை கனமாக மூழ்கடித்து விடக் கூடாது.

சுராஜ் இன்னும் எட்டுமணி நேரம் நடக்க வேண்டுமென்றான். என் பையிலிருந்த பிஸ்கட்டை எடுத்துக் கொரித்தேன். வாசு கொடுத்தது. மிகவும் கடினமான பயணம். நகரத்து மனிதனான என்னால் காட்டில் நடக்க முடியாது திணறுவது வியப்பில்லை

என்றான் சுராஜ். முன்னாள் நடந்து கொண்டிருந்த அவனது 8 எம்.எம் துப்பாக்கி விசை இயங்கிச் சுடப்பட்ட கதைகளை நான் கேட்டிருக்கிறேன்.

"உன் துப்பாக்கியில் குண்டுகள் உள்ளனவா?"

"ஆபத்தான காட்டுப் பாதையில் குண்டு போடாத துப்பாக்கியால் என்ன பயன்? தொடர்ச்சியாக ஐந்து குண்டுகள் உமிழும்" என்றான் பெருமையாக அதைத் தட்டிக் கொடுத்தபடி. நான் சற்று விலகியே நடந்தேன்.

மதிய உணவு வேளை. மற்றவர்கள் சமைக்கத் துவங்கினர். நான் மர நிழலில் இளைப்பாறினேன். "நாம் அபூஜ்மட் கிராமத்தின் அருகில் உள்ளோம். இது இன்றும் அரசு கால்பதிக்காத இடம்" என்றாள் சுத்ரி. ஓர்ச்சா இன்னும் 12 கிலோ மீட்டர்.

இத்தனை தூரம் சிரமமின்றி நடந்து விட்டேன் என்பதில் எனக்குள் மகிழ்ச்சி, பெருமை. சுத்ரி கொடுத்த "சிண்ட்" களி சுவைத்தது. சுத்ரி தனது கிராமத்து வாழ்க்கை பற்றிச் சொன்னாள். எங்கள் வீட்டில் ஒரு அறை மாடுகளுக்கு மற்றொன்று கோழி களுக்கு. மூன்றாவது பன்றிகளுக்கு நான்காவது தான் எங்களுக்கு" என்றாள்.

தனது அரைகுறை இந்தியில் இரண்டு முறை அவளது வீடு சல்வா ஜுடுமால் எரிக்கப்பட்டது என்றாள்.

விட்டி குண்ட்ராம் சுத்ரியின் கிராம அதிகாரி. அவர் சல்வாஜுடும் தலைவருக்கு உறவு. அவர் சல்வா ஜுடும் வந்த பின் மகேந்திர கர்மாவுடன் சென்றுவிட்டார். அந்தச் சமயத்தில் சுத்ரி ஒருவர்தான் அந்த ஊரில் மாவோயிஸ்ட்டைச் சேர்ந்தவள். தோழர்கள் கர்மாவுடன் அதிகப்படியான நிலத்தை நிலமற்றவர்களுக்குப் பகிர்ந்து தந்து விட்டனர். 2006இல் சல்வா ஜுடும் பலேவயா மீது தாக்குதல் நடத்தினர். மக்கள் பயந்து சாலையோர அரசு முகாமிற்கு ஓடிவிட்டனர். சுத்ரியின் குடும்பம் குறி வைக்கப்பட்டது.

சுத்ரியின் சகோதரன் சிறையிலடைக்கப்பட்டான். ஆனால் 2007இல் நடந்த தண்டிவாடா சிறை உடைப்பில் வெளியே வந்து விட்டான். குடும்பத்தில் எவரையும் காணவில்லை. எல்லாம் முகாமிலிருந்தனர். பின்னர் மெல்ல மெல்ல கிராமத்தில் மீண்டும்

குடியேறினர்.

சுராஜ் என்னைப் பரிவுடன் கவனித்துக் கொண்டான். ஐந்தாண்டுகள் முன் கோசாவைக் காண வந்த போது முழங்காலின் தசை கிழிந்தது இன்றும் தொல்லை தருகிறது. இன்னும் எட்டு கிலோமீட்டர் நடந்தாக வேண்டும். தூக்கிச் செல்வதை நான் விரும்பவில்லை. சாதாரணமாக இரண்டு மூன்று மணி நேரத்தில் நடந்துவிடலாம் என்றான் சுராஜ் நம்பிக்கையுடன்.

என்னால் நடக்க முடியவில்லை. கோசாவைப் பார்க்க முடியாது போகலாம். என்ன செய்ய? மழை தூறியதால் வெய்யில் கொஞ்சம் குறைவாக இருந்தது. பக்கத்திலிருந்த கிராமத்தை அடைந்தோம். அங்கிருந்த மாட்டுத் தொழுவத்தில் சரிந்தேன்.

உறங்கிப் போன என்னை சுத்ரி எழுப்பிய போது நடு இரவு. உணவு தந்தாள்.

சாப்பிட்டுப் படுக்கும் முன் சுற்றி ஏதாவது பாம்பு, பூச்சிகள் உள்ளதா என்பதைப் பார்த்துக் கொண்டேன். “ஓலைக்கூரை, எப்படியும் இரண்டு மூன்று பாம்புகள் இருக்கலாம். மழை வேறு பெய்துள்ளது” என்றான் சுராஜ். எனினும் அவ்வப்போது டார்ச் அடித்துப் பார்த்துக் கொண்டோம்.

சுராஜ் 4 மணிக்கு எழுந்து விட்டான். வலியோ, வலி இல்லையோ நடந்தாக வேண்டும். பிபிசி செய்திகள் ஒலித்தது. இது மாவோயிஸ்ட் நடைமுறை. சுசீலா சில செய்தி வாசித்தார். இங்கு இந்தக் காட்டுக்குள் இருந்தபடி, அவருடன் பணியாற்றிய நாட்களை யோசிப்பது மாறுபட்ட உணர்வுதான்.

மன்மோகன் தனது அமைச்சரவையை விரிவுபடுத்திவிட்டார். பாகிஸ்தான் ராணுவம் தாலிபான்கள் மீது தாக்குதல் தொடுத்தது. இஸ்ரேலின் விமான உதவியை இந்தியா பெற்றுள்ளது. சூரியன் கீழை வானத்தை வெளுக்கச் செய்து கொண்டிருந்தது.

கோசாவிடமிருந்து நாங்கள் வெகு தொலைவில் இல்லை. ஆனால் கோசாவின் முகாமை எட்டியபோது, அங்கு நடமாட்டம் எதுவும் காணப்படவில்லை. புறப்பட்டுவிட்டாரா?

வாயிலில் காவலுக்கு நின்ற தோழர் நிறுத்தவில்லை. கோசா இருந்தால் கண்டிப்பாக நிறுத்தி இருப்பார். சுராஜ் உள்ளே சென்றான். பத்து நிமிடத்தில் கோசா இல்லையெனும் சோகச்

செய்தியுடன் சுராஜ் திரும்பினான்.

சாகசப் பயணம் பயனின்றி முடிந்தது. என்ன செய்ய? சுராஜ் கோசாவின் அடுத்த முகாம் எங்கு என்று விசாரித்தான். அங்கு சந்திக்க ஒரு நபர் மூலம் அனுமதி கேட்டுக் கடிதம் அனுப்பினான். காத்திருக்க வேண்டியதுதான். வலிய வந்த ஓய்வு.

4

புயலின் மையத்தில்

நீண்ட கடினமான பயணத்தின் பின் தோழர் கோசாவின் இடத் திற்கு வந்து சேர்ந்தோம். எனக்குப் பாதுகாவலர்களாகவும், வழி காட்டிகளாகவும் மூன்று பெண்கள் நியமிக்கப்பட்டனர். இதுவரை அடர்ந்த காட்டில் எனக்குத் துணை வந்த தோழர்களுக்கு நான் விடை சொல்லிப் பிரிய வேண்டும்.

தோழியர் பாக்னி சுராஜின் கிராமத்தவள். ஏழாவது வரைப் படித்த அவள் நன்கு இந்தி பேசினாள். வேலை எதுவும் கிடைக்க வில்லை. ஏழைகள் வாழ்வு துயரம் தான்.

“நீ இன்னும் கொஞ்சம் படித்திருக்கலாம்” என்றேன்.

அவள், “இந்த பூர்ஷ்வா கல்வியால் என்ன பயன்? இது ஏழை களின் துயரைப் புரிந்த கொள்ளவோ, தீர்வு காணவோ உதவாது” என்று திருப்பியடித்தாள். நான் நிற்பது மாவோயிஸ்ட் மண் என்பதை அவள் உணர்த்தி விட்டாள்.

சென்ற முறை கோசாவைச் சந்தித்த போது “உங்கள் கட்சி எதற்காகப் போராடிக் கொண்டுள்ளது?” என்று கேட்டேன். அதற்கு அவர் சாதாரண மனிதன் புரிந்து கொள்ள முடியாத சிக்கலான, தத்துவ மொழியில் விளக்கம் தந்தார். ஏதோ புதிய

மொழியைக் கேட்பது போலிருந்தது. புதிய ஜனநாயகப் புரட்சி என்ற வார்த்தை மட்டும் எனக்குப் புரிந்தது.

அவரது முகாம் 'L' வடிவில் இரு மலைகளுக்கிடையில் இருந்தது. 50 வீரர்கள் செவ்வணக்கம் முழங்கி வரவேற்றனர். கோசாவின் மனைவி ராதாவை நான் அடையாளம் கண்டுகொண்டேன். கோசாவின் டாக்டர் அனுபாமாவையும் அறிவேன். கோசா சற்று மாறிக் காணப்பட்டார். அவர் ராணுவ உடையில் இல்லாமல் சாதாரண உடையிலிருந்தார். முதிர்ச்சியுடன் ஒரு பள்ளி ஆசிரியர் போலக் காணப்பட்டார். சற்று வழுக்கை விழுந்திருந்தது. என்னை 2004 பூம்கல்லில் சந்தித்ததை நினைவு கூர்ந்தார்.

"எப்படி இத்தனை சீக்கிரமாக வந்து சேர்ந்தீர்கள்?" எண்பது கிலோ மீட்டர்கள் இரண்டு நாட்களில் நல்ல வேகம். நீங்கள் மக்கள் படையில் சேரத் தகுதி பெற்றவர்?" என்று சிரித்தபடியே என்னை அவரது கூடாரத்துக்குள் அழைத்துச் சென்றார்.

"நீங்கள் பூம்கல் புரட்சியாளர்கள் நடந்த பாதையில்தான் நடந்து வந்துள்ளீர்கள். தலைவர் குண்டாதூர் தனது படையுடன் ஜக்தல் பூர் வழியாக பஸ்தர் சென்று அதை இரண்டு வாரங்கள் தன் பிடியில் வைத்திருந்தார். பின்னரே புரட்சி தோற்கடிக்கப்பட்டது". பிரிட்டிஷார் கூட பஸ்தரை சுதந்திரமாகத் தாங்களே ஆள அனுமதித்திருந்தனர்.

"நீங்கள் எமது சிறப்பு விருந்தினராக சல்பீ மரத்தடியில் தங்கலாம்" என்றார் ராதா. "நீங்கள் முன் பார்த்ததை விட எடை எதுவும் குறைந்து விடவில்லை" என்றேன் சிரித்தபடி. கோசா உடனே "இவரை இயற்கை மருத்துவத்திற்கு அனுப்பினேன். இரண்டு வாரங்கள் பின்னும் ஒரு கிலோ கூடக் குறையவில்லை" என்றார்.

கோசா பாட்டா ஷூ போட்டிருந்தார். ராதாவோ பழைய கிழிந்த பிளாஸ்டிக் செருப்பே அணிந்திருந்தார். ராதாதான் 1983 இல் மாவோயிஸ்ட் படையில் சேர்ந்த முதல் பெண்.

ஒரு விசில் சத்தம் கேட்டது. "இது நான் மாலை வகுப்பெடுக்கும் நேரம். ஆனால் இன்று உங்களுடன் பேசுவது என முடிவு செய்துள்ளேன். சுற்றி இருந்த இருபது நீலப் பிளாஸ்டிக் கூடாரங்களிலிருந்து அனைவரும் நடுவிலிருந்த பகுதிக்கு வந்து குவிந்தனர். கோசாவின் கூடாரத்திற்கு அருகிலிருந்த கூடாரம்

புயலின் மையத்தில்

எனக்குத் தரப்பட்டிருந்தது. எல்லா இடங்களிலும் புதிதாக LED விளக்குகள். பெரிய முன்னேற்றம்தான். இரவில் சில மணி நேரம் படிக்க வாய்ப்பளித்தது.. "சூரிய ஒளி மூலம் நமது லேப்டாப்புக்கு சார்ஜ் ஏற்றிக் கொள்ளலாம் தெரியுமா? என்றார் கோசா.

நான் தெரியாதென்று ஒப்புக் கொண்டேன்.

நான் இப்போது எளிதாக எனது லேப்டாப்பை சார்ஜ் செய்து கொள்ள முடிகிறது. விஞ்ஞானத்தில் கூட அரசியல் இருக்கிறது. சூரிய மின்சக்தி ஏழைகளின் வாழ்க்கையை மாற்றிவிடக் கூடும். ஆனால் இதற்காக நிறையப் பணம் செலவு செய்ய வேண்டும். ஏழைகளுக்கு வானொலி போதும். ஆனால் அரசு ஆயிரமாயிரம் கோடிகளைக் கொட்டி தொலைக்காட்சி துவங்கும். ஆனால் வானொலி துவங்காது. மார்க்ஸ் இருந்திருந்தால் இந்தப் புதிய சீடரைப் பெருமையுடன் பாராட்டியிருப்பார்.

மரத்தில் தொங்கவிட்டிருந்த கோசாவின் அலைபேசி ஒலித்தது. தெலுங்கில் பேசினாலும், யாருக்கும் புரியாத ஆங்கிலம், இந்தி, தெலுங்கு கலந்த சங்கேத மொழியது. "எத்தனை தூரம் வரை இந்த அலைபேசி எடுக்கும்?" என்றேன். "உயரமான இடத்திலிருந்து பேசினால் 80 கிலோ மீட்டர் வரை எடுக்கும்" என்றார் திடீரெனப் போலீஸ்காரர்கள் பேசிக் கொள்வது கேட்டது. காய்கறி, கோதுமை வேண்டுமென்றனர். எதிரிகள் எளிதில் தப்ப முடியாது.

"அவர்கள் எங்கள் பேச்சை ஒட்டுக் கேட்பது போல், நாங்களும் அவர்களது உரையாடலை 24 மணி நேரமும் கேட்போம். எனவேதான் சங்கேத மொழியில் பேசுகிறோம். 10 கிலோ தக்காளி என்பது தக்காளி அல்ல" என்றார்.

மாவோயிஸ்ட் ராணுவத் தலைவர் சுதாகர் வந்தார். நாங்கள் அவரை வழியில் சந்திக்க முடியாமல் போய்விட்டது. கோசா அவரை எனக்கு அறிமுகம் செய்தார். "இப்பொழுதெல்லாம் போலீஸ் பேசுவதைப் பிடிப்பது சிரமமாக உள்ளது. அவர்கள் புதிய தொழில் நுட்பத்தைப் பயன்படுத்துகிறார்கள். இப்போது கைபேசிகளைப் பயன்படுத்துகின்றனர். அதை எங்களால் பிடிக்க முடிவதில்லை. சாட்டிலைட் தொடர்பும் வைத்துள்ளார்கள்" என்றார் சுதாகர்.

மையப் பகுதியில் கலை நிகழ்சிக்காகத் தோழர்கள் கூடி இருந்தனர். நானும் அதைக் காண விரும்பினேன். எனவே

கோசாவையும், சுதாகரையும் விட்டுவிட்டு கலை நிகழ்ச்சிப் பக்கம் நகர்ந்தேன். நிகழ்ச்சிகள் கோண்டி மொழியில் இருந்தது. முதல் பாடல் ஓரிசாவில் நடந்த நயாகரா தாக்குதல் பற்றி இருந்தது. அடுத்த பாடல் தோழியர் ஜான்கி பற்றி இருந்தது. ஆசிரியர் அதை மொழி பெயர்த்தார். ஜான்கி எனும் தோழியர் அவர்களுடைய தோழரான அனுராதா காண்டி ஆவார். அவர் சிறையில் உள்ள மாவோயிஸ்ட் தலைவர் கோபாட் காண்டியின் மனைவி. உயர்மட்டத் தலைவரான தோழியர் ஜான்கி 2008 இல் மலேரியாவால் இறந்தார்.

அடுத்து தண்டகாரண்யா தியாகிகள் பற்றிய கேள்வி பதில் நிகழ்ச்சியில் 33 தோழர்கள் இருந்தனர். அவர்களுடன் பேச என்னை அழைத்தனர். பெரும்பாலானவர்கள் பள்ளி செல்லாத வர்கள். அதிகப் படிப்பு என்பது 7 ஆவது வகுப்பே.

எத்தனை பேர் ரயிலைப் பார்த்திருக்கிறார்கள் என்று கேட்டேன். ஆறுபேர் கை உயர்த்தினர். அதில் பயணித்தவர்கள் எவருமில்லை. பஸ்சைப் பார்த்தவர்கள் 13 பேர். ஒரே ஒருவர் மட்டுமே சினிமா பார்த்திருக்கிறார். பாதிப் பேர் இந்தி புரிந்து கொள்ள முடியும் என்றனர்.

ஆதிவாசிகள் பற்றிய நகர்ப்புற, படித்த மக்களின் கருத்தை முற்றிலும் புத்தாக்கம் செய்ய வேண்டியுள்ளது. நானும் பல முறை தொலைக்காட்சி நிகழ்ச்சி பதிவு செய்ய ஆதிவாசிகளிடத்திற்குச் சென்றுள்ளேன். நானோ என் குழுவினரோ அவர்கள் வாழ்வு நிலை பற்றி அறியும் ஆவலும் நேரமுமற்றவர்களாக பறந்து பறந்து பதிவு செய்து ஓடியுள்ளோம். இவர்களைப் பற்றிய அக்கறை நமக்கு என்ன? துப்பாக்கி எடுப்பது, துப்பாக்கியால் சாவது இவ்வளவுதான் இவர்கள் வாழ்வா?

கோசாவின் கூடாரத்தில் எனக்காக அவர் காத்திருந்தார். தேனீர் தயாராக இருந்தது. “தேநீரா, சர்க்கரையா?” என்றார். அது எனக்கு வியப்பாக இருந்தது. பின் சிரித்தபடி, “மகாராஷ்டிரத்தினர் தேனீர் குடிப்பதில்லை. சர்க்கரை நீர்தான் குடிக்கிறார்கள். ஆந்திர மக்கள் சர்க்கரை அதிகம் சேர்ப்பதில்லை” என்றார். நான் சர்க்கரை குறைவாக என்றேன்.

எனது கார்டியன் இதழின் உரிமையாளர் ஜான் ரிட்டி தேனீருக்கு எதற்குப் பால், சர்க்கரை என்று வியப்பார். என்னால் குறைவான சர்க்கரை, குறைவான பால் சேர்க்கும்

எனது பழக்கத்தை புரியவைக்கவே முடியவில்லை. ஒரு நாள் வேறு வழியின்றி ஒரு கிராமத்தில் தேனீர் குடிக்க நின்றோம். கடைக்காரர் போட்ட தேனீரைக் குடித்தபின் என்னைக் கேள்வி கேட்பதை விட்டுவிட்டார்.

ராதாவுக்கு சர்க்கரை நோய் என்பது கண்டுபிடிக்கப்பட்டவுடன், கோசா தான் சர்க்கரையை விட்டுவிட்டார். ஆதிவாசிகள் பால் குடிப்பதில்லை. பால் கன்றுக்கானது என்பது அவர்களின் நம்பிக்கை.

"உங்கள் மகன் எங்கே? நான் சென்ற முறை சந்தித்தபோது அவர் பொறியியல் கல்லூரியில் படித்துக் கொண்டிருந்தார் அல்லவா?"

"ஆம், இப்போது படிப்பு முடித்து அமெரிக்காவில் உள்ளார்."

மக்களுக்கு படிப்பும், வேலை வாய்ப்பும் உருவாக்குவது பற்றி எங்கள் விவாதம் சென்றது. "கடந்த முப்பது ஆண்டுகளில் மாவோயிஸ்ட்டுகள் உழுபவர்களுக்கு நிலம் கிடைக்கச் செய்து வருகின்றனர். விவசாயத்தை வளர்ப்பது இன்றைய நாட்டின் முதல் தேவை. பட்டினியால் யாரும் சாகக் கூடாது. இந்த ஆதிவாசி மக்கள் இடம் பெயர்ந்து விவசாயம் செய்து வருகின்றனர். இப்போது நாங்கள் ஒரே இடத்தில் இருந்து விவசாயம் செய்யப் பழக்கி வருகிறோம்" என்றார்.

"இதற்காக வேளாண் அறிஞர்களை இங்கு பெற முடியாது. எனவே நாங்களே பயிற்றுவித்து வருகிறோம். காட்டில் நிறைய சல்பீ மரங்கள் (பனை போல) உள்ளன. அவற்றில் தினமும் 50 லிட்டர் பால் கிடைக்கும். அதைக் கொண்டு சர்க்கரை காய்ச்ச முடியும். ஆனால் ஆதிவாசிகள் அதைக் குடித்து போதையில் விழுந்து கிடக்கிறார்கள். ஏதாவது மாற்று செய்ய முயல்கிறோம். அது கடவுள் குற்றம் என்கிறார்கள். இந்த மூட நம்பிக்கையிலிருந்து அவர்களை மெல்ல விடுவிக்க முயல்கிறோம்" என்றார்.

கோசாவின் தோளில் பச்சை வண்ணம் தீட்டிய ஏ.கே.47 தொங்கியது.

2004ல் சந்தித்த போதும் அதே ஏ.கே.47 அதே மனைவி, அதே டாக்டர் என்று கிண்டல் செய்தேன்.

"நாங்கள் முதல் ஏ.கே.47 வாங்கும்போது 1.5 லட்சம்

கொடுத்தோம். இன்று அதன் விலை 5 லட்சம். காவல் நிலையத்தைத் தாக்கும் போது ஆயுதங்களைப் பெறுகிறோம். இதைத் தண்ணீருக்குள் போட்டு ஒரு மாதம் கழித்து எடுத்தாலும் எடுத்தவுடன் சுடலாம்" என்று விவரங்களை அடுக்கினார். "நாளை உடல்நலக் குழு கூடுகிறது. மாலை வரை பேச முடியாது. எனவே இங்கு உள்ளவர்களிடம் உரையாடலாம்" என்றார்.

"நீங்கள் வந்தது, எங்களுடன் பேசுவது எல்லாம் எங்களுக்கு மகிழ்ச்சியாக உள்ளது. எங்களுடன் பேச, உண்மை அறிய எவரும் முயற்சிப்பதில்லை. உங்கள் மூலம் உலகம் எங்களை அறியவும், எங்கள் செயலுக்கு ஆதரவு தரவும் வாய்ப்பு ஏற்படும். ஆதிவாசிகள் வாழ்வு மிகமிகக் கடுமையானது. அவர்களை, வெளியுலகம் புரியாமல் குறை சொல்கிறது. வெறுக்கிறது. சோம்பேறிகள், நாகரிகமற்றவர்கள், அதிகக் குழந்தைகள் பெற்றுத் தள்ளுபவர்கள் என்று குறை கூறுகின்றனர்.

டாக்டர்கள், மருந்துகள் எதுவும் எட்டாத இந்தக் காடுகளில் 10 குழந்தைகள் பிறந்தாலும், 2, 3 பிழைப்பது கூட அரிது. பெரியவர்களின் வாழ்நாளும் குறைவு. இளம் வயதில் இறப்பவர்கள் அதிகம். பெண்கள் ஆரோக்கியம் இன்னும் மோசம். இதையெல்லாம் வெளி உலகம் அறிவதும் இல்லை. கவலைப்படுவதும் இல்லை. அரசு கூட இவர்களை இரண்டாம்தர மக்களாகவே நடத்துகிறது. இவர்களுக்காகப் பேசுபவர்கள் யாருமில்லை" என்று ஆதிவாசிகள் பற்றிப் பெரும் உரையே ஆற்றினார்.

"இவற்றை எப்படி சரி செய்யப் போகிறீர்கள்?"

"நாங்கள் எங்கள் தோழர்களை நலவாழ்வுத் தொண்டர்களாகப் பயிற்றுவிக்கிறோம். எங்களிடம் பயிற்சி பெற்றவர்களை கொண்ட நடமாடும் மருத்துவக் குழு உள்ளது. மக்கள் மெல்ல மெல்ல எங்கள் மருத்துவர்களை ஏற்கத் துவங்கியுள்ளனர். சென்ற ஆண்டு ஒரு எம்.பி.பி.எஸ் டாக்டர் மூன்று மாதங்கள் இங்கு வந்து சேவை புரிந்தார். கூடவே எங்கள் தோழர்களுக்குப் பயிற்சியும் தந்தார். நானே கூட ஒரு மருத்துவமனையில் மூன்று மாத காலப் பயிற்சி எடுத்துக் கொண்டேன். பல மருத்துவமனைகளில் இப்படி ஒன்றரை ஆண்டுகாலப் பயிற்சி பெற்ற மருத்துவர்கள் விரைவில் வந்து விடுவார்கள்" என்றார்.

பின் கட்சியின் செயல்பாடுகள் பற்றிக் கேட்டேன். "மாற்றங்கள் எளிதானவையல்ல. பழையன மாற வேண்டும். முன்னர்

மக்கள் அறுவடையின் பின் வேட்டைக்குச் செல்வார்கள். அதை ஜுடம்பேடா என்பார்கள். அதிலிருந்து தான் அரசின் வேட்டைக்கு சல்வா ஜுதும் என்று பெயரிட்டார்கள்."

"இதை மாற்ற முயற்சிக்கிறோம். வேட்டைக்குச் செல்வதற்கு பதில், இந்த மூன்று மாதங்களில் குளங்கள் வெட்டினால் மழை நீரைச் சேமித்து விவசாயம் செய்யலாம். இப்போது பல ஊர்களிலும் குளங்கள் வெட்டியுள்ளோம். ஜனதா சர்க்கார் எனும் மக்கள் அரசை ஒவ்வொரு கிராமத்திலும் உருவாக்கி வருகிறோம்."

"எங்கள் மக்கள் யுத்த வீரர்களை அரசின் ராணுவ வீரர்களாகப் போரிடவும், கொல்லவும் மட்டும் பயன்படுத்தாமல், விவசாயம், கல்வி, மருத்துவம் போன்ற ஆக்கப் பணிகளுக்கும் பயன்படுத்து கிறோம். அவர்களுக்கு ராணுவப் பயிற்சியும் தொடர்கிறது" என்றார்.

ராதா வந்து சேர்ந்தார். "இன்று தோழர்களுக்கு எனது லேப்டாப்பில் ஒரு திரைப்படத்தின் பாதியைக் காட்டினேன். நாளை மீதியைக் காட்டுவேன். நாங்கள் வெறும் பொழுது போக்குப் படங்களைக் காட்டாமல், சமூக விழிப்புணர்வு, பெண்ணுரிமை பற்றிய படங்களைக் காட்டுகிறோம். எங்கள் அணியில் பாதிக்கும் மேற்பட்டவர்கள் பெண்கள். நிலம், பெண்கள் இரண்டும் எங்கள் கண்கள். நாங்கள் ஆந்திராவிலிருந்து வந்த போது ஆண்களே இருந்தோம். இன்று பெண்கள் 60 சதம் உள்ளனர். புரட்சிகர ஆதிவாசிப் பெண்கள் சங்கம் 1984ல் அமைக்கப்பட்டது.

எங்கள் தாக்குதல் முன்னணிப் படையிலும் 40 சதம் பெண்கள் உள்ளனர். பெண் கமாண்டர்கள் பலர் உள்ளனர். புரட்சிகர ஆதிவாசிப் பெண்கள் சங்கத்தில் ஒரு லட்சம் உறுப்பினர்கள் உள்ளனர்".

"திரைப்படங்கள் குறுகிய நேரத்தில் பூர்ஷ்வா உலகம் எப்படி என்பதை உணர்த்துகிறது. பல நல்ல கருத்துகளை விதைக்கிறது. எனவே, திரையிடுவதற்கெனவே ஒரு அரங்கை உருவாக்கி யுள்ளோம்" என்றார்.

சில கிராமத்தவர் மாமிசமும், மீனும் கொண்டு வந்தனர். நாங்கள் இரவு உணவாக அதை உண்டோம். கோசா பிபிசியின் இரவு செய்தியைக் கேட்ட பின்னரே தூங்கப் போகிறார். இரவு

2 மணி நேரத்திற்கு இருவராகக் காவல் காக்கின்றனர். போலீஸ் அவ்வளவு எளிதில் நுழைந்துவிட முடியாது. நான் கோசாவுக்கு அருகில் உள்ள கட்டிலில் உறங்கினேன்.

காலை 5 மணிக்கு விழித்தேன். காலை பிபிசி செய்தியில் பினாயக் சென் கல்கத்தாவில் பத்திரிக்கையாளர்களைச் சந்தித்த தாகக் கூறினர். நான் காட்டில் நடந்துவந்து கொண்டிருந்த போதே பினாயக் சென்னை உச்சநீதிமன்றம் விடுவித்தது. அவர் தனது பேட்டியில் அரசு ராணுவம், மாவோயிஸ்ட்டுகள் என இருவருமே வன்முறையில் ஈடுபட்டு வருகின்றனர். மொத்தத்தில் ஆதிவாசிகளே நடுவில் கஷ்டப்படவும், சாகவும் நேருகிறது என்ற கூறினார்.

நான் கோசாவிடம் இதுபற்றி அவர் என்ன நினைக்கிறார் என்று கேட்டேன். அருகிலிருந்த தளபதி தேவ்ஜி அறிவு ஜீவிகள் சூழ்நிலைக்கும், வசதிக்கும் ஏற்பக் கருத்துக்களைச் சொல்கின்றனர் என்றார். கோசா அவரை இடைமறித்து, "பினாயக் சென் இப்படித்தான் பேசி வருகிறார். பினாயக் சென் எங்களுக்குப் பயிற்சி கொடுத்தார் என்பது தவறு. அவர் ஒரு மனிதவுரிமைப் போராளி மட்டுமே. அவருடன் எமக்கு வேறு தொடர்பு ஏதுமில்லை" என்றார்.

"நீங்கள் நாராயண் சன்யாலின் வழக்குச் செலவுக்காக அவர் மூலம் பணம் அனுப்பினீர்கள் என்கிறார்களே?"

"நான் அச் செலவுகளைச் சரிபார்க்கவில்லை" என்றார்.

நான் மேலும் வற்புறுத்தாமல், "சிறந்த மனிதவுரிமைப் போராளி யான பாலகோபாலை ஹைதராபாத்தில் அவரது மரணத்திற்குச் சில நாட்கள் முன் சந்தித்தேன். அவர் ஆந்திராவைப் போல சமாதானப் பேச்சுவார்த்தை நடத்த முயன்றதாகவும், அதை பினாயக் சென் எதிர்த்ததால் நிறுத்த வேண்டியானது என்றும் கூறினார். அவரது தோழர்களும் இது உண்மையே என்றனர்" என்றேன்.

டாக்டர் பினாயக் சென்னின் சிறைவாசம், அவரைச் சமா தானத்தின் தேவை குறித்துச் சிந்திக்கத் தூண்டியிருக்கலாம்.

குளிப்பது, கழிப்பது என அனைத்திலும் ஒரு கட்டுப்பாடும், விதிமுறையும் உண்டு. அந்த விதிகள் அனைவருக்கும் பொது.

காலை உடற்பயிற்சி அனைவருக்கும் உண்டு. ஒரு குழு சமையல் வேலை செய்ய வேண்டும். கோசா யோக பயிற்சி செய்கிறார். கோசாவின் படுக்கையருகில் மாவோவின் புத்தகம் உள்ளது. வெளியில் மண்டிக்கிடக்கும் பார்த்தீனியம் நச்சுச் செடிகள் அமெரிக்க ஏகாதிபத்தியத்தின் கோதுமையுடன் வந்தது. அதையும் அழிக்க வேண்டுமென்கிறார்.

காலையில் நேற்று இரவு மீதமான சாதம் கூட தாளித்து வழங்கப்படுகிறது. எதையும் வீணாக்குவதில்லை. எதிலும் சிக்கனம். தோழர்கள் குளிப்பதற்கான தற்காலிக குளியல் அறைகள் மரக்கிளைகள், தழைகள் கொண்டு உருவாக்கப்பட்டுள்ளன. குளிப்பதற்கு ஒவ்வொருவருக்கும் ஒரு குறிப்பிட்ட நேரம். பெண்கள் முடியைக் குட்டையாக வெட்டியுள்ளனர். விடுதலைப் புலிகள் போல. ராதா என்னுடன் நடந்துவந்தார். குளிப்பதற்கும், குடிப்பதற்குமான தண்ணீரை அருகில் உள்ள சுனைகளிலிருந்து எடுத்து வருவதாகச் சொன்னர். சதீஷ்கரில் தண்ணீர்ப் பஞ்சம் என்பதே இல்லை. இருப்பினும் ஆழ்குழாய்க் கிணறுகள் அமைத்து வருகின்றனர். ஆள்பவர்களுக்கு ஆழ்குழாய்க் கிணறுகளில் காசு வருகிறது.

ஒரு ஆழ்குழாய்க் கிணறு அமைக்க ஒரு லட்சம் கணக்கு எழுதுகின்றனர். உண்மைச் செலவு 25, 000. மீதத்தை அனைவரும் பகிர்ந்துகொள்கின்றனர். லஞ்சம் வாங்குவோரின் பட்டியலையே காட்டினார். இத்தனைக்கும் ஆழ்குழாய் பம்ப் தண்ணீரை ஆதிவாசிகள் விரும்புவதில்லை.

எனக்கு 1960ல் பஸ்தர் மாவட்ட ஆட்சியராக இருந்த டாக்டர். B.D. சர்மா சொன்ன கதை நினைவுக்கு வந்தது. அவர் தனது விருந்தினர்கள் தங்க ஆதிவாசிகள் குடிசை போன்று கட்ட டத்தைக் கட்டினார். அதில் தங்கும் போது அந்த மலைப்பகுதி மக்களுடன் வாழும் உணர்வு பெறலாம் என்பது அவர் எண்ணம். ஆனால், விருந்தினர்கள் எப்போதும் அங்கு தரப்படும் தண்ணீர் சரியில்லை என்று குறை கூறினர். எனவே நிலத்தடி நீரைக் குடிக்க முடியவில்லை என்று அவர் சொன்னது சரியென உணர்ந்தேன்.

ராதாவிடம் அவர் ஏன் கட்சியில் சேர்ந்தார் என்று கேட்டேன். முதன் முதலில் மாவோயிஸ்ட்டில் சேர்ந்த பெண் அவரே. அவர் “அது ஒரு பெரிய கதை” என்று சிரித்தார். அதை அடுத்து அவர் எதுவும் கூறவில்லை. “மழை பெய்யும் போல் உள்ளது. நான்

சமையலறை வேலையை விரைந்து முடிக்க வேண்டும். இல்லை என்றால் சாப்பாடு கிடைக்காது” என்றார்.

திறந்தவெளிச் சமையலறையில் மழை காலத்தில் சமாளிப்பது எப்படி? சிலர் ஓடிவந்து மூங்கில் கம்புகளை வெட்டி, நட்டு ஒரு மேடை உருவாக்கினர். அதன் மேல் சமையல் பொருட்களை வைத்து ப்ளாஸ்டிக் துணி போட்டு மூடினர். மழை பெய்யத் துவங்கியது. ஆனால் செய்த உணவு பாதுகாப்பாக இருந்தது.

ராதாதான் கோசாவைச் சந்தித்த கதையைச் சொன்னார். கோசா ராதாவின் கிராமத்திற்குக் கூட்டம் நடத்த அடிக்கடி வருவாராம். ராதாவின் குடும்பம் ஒரு ஏக்கர் நிலம் மட்டுமே உடைய ஏழைக்குடும்பம். கோசாவின் குழுவிலிருந்த இரு ஆந்திரப் பெண்கள் சமத்துவம் உண்டாக்கவும், வறுமையைப் போக்கவும் மாவோயிஸ்ட்டில் சேர்ந்தால் முடியும் என்று கட்சியில் சேர்த்தனர் என்று கூறினார்.

“நீங்கள் ஏன் உங்கள் கிராமத்திற்குத் திரும்பிப் போய், சாதாரண வாழ்வு வாழக்கூடாது?”.

“முடியாது, எங்கள் கிராமங்களுக்கு அடிக்கடி போலீஸ் வரும். அவர்களிடமிருந்து தப்பிக்கக் காடுகளுக்குள் ஓடிச் சென்று ஒளிய வேண்டும். கையில் கிடைத்தால் பெரும்பாடு. பக்கத்து ஊரில் உள்ள சந்தைக்குப் போனால் சல்வா ஜுதும்மின் அராஜகம். எனவே 80 கிலோ மீட்டர் நடந்து ஓர்ச்சா சென்று சாமான் வாங்க வேண்டியுள்ளது” என்றார்.

மழை விடவில்லை. நிர்மலா தனது பொறுப்பில் தரப்பட்ட பொருள்கள் நனைந்துவிடாமல் காப்பாற்ற ஓடினார். அவளது மேஜையில் “கோண்ட் வரலாறு” எனும் நூல் இருந்தது. அது தேவநாகரியில் எழுதப்பட்டிருந்தது.

சதீஷ்கரில் 60 விழுக்காட்டினர் கோண்ட் மொழி பேசுபவர்கள். விடுதலை பெற்று 60 ஆண்டுகள் ஆனபின்னும் அவர்கள் மொழியில் மிகச் சில நூல்களே வெளியிடப்பட்டுள்ளது. அரசு வானொலி கோண்ட் மொழியில் செய்திகள் சொல்வதில்லை. கோண்ட் மொழி பேசுவோர் எண்ணிக்கை 27 லட்சம். சமஸ்கிருதம் அறிந்தோர் 14,000 மட்டுமே. தினமும் சமஸ்கிருதத்தில் செய்திகள் நாடு முழுதும் வாசிக்கப்படுகிறது. இதுதான் இன்றைய நிலையின், அரசின் நிலை.

மாவோயிஸ்ட்டுகளின் மக்கள் அரசு 2007லிலேயே மூன்றாவது வகுப்பு வரையான பாடநூல்களை கோண்ட் மொழியில் வெளியிட்டுள்ளது. அதில் கோண்ட் இன வரலாற்றுத் தலைவர்கள் பற்றியும் மார்க்ஸ், ஏங்கல்ஸ், லெனின், மாவோ போன்ற தலைவர்கள் பற்றியும் பாடம் உள்ளது. பிரிட்டிஷ், மராத்தா அரசுகளை எதிர்த்த கோண்ட் எழுச்சி வரலாறு, பூம்கல் புரட்சி (1960), சந்தால் புரட்சி, (1854 - 56), 1857 முதல் வட இந்திய எழுச்சிக்கு முந்திய பழங்குடி விடுதலை எழுச்சிகள் பற்றியெல்லாம் எழுதியுள்ளனர். மாவோயிஸ்ட் பார்வையில் புதிய வரலாறு எழுதப்படுகிறது.

சதீஷ்கர் நாளேடு ஐந்து நாட்கள் பின் வருகிறது. அதில் "பினாயக் சென்னுக்கு பெய்ல் கொடுக்கப்பட்டுள்ளது. நேபாளப் பிரதமர் பிரசண்டா ராஜினாமா," போன்ற செய்திகள் இருந்தன. ஜவகர்லால் நேரு பிலாய் உருக்காலை திறந்தபோது அது புதிய குடும்பங்களின் பொருளாதார, கல்வி, சமூக நிலையை உயர்த்தி வாழ்வு தந்துள்ளது. ஆனால், இது அமைக்கப்பட்ட இடத்திலுள்ள பழங்குடி மக்களுக்கு என்ன நன்மை கிடைத்துவிட்டது? இவர்களில் எத்தனை பேர் பொறியாளர்களாக, பேராசிரியர்களாக, டாக்டர்களாக ஆக்கப்பட்டுள்ளனர்? எத்தனை பேர் ஐ.ஐ.டியில் சேர்க்கப்பட்டனர்.? 7 விழுக்காடு இட ஒதுக்கீடு உண்டு. எனினும் நுழையும் தகுதி பெற்ற ஆதிவாசி இல்லை.

புனிதக் கோவில் பிலாய் அமைந்துள்ள 95 கிராமங்களில் வாழ்ந்தவர்கள் எங்கே? என்ன ஆனார்கள்? அவர்களில் எத்தனை பேர் இங்கே பணியாற்றுகின்றனர்?

நிர்மலா திரும்பி வந்து பெண்கள் போராட்டம் என்ற இதழைக் காட்டினார். ஆதிவாசிப் பெண்கள் உழுவது துவங்கி அறுப்பது வரை அத்தனை வேளாண் பணிகளிலும் ஈடுபடுகின்றனர். ஆனால் விதைக்கவும், அறுத்ததை எடுக்கவும் அவர்களுக்கு உரிமையில்லை. ஆதிவாசிப் பெண்கள் தான் இன்றும் தாய்வழிச் சமூகம் போல் அனைத்து உரிமைகளும் பெற்றவர்களாக வாழ்கிறார்கள் என்று உலகம் நம்புவது எத்தனை பொய்?

என் தோழி ஒருவர் தனது பெற்றோர்கள் தனக்கு விருப்பமில்லா ஒருவனுக்குத் திருமணம் செய்து வைக்க முயன்றதால், தப்பி வந்து கட்சியில் சேர்ந்துள்ளாள் என்றார். வேட்டைக்குழுவில் பெண்கள் இருப்பார்கள். ஆனால் சுற்றி வளைக்கப்பட்ட விலங்கை அம்பு எய்திக் கொல்லும் உரிமை மட்டும் பெண்களுக்கில்லை.

மாவோயிஸ்ட் போராட்டம் ஆதிவாசிகள் உரிமைக்கானது மட்டுமல்ல. குறிப்பாக ஆதிவாசிப் பெண்கள் உரிமைக்கானதும் கூட.

உடற்பயிற்சி மணி அடிக்கப்பட்டது. பின் மதிய உணவு முடித் தோம். கோசா எங்களுடன் சாப்பிட்டார். "பாக்னியின் கதையைக் கேட்டீர்களா? எப்படி அவர் பள்ளி விடுதியில் நிர்வாகிகளால் பாலியல் கொடுமைகளுக்கு ஆளானாள் என்பதைச் சொன்னாளா? உலகம் பெண்ணை ஒரு பொருளாகவே பார்க்கிறது. உரிமை கொண்டாட நினைக்கிறது" என்றார்.

பாக்னி எதிரே துப்பாக்கியுடன் நின்று கொண்டிருந்தாள். எனினும் என்னைப் பார்க்க முடியாமல் தலையைத் தாழ்த்திக் கொண்டாள். பாக்னிதான் என்னைக் கடைசியாக இங்கு அழைத்து வந்தவள். இதுதான் பூர்ஷ்வா கல்வி என்று பாக்னி சொன்னதோ?

பாக்னி இப்போது மருத்துவப் பயிற்சி பெற்று வருகிறார். பின் அவர் டாக்டர் அனுபமாவின் இடத்திற்கு வரக்கூடும்.

"இன்று உங்களுக்காக இண்டிபுடி தயாரிக்கப்பட்டுள்ளது. விருந்தினர் சிறப்பு உணவு. ஒரு பூச்சி சிசிண்டி மரத்தில் இருக்கும். இது வறுத்தால் மிகச் சுவையாக இருக்கும். விருந்தினர்க்காகப் பக்குவப்படுத்தி வைத்திருந்து பின் சமைத்துப் பறிமாறுவார்கள்" என்றார் கோசா.

"இது போல பழங்குடி மக்கள் சுவைத்து உண்ணும் மற்றொரு பூச்சி உண்டு. அது மூங்கில் புதரில் இருக்கும். ஆனால் இப்போது குறைந்துவருகிறது. சுற்றுச்சூழல் மாசுதான் காரணம். ராதா அரிசி சாதம் சாப்பிடாமல் ராகி சாப்பிடுகிறார். இது சர்க்கரை நோய்க்கான உணவு. முன்னர் இதை வசதி குறைந்தவர்களே சாப்பிடுவர். இப்போது ஆராய்ச்சி செய்து மருத்துவர்கள் ராகி சாப்பிடுவது சர்க்கரையைக் குறைக்கும் என்கின்றனர். எனவே ராகி விலை ஏறிவிடும். பின் ஆதிவாசிகள் ராகியை விற்று விட்டு ரேஷன் அரிசியை சாப்பிடத்துவங்குவர். சத்தற்ற தீட்டிய வெள்ளை அரிசியை, ரசாயன விவசாயத்தின் ரசாயன மாசுடன் உண்ணத் துவங்குவர்" என்றார் வருத்தத்துடன்.

"இதுதான் உங்கள் வளர்ச்சி, நாகரிகம், எங்கள் பெண்கள் மார்பை சேலையில் மறைத்துக் குறைவான ஆடையுடன்

உலவினர். அதை அநாகரிகம் என்று கூறிவிட்டு, நகர்ப்புற நவீன மாதர்கள் அரைகுறை ஆடையுடன் உலவுகின்றனர்" என்றார்.

என்னால் சிரிப்பை அடக்க முடியவில்லை. கோசா பேசும் போது ஒரு பள்ளித் தலைமையாசிரியர் போலவே பேசுகிறார். அவர் மரக்கிளை மீது அமர்ந்தபடிப் பேசுகிறார். அனைவருடனும் அமர்ந்து உண்ணுகிறார். பெண்கள் எங்களுடன் அமர்ந்து உண் கின்றனர். சாதாரணமாகப் பெண்கள் முதலில் உணவு பரிமாறி ஆண்கள் சாப்பிட்ட பின்னரே சாப்பிடுவர்.

நான் சம்பா என்னும் கோண்ட் ஆதிவாசிப் பெண்ணுடன் பேசினேன். அவர் மருத்துவப் பயிற்சி பெற்று வருவதாகச் சொன்னார். அவருடைய தந்தையும் ஒரு மாவோயிஸ்ட். ஆனால் அவர் செய்த ஒரு தவறுக்காக அவர் கொல்லப்பட்டார் என்றார். "அவர் இறந்தபோது நான் பள்ளி விடுதியில் இருந்தேன். அவர் மரணம் பற்றிய விபரங்களை அறிய நான் சிறப்பான முயற்சி எதுவும் எடுக்கவில்லை. பின் கைது செய்யப்பட்டு சிறையில் இரண்டாண்டுகள் கழித்தேன். விடுதலையான பின் கட்சியில் சேர்ந்துவிட முடிவு செய்தேன். ஆனால் என் தாயார் அதை விரும்பவில்லை. எனக்கு இரண்டு இளைய சகோதரிகள் இருந்தனர். அவர்களுக்கு உதவும் பொறுப்பின்றிப் பேசுகிறேன் என்று என் தாயார் என்னை வெறுத்தார். ஆனால் சென்ற ஆண்டுதான் எனது கிராமத்திற்கு நீண்ட இடைவெளியின் பின் சென்றேன். என் அம்மா உட்பட அனைவரும் மகிழ்ச்சியுடன் வரவேற்றனர். அவர்கள் எனது பணியின் சிறப்பைப் புரிந்து கொண்டார்கள். எனது கிராமம் காட்சி ரோலி. அங்குதான் சென்ற வாரம் 16 போலீஸ்காரர்கள் கொல்லப்பட்டனர்" என்று பல விபரங்களைக் கூறினார்.

தந்தையைக் கொன்றவர்களை எப்படிச் சம்பாவால் ஏற்றுக் கொள்ள முடிந்தது. உணர்ச்சியற்ற அவரது முகம் எதுவுமற்றோர்க்கு எது தேவையென்று தேர்ந்தெடுக்கும் உரிமையுண்டா என்ற கேள்வியை உணர்த்தியது.

கோசாவால் சம்பாவின் தந்தை ஏன் கொல்லப்பட்டார் என்பதற்கு உடனடியாக விடைகூற முடியவில்லை. விசாரித்துச் சொல்வதாகச் சொன்ன அவர், "உங்கள் நகர்ப்புற நீதி இங்கு பொருந்தாது. இது ஒரு பழங்குடி சமூகம். ஒருவர் சமூகத்திற்கு எதிரான தவறைச் செய்தால் அவரது குடும்பமே சமூக நலன்

கருதித் தண்டிக்க முன்வருகிறது. தனது கணவனின் தவறான செயலுக்கு மனைவியே சாட்சி சொல்லி தண்டனையை மக்கள் நீதிமன்றம் வழங்க உதவிய நிகழ்வுகள் பல இங்குண்டு. அவன் ஒரு போலீஸ் உளவாளியாகச் செயலாற்றினான் என்றும், பலமுறை எச்சரித்தும் அவன் திருந்தவில்லை என்றும் அவனது மனைவி சாட்சி கூறினார். கஜேந்தர் என்னும் என்னுடைய பாதுகாவலரைக் கட்சி குற்றவாளி என்று சுட்டுக் கொன்றது. இப்படிப் பல உதாரணங்கள் உண்டு" என்றார்.

"எத்தனை உளவாளிகளைக் கொன்றிருப்பீர்கள்?" சற்று யோசித்து கோசா "200 பேரைச் சல்வா ஜூதும் உருவான பின் கொன்றிருப்போம். தண்டகாரண்யா இயக்கத்தின் துவக்கத்திலிருந்து சுமார் 300 பேர் கொல்லப்பட்டிருக்கலாம்" என்றார்.

அவருடைய தயக்கம் மனித உயிர்களுக்குத் தவிர்க்க முடியாமல் நடத்தப்பட்ட செயலுக்கான வருத்தமா? "அதைத் தவிர எங்களுக்கு வேறு வழியேதுமில்லை. எங்களைக் காட்டிக் கொடுப்பவர்களைக் கொல்வதைத் தவிர எங்களைக் காத்துக் கொள்ள வேறு வழியேதுமில்லை. இங்கு நீதி சொல்ல நீதிமன்றமோ, தண்டிக்க வழிகளோ இல்லை. அவர்கள் செய்வது தவறென உணர்ந்தும் வேறு வழியெதுவுமில்லை" என்றார்.

"எங்கள் பக்கத்திலான இழப்பும் குறைவில்லை. நாங்கள் 12,000 தோழர்களை இழந்துள்ளோம். 1967ல் நக்சல்பாரி இயக்கம் துவங்கப்பட்ட காலம் முதல் இன்றுவரை. 2000 வர்க்க எதிரிகள் கொல்லப்பட்டுள்ளனர். வர்க்க எதிரிகள் என்று நாங்கள் குறிப்பிடுவது மக்களுக்கும், புரட்சிக்கும் துரோகம் செய்யும் உளவாளிகள் மற்றும் காவல்துறையினரே. இந்தக் கணக்கு துல்லியமானதில்லை. அரசும், போலீஸ்காரர்களும் ஆவணங்கள், பதிவுகள் எனத் துல்லியமான கணக்கு வைத்துக்கொள்ள முடியும்.

கோசா கட்சி செய்த கொலைகள் பற்றி குற்ற உணர்வின்றிப் பேசுகிறார். என்னால் இதைச் சாதாரணமாக எடுத்துக்கொள்ள முடியவில்லை. 2004ல் கோசாவை நான் சந்தித்த போது, பூம்கல் பேரணியின் போது இருவரைக் கொன்றதாகக் கூறினார். இதை அவர் தவறு என்ற எண்ணம் ஏதுமின்றி அப்பாவித்தனமான முகத்துடன் சொன்னார்.

கோசாவின் பாதுகாவலர் கஜேந்திராவின் சித்தப்பா மாவோயிஸ்ட்டுகளால் கொல்லப்பட்டார்.

அவர், "எனது சித்தப்பாவிற்கு அனைவரும் புத்தி சொல்லி, அவர் செய்வது தவறு என்று மாற்ற நினைத்தனர். அவர் எதையும் ஏற்கவில்லை. அவருடைய மகள் கூடக் கட்சியில்தான் உள்ளார்" என்றார்.

"மனிதனை விட கட்சியின் செயல்பாடு முக்கியமா?" என்று அவருடன் விவாதித்தேன்.

கஜேந்திரன் அருகில் ஒரு ஏ.கே.47 உடன் நின்று கொண்டிருந்த இளைஞன், "நான் எனது பெற்றோரைக் குறுகிய இடைவெளியில் நோயால் சாகக் கொடுத்தேன். அப்போது உணர்ந்தேன். மனிதர்கள் நோயால் சாவதில்லை. அதற்கும் ஒரு அரசியல் உண்டு. மலைவாழ் மக்களின் நோய் போக்கும் மருத்துவரை அனுப்பாததற்கு இன்றைய அரசியலே காரணம் என்பதை கட்சி எனக்குக் கற்றுத் தந்துள்ளது" என்றார்.

"என் தாய்மொழி கோண்ட். இது இந்தியை விட தெலுங்கிற்கு மிகவும் நெருக்கமான தொடர்புடைய மொழி. எனினும் சதீஷ்கர் அரசுப் பள்ளிகள் எங்கள் மொழியில் பயிற்றுவிக்காமல், இந்தியில் கற்பிக்கின்றன. இதில் அரசியல் உள்ளது. இதை மாற்ற நினைக்கிறோம்" என்றார்.

தொடர்ந்து வேறு இரு தோழர்களும் விவாதத்தில் சேர்ந்து கொண்டனர். இருவரும் அருகிலுள்ள ராமகிருஷ்ணா மடத்தின் பள்ளியில் படித்தவர்கள். சுகுல் சொன்னான், "அவர்கள் எங்களுக்கு நன்றாகப் படிக்கக் கற்றுக் கொடுத்தார்கள். ஆனால் இந்துக்களாக மதம் மாற்ற முயன்றனர்" என்றார்.

அடுத்து லட்சு, "ராமகிருஷ்ணா மடம் பள்ளியிலாவது குறைந்த பட்சம் நல்ல கல்வி தந்தனர். அரசுப் பள்ளிகளில் ஆசிரியர்களே வரமாட்டார்கள். ஆனால் எங்கள் கட்சி அந்த ஆசிரியர்களையோ, வேலை செய்யாத மருத்துவப் பணியாளர்களையோ கொல்ல வில்லை. ஆனாலும் அவர்கள் எங்களைக் காரணம் காட்டிப் பணிகளுக்கு வராமல் ஏமாற்றுகின்றார்கள். சமீபத்தில் ஒரு ஆசிரியர் சில மாணவர்களை ஐந்தாம் வகுப்புத் தேர்வுக்கு அழைத்துச் செல்கிறேன் என்றார். நான் அவரிடம் இவர்கள் ஒன்றிலிருந்து பத்து வரை எழுத முடியுமா என்று கேட்டேன். அவர்களில் ஒருவருக்குக் கூட அதை எழுதத் தெரியவில்லை. அவரே பழங்குடியினருக்குக் கற்றுக் கொடுப்பது கடினம் என்றார். அவர் இத்தனை ஆண்டுகளாக என்ன செய்தார்?.

பின் எப்படி மாதா மாதம் சம்பளம் பெற்றார்? மாணவர்கள் ஐந்தாவது தேறினால், ஆசிரியருக்கு ஏதாவது பணம் அரசு தரும் போலும். அதனால்தான் அவர் சிரமப்பட்டு அவர்களைக் கூட்டிச் சென்று, ஏமாற்றிப் பாஸ் செய்யவைத்து, அதிலும் பணம் ஈட்டப் பார்க்கிறார்" என்றார்.

அவர்களின் குற்றச்சாட்டு நியாயமானதா? நான் அவர்களைச் சில கட்சி ஏடுகளைக் கொண்டுவரச் சொன்னேன். அவற்றைப் படிக்கச் சொன்னேன். சிவப்பு வண்ணத்தில் அச்சிடப்பட்டிருந்த அந்த நூல்களை அவர்கள் ஒரு பிரச்சாரகர் போலப் படித் தார்கள். தயக்கமின்றிப் படித்தார்கள். கனமான நடை கொண்ட அத் தத்துவப் புத்தகங்களை நான் படித்துள்ளேன். பாவம் ஒடுக்கப்பட்ட இம்மக்களுக்கு அரசு சம்பளம் பெறும் ஆசிரியர்கள் கூட இதைச் செய்யவில்லையேயென வருந்தினேன். அவர்கள் இயந்திரத்தனமாக அதைப் படிக்கவில்லை. அவர்கள் அதை நம்புகிறார்கள். அது அவர்களுக்கு வாழ்வளிக்கிறது. இந்த இளைஞர்கள் தங்களது உறவினரைக் கொன்ற இவர்களுக்காகத் தங்கள் உயிரையும் தர முன்வந்துள்ளது ஏன்? அவர்களின் சமத்துவக் கனவு அது. எல்லோரும் ஒரே மாதிரியான உணவை உண்கிறார்கள். சமத்துவம், தோழமை, கனவு இவை அவர்களை வழிநடத்துகிறது. அந்த அடர்ந்த காட்டில் ஒரு சமத்துவ உலகை அவர்கள் உருவாக்கியுள்ளனர். அதை யார் மறுக்க முடியும்?

ஆண்டாண்டு காலமாக அங்கு நீதி உண்டு. அதில் வசதி உள்ளவர்களே தீர்ப்பு வழங்கினர். அதை எதிர்த்து வெறும் வாயைத் திறக்க முடியாது. நகர்ப்புறத்து மேதைகள் இந்தக் காட்டு மக்களுக்குப் பொருந்தாத திட்டங்களைக் கொண்டு வந்து திணிப்பார்கள். மக்கள் அரசு கட்சி பலம், துப்பாக்கி பலம் கொண்டு எதையும் சாதிப்பர்.

மதியம் நான் அவர்களுடைய புத்தகம் எண் 1/09னைப் படித்துக் கொண்டிருந்தேன். அது கட்சி உறுப்பினர்களின் பார்வைக்கான தனிப்பட்ட நூல் எனினும் எவரும் நான் எடுத்துப் படிப்பதைத் தடுக்கவில்லை. அதில் மார்ச் 23 அன்று நடந்த சீர்திருத்த முகாம் பற்றிப் பதிவு செய்யப்பட்டிருந்தது. மார்ச் 23 பகத்சிங்கின் தியாகத் திருநாள். அதில் அவர்கள் செய்த தவறுகள், தோல்விகள் ஒப்புக்கொள்ளப்பட்டு, மாற்றங்கள் விவாதிக்கப்பட்டிருந்தன.

அதில் சில தோழர்கள் அதிகம் செலவளிக்கத் துவங்கியுள்ளனர்.

இப்பழக்கம் பற்றி நாம் கவனமாக இருக்க வேண்டும். நாம் அதிகார வர்க்க ஆடம்பரத்திற்கும், அராஜகத்திற்கும், மக்கள் விரோதப் போக்கிற்கும் மாறுவதற்குத் துவக்கமாக இது அமைந்துவிடக் கூடும்.

எதிரிகள் சல்வா ஜுடும் துவங்குவதற்கான முயற்சிகளைக் கடந்த ஓராண்டு காலமாகவே செய்துவருகின்றனர். இதை எதிர்பாராது நாம் ஏமாந்துள்ளோம். இது ஒரு மாபெரும் தவறு. மாற்றங்களை நாம் அடையாளம் காணத் தவறிவிட்டோம்.

தண்டகாரண்யம் இப்போது பெரிதும் மாறுபட்டுள்ளது. நிறைய அளவு கல்வி வளர்ந்துள்ளது. வணிகச் சந்தை வளர்ந்துள்ளது. பழங்குடி மக்கள் மீது சந்தையின் தாக்கம் வளர்ந்து வருகிறது. வாழ்க்கை முறை மாறி வருகிறது. மாற்றங்களுக்கு ஈடாக நமது சிந்தனைகள் வளரவில்லை. சில இடங்களில் தண்டனைகள் மிகக் கொடூரமாகத் தரப்பட்டுள்ளது. அவை புரட்சியாளர்கள் சிந்திக்கவும் முடியாத கொடுமையானது. அத்தவறு நமது புதிய உறுப்பினர்கள் 35 முதல் 40 விழுக்காடு வரை நம் இயக்கத்திலிருந்து விலகுவதற்கு ஒரு காரணமாகிறது.

மேலும் 28 ஏப்ரல் 2009 தேதியில் ஐந்து பேர் தேர்தல் அலுவலகத்தில் கொல்லப்பட்டதற்கு மன்னிப்புக் கோரப்பட்டிருந்தது. கம்கசூர் கிராமத்தில் போலீஸ்காரர்கள் என்று நினைத்து ஐந்து கிராம மக்கள் சுட்டுக் கொல்லப்பட்டனர். அது போல சகனு கர்மா (மகேந்திர கர்மாவின் சகோதரர்) ஏப்ரல் 2009 ல் கொல்லப்பட்டதற்கும் வருத்தம் தெரிவிக்கப்பட்டிருந்தது.

அன்று கோசா தோழர்களுடன் உரையாடிக் கொண்டிருந்தார். உடல்நலப் பணி பற்றி அவர் நாள் முழுதும் பேசிக்கொண்டிருந்தார். நான் ராதாவிடம் கோசா வழக்கமாகவே இப்படி நீளமாகப் பேசிக் கொண்டிருப்பாரா என்று கேட்டேன்.

“அவர் இப்படி நீண்ட உரை நடத்துவார். ஆனால் தத்துவம் பற்றிய அவரது பேச்சு மக்களுக்குப் புரியாது. எனவே சொன்னதையே மீண்டும் மீண்டும் விளக்க வேண்டும். நாங்கள் இங்கு முதன் முதலாக வந்த போது மக்கள் எங்களை அரசு ஊழியர்கள் (கோஸ்கு) என்றே அழைத்தனர். எங்கள் கட்சி இங்கு வேரூன்றவில்லை. எனவே பிரச்சாரம் முடிந்த பின் கிராமத்தில் தங்காமல் காட்டுக்குள் சென்றுவிடுவோம். நிறையப் பேச வேண்டியிருந்தது. நிறையப் பயணம் செய்ய வேண்டி இருந்தது.

இப்போது கட்சியுடன் தொடர்பு கொண்ட நிறைய ஆட்கள் உள்ளனர். அவள் ப்லோ இரண்டாம் தலைமுறை புரட்சிக்காரர். அவளது சித்தப்பா முதலில் கட்சி உறுப்பினர். இந்திராவதி பகுதியின் தளபதியாக இருந்தார். ப்லோ எப்போதும் மகிழ்ச்சியாக இருப்பாள்.

ராதா அடுத்து ஒரு பெண்ணைச் சுட்டிக்காட்டினார். அவள் ஒரு பஞ்சாயத்துத் தலைவரின் மகள். அவளது தகப்பனார் கட்சியுடன் நெருங்கிய தொடர்புள்ளவர். அவளது தாயார் மோசமான நோயாளி. எனவே பெரியவர்கள் அவளுக்கு விரைவில் திருமணம் செய்துவிட வேண்டுமென்று முடிவு செய்தனர். கோசா அவர்களது கிராமத்திற்குச் சென்ற போது அவரது பெற்றோருடன் பேசி, அவளைத் தனது இயக்கத்திற்கு அனுப்பக் கோரினார். அவள் இங்கு வந்தபின் தன் கிராமத்திற்குத் திரும்பச் செல்லவில்லை.

நான் ராதாவிடம், "நீங்கள் எப்போதாவது சொந்த ஊருக்குத் திரும்ப வேண்டுமென விரும்பியதுண்டா?" என்று கேட்டேன். அவர் "இல்லை.. இல்லை நான் கடவுளிடம் செல்ல வேண்டிய வயதை எட்டிக்கொண்டுள்ளேன். சொந்த ஊருக்குத் திரும்புவது பற்றி என்ன பேச்சு?" என்றார் உரக்கச் சிரித்தபடி.

"நீங்கள் எத்தனை முறை போலீசை எதிர் கொண்டுள் ளீர்கள்?"

"1994ல் நாங்கள் நான்கு முறை போலீஸ் தாக்குதலுக்கு உள்ளானோம். மகாராஷ்டிரா சிறப்புக் கமாண்டோ 60 படை அமைத்து எங்களை வளைக்க நினைத்தது". ராதா பழைய நினைவுகளில் மூழ்கினார். "அப்போது நானும் கோசாவும் அபூஜ்மட்டில் 15 ஆண்டுகள் ஒரே இடத்தில் வாழ்ந்தோம். அப்போது பல ஏற்றத் தாழ்வுகளைக் கட்சி சந்தித்தது. 1994ல் ஒருவர் பின் ஒருவராகப் பல தோழர்கள் போலீசிடம் பிடிபட்டனர், கொல்லப்பட்டனர். அது மிகவும் சோதனையான காலம். கோசா எப்படிப் புதிய யுக்திகளைக் கையாள வேண்டுமென்பது குறித்துப் பயிற்சி கொடுத்தார்".

"நமது இருப்பிடம் பற்றி உளவுத் தகவல் கிடைத்து நான்கு மணி நேரத்தில் போலீஸ் நாம் இருக்கும் இடத்தை எட்டிச் சுற்றி வளைத்துவிடுகிறது. எனவே எந்த இடத்திலும் மூன்று மணி நேரத்திற்கு மேல் தங்கக் கூடாது. சில உளவாளிகளைக்

கண்டுபிடித்துக் கொன்றோம். மற்றவர்கள் காவல் நிலையத்தில் ஓடி ஒளிந்தனர். எங்கள் மீதான தாக்குதல் குறைந்தது." இதுதான் மாவோயிஸ்ட்டுகளின் யுக்தி.

பஸ்தருக்கும் பிற இடங்களுக்குமான வேறுபாடு என்ன என்பதைத் தெரிந்து கொள்ள விரும்பினேன். கட்சிரோலி மகாராஷ்டிரத்தில் உள்ளது. மாவோயிஸ்ட்டுகளின் வலிமையான தளம் தண்டகாரண்யாவில் உள்ளது. அது கோசாவின் நிர்வாகத்தில் உள்ளது. கோசா விளக்கினார். "பஸ்தரின் அரசரை வலிமை இழக்கச் செய்தது மாநில அரசு. பழங்குடித் தலைவர் மகேந்திர கர்மாவின் அப்பாவை பொம்மையாக வைத்து ஊழல் அரசு ஒன்று நடத்தப்பட்டது. அப்பகுதியிலிருந்த வணிகர்களே அரசை ஆட்டிப் படைத்தனர். அவர்களின் சுரண்டலுக்கு நாங்கள் எதிரானவர்களாக இருந்தோம். நாங்கள் சுரண்டப்பட்ட மக்களை எங்கள் பக்கம் திரட்டினோம். அப்போது பஸ்தரில் ஒளிந்து வாழ்வது கூட மிகவும் ஆபத்தானதாகவே இருந்தது. எங்களுக்குக் கிடைத்த ஒத்துழைப்பும் மிகக் குறைவே.

கட்சிரோலி ராஜா முற்போக்கான சிந்தனை கொண்டவராக இருந்தார். அவர் காங்கிரஸ் கட்சிக்கு எதிராகத் தனி விதர்பா மாநில அந்தஸ்து கேட்டுப் போராடினார். தனது எதிர்ப்பின் அடையாளமாக மகுடத்திற்குப் பதில் கருப்புக் குல்லாய் அணிந்தார். அவரது நிலை எங்களுக்கு உதவியாக இருந்தது. நல்ல வளர்ச்சி பெற்றோம். வனக் காவலர்களாக உள்ளூர் ஆதிவாசிகளே இருந்தனர். எங்களது அரசியலைப் புரிந்துகொண்ட அவர்கள் எங்களுக்கு ஆதரவாக இருந்தனர். எங்கள் கட்சிப் பத்திரிக்கைகளை நூற்றுக்கணக்கில் அவர்கள் வாங்கிப் படித்தார்கள். 1998ல் ஆதிவாசி வனக்காவலர் ஒருவரின் மனைவியை ஒரு போலீஸ் கும்பல் கற்பழிக்க முயன்றது. உடனே காவலர்கள் அனைவரும் போலீசுக்கு எதிராக ஊர்வலம் சென்றனர். நக்சல்பாரிகளாவோம் என எச்சரித்தனர். பின்னர் பஸ்தர் ராஜா எங்கள் அரசியலைப் புரிந்துகொண்டு எங்களுக்கான ஆதரவைக் குறைக்கத் துவங்கி எதிரானார்".

நான் தண்டகாரண்யாவில் கட்சி வளர்ந்த வரலாற்றைத் தெரிந்து கொள்ளக் கோசாவுடன் விரிவாகப் பேச விரும்பினேன். கோசா ஆர்வத்துடன் ஒத்துழைத்தார். "கட்சியின் வரலாறு எவராலும் சரியாகப் பதிவு செய்யப்படவில்லை. அதற்கான தகுதி மிக்க நபர்கள் போராட்டக் குழுவில் மிகவும் குறைவு. நீங்கள்

சொல்வது மிகவும் சரியான கருத்து. என்னுடன் செயல்பட்ட மற்ற தோழர்களுடனும் பேசுவதால் தான் முழுமையான வரலாற்றைப் பதிவு செய்ய முடியும். அதற்கு மிகவும் அதிகமான காலம் பிடிக்கலாம்" என்றார்.

நான் அதற்காக எதனை காலம் வேண்டுமானாலும் இங்கே தங்கவும், எத்தனை தொலைவு வேண்டுமானாலும் பயணித்துத் தோழர்களைச் சந்தித்துப் பதிவு செய்யவும் தயாராகவே இருந்தேன்.

கோசா உற்சாகமாக உதவ முன்வந்தார். தண்டகாரண்யா மாவோயிஸ்ட் கட்சியின் வரலாற்றில் ஒரு முக்கிய இடம் வகுப்பது, "நான் கொண்டபள்ளி சீத்தாராமையாவின் முதற்குழுவில் இடம் பெற்றிருந்தவன். ஏழு, ஏழு நபர்கள் கொண்ட ஏழு குழுக்கள் தண்டகாரண்யா அனுப்பப்பட்டது. 1980ல் இங்கு வந்த இக்குழுக்கள் கட்சிக்கான பாதுகாப்பு அரணாக இவ்விடத்தை உருவாக்குவதில் ஈடுபட்டனர். ஆந்திராவில் ஆபத்து வந்தால் புகலிடமாக இது இருக்க வேண்டும் என்பதே திட்டம். அன்று புறப்பட்ட 49 தோழர்களில் இன்று மிஞ்சியுள்ளவன் நான் ஒருவன் மட்டுமே. சிலர் கொல்லப்பட்டனர். சிலர் சிறைப்பட்டனர். பலர் சரணடைந்தனர். நான் அவற்றை நாளை நினைவுப்படுத்திக் கூறுகிறேன்." என்று முடித்தார்.

மாவோயிஸ்ட் கட்சியின் வரலாறு சொல்லத் தகுதியும், தகவலும் கொண்ட ஒரே நபராக எனக்குக் கோசா மட்டுமே தெரிந்தார். எனவே அவரது உரையாடல் ஒரு வரலாறைச் சொல்லும் என்ற ஆவலுடன் காத்திருந்தேன்.

5

முதலாண்டு

வகுப்புகள் நடந்து கொண்டிருந்த மூங்கில் காட்டுக்குள் சென்றேன். கோசா வகுப்பெடுத்தார். நான் ஒருவனே மாணவன். “எனது தந்தை படிப்பறிவற்ற விவசாயி. பின் அவர் ஒரு ஆசிரியரானார். என்னைக் கல்லூரியில் படிக்க வற்புறுத்தினார். நான் வயலில் என் பாட்டனாருடன் வேலை செய்துவந்தேன். நான் பின் தொழிற்பயிற்சி பெற விரும்பினேன். கரீம்நகரிலிருந்த ITIல் சேர முயற்சித்தேன். அது முன்னாள் பிரதமர் நரசிம்மராவின் பிறப்பிடம். ராவ்கள் பெரிய நிலக்கிழார்கள். கம்யூனிஸ்ட் கட்சி அவர்களின் நிலத்தை நிலமற்ற விவசாயிகளுக்குப் பகிர்ந்தளித் திருந்தது” என்றார்.

நான் இடையே குறுக்கிட்டு “இடதுசாரித் தீவிரவாதம் தெலுங் கானாவில் துவங்கப்பட்ட போதும், அதைப் பின்னர் எழுந்த நக்சல்பாரிகளின் பெயரால் அழைக்கப்படுவது ஏன்? ” என்று கேட்டேன். “நக்சல்பாரி இயக்கமே செயல்பாட்டிற்கான தெளிவான வழிமுறைகளை வகுத்துத் தந்தது. அதற்கு முன் நிலம் ஒரு பெரும் பிரச்சனையாக இருந்தது. நிலம் சார்ந்த பிற பிரச்சனைகள் முன்னிறுத்தப்படவில்லை. அவ்வப்போது உதிரியாகப் பிரச்சனை உள்ள இடங்களில் எழுச்சி உண்டாகி அடங்கிப்போனது. ஆனால் அதற்கான சரியான வழியும், தீர்வும் கிடைக்கவில்லை.

நக்சல்பாரி இயக்கத்தின் பின் நிலப்பகிர்வு, நிலச்சீர்திருத்தம் பற்றி அரசுகள் பேசத் துவங்கின. ஆனால் 10 விழுக்காடு நிலமற்ற விவசாயிகளே நிலம் பெற்றனர். நிலச்சுவான்தாரிகளின் நிலத்தில் மூன்றில் ஒரு பகுதி மட்டுமே எடுக்கப்பட்டது. அதுவும் நிலமற்ற விவசாயிகளுக்குத் தரப்பட்டபின்னும், அவர்களால் பயிரிடப் படவில்லை. தரிசாகவே கிடந்தன.

"நான் நிலப் போராட்டத்தில் பங்கேற்றேன். ITIல் படிக்கும்போது, கட்சியின் மாணவர் பிரிவில் சேர்ந்தேன். ராம்ஜி என்பவர் பற்றி நிறையக் கேள்விப்பட்டிருந்தேன். நக்சல்பாரி என்பது சூப்பர் மேன் போன்ற வியப்பை எனக்குத் தந்தது. ராம்ஜி ஏழை விவசாயிகளுக்காகப் போராடியதற்காக அவசர நிலை காலத்தில் சிறையிலிருந்தார். அவர் விடுவிக்கப்பட்டபோது ஆர்வத்துடன் அவரைச் சந்தித்தேன்.

பெங்காலியான துஷார் கண்டி பட்டாச்சார்யா என்பவரைக் கட்சி 1977ல் ஆந்திராவிற்கு அனுப்பியது. அவர்தான் கட்சியின் முதல் ஆயுதப்படையை உருவாக்கியவர். 1978ல் அவர்கள் கைது செய்யப்பட்ட போது, ஆயுதப் படைக்குழு என்று சொல்லிக் கொள்ளும் அளவு ஆயுதங்கள் ஏதுமில்லை. துஷார் என்னை அடிக்கடி விடுதியில் வந்து சந்திப்பார். ஆனால் அவர் கைது செய்யப்பட்ட பின்னரே, அவர் ஆயுதப் படையின் தளபதி என்பது எனக்குத் தெரிந்தது" என்றார்.

எனது வாசு என்னைச் சந்திக்க வந்தது நினைவுக்கு வந்தது.

"எனது அறை நண்பர் குமரேசன் எதிர்பார்த்த வகையில் கட்சியின் முதல் தியாகியாகி உயிர் கொடுத்தார். அவர் குண்டு செய்து கொண்டிருந்த போது உண்டான விபத்தில் இறந்தார். என் நல்ல நண்பரை நான் இழந்தேன்".

1979ல் பகுதி நேர ஊழியராக கோசா கட்சியில் சேர்ந்தார். அப்போது அவர் பிர்லா சிமெண்ட் கம்பெனி பெடப்பள்ளியில் உதவியாளராகப் பணியாற்றிக் கொண்டிருந்தார். தொழிற்சங்கத்தில் அவர் உறுப்பினராகவும் இருந்தார். ஒரு ஆண்டுக்குப் பின் அவர் ஹன்சுதீன் கொலை வழக்கில் கைது செய்யப்பட்டார். அவர் தொழிற்சங்கத் தலைவராக இருந்தவர். "அதுதான் நான் முதலாவதாகவும், கடைசியாகவும் சிறை சென்றது" என்றார் கோசா. கைது செய்யப்பட்டு சிறை சென்ற பின்னரே அவருடைய குடும்பத்தினர் அவரது அரசியல் தொடர்புகளை அறிந்தனர்.

விடுதலைக்குப் பின் கோசா வேலையை ராஜினாமா செய்து கட்சியின் முழு நேர ஊழியரானார். ராம்ஜியின் சகோதரர் சோனு கட்சியின் பிரச்சாரகராக இருந்தார். அவரைச் சந்திக்க கோசா தகவல் அனுப்பியிருந்தார். “1980ல் பிர்லா தொழிற்சாலையிலிருந்து 8 கிலோமீட்டர் தொலைவிருந்த கொக்கலகுதூரில் மக்கள் நீதி மன்றத்தைக் கூட்டி நிலச் சுவான்தாரை விசாரித்துத் தண்டனை வழங்கினோம். போலீஸ் நடவடிக்கையில் ஈடுபட்டது. நான் தலைமறைவானேன்.”

“எங்களால் கொலை செய்யப்பட்ட ஹன்சுதீன் சாதாரணத் தொழிலாளியாகச் சேர்ந்து தொழிற்சங்கத் தலைவனானவன். பின் கம்பெனியில் தரகனாகவே செயல்பட்டான். காங்கிரசுடன் ரகசிய உறவை வளர்த்துக் கொண்டான். எனவே நாங்கள் அவனைத் தாக்கினோம்”.

கட்சிக்கும், மக்களுக்கும் எதிரானவர்களைக் கொல்வது குற்ற மல்ல என்பது கோசாவின் கொள்கை. எனினும் நான் அதை ஏற்கவில்லை.

1979ல் கட்சி “கொரில்லாப் பகுதி வாய்ப்புகள்” என ஒரு தகவல் திரட்டியது. அதன்படி கட்சிக்காக பின்பலப் பகுதிகளை அடையாளம் காணவும், அவசர ஆபத்துக்களின் போது சென்று மறையவுமான இடம் தேவைப்பட்டது. அத்தகைய கொரில்லா பகுதிகளை உருவாக்குவது கட்சியின் திட்டம். சீத்தாராமையா, தண்டகாரண்யாவைத் தேர்ந்தெடுத்தார். 1 லட்சம் சதுர கிலோ மீட்டர் பரந்து கிடக்கும், மலைகளும் காடுகளும் கொண்ட பகுதி அது. சதீஷ்கர், மகாராஷ்டிரம், ஆந்திர மக்கள் கூடும் பகுதி அது.

“1980ல் ராம்ஜி தண்டகாரண்யாவைத் தயார் செய்ய ஏழு குழுக்கள் புறப்பட வேண்டுமென்றார். என்னையும் சேர்ந்து கொள்ள முடியுமா என்று கேட்டார். நான் ஒப்புக் கொண்டேன். கம்யூனிஸ்ட் கட்சி மார்க்சிஸ்ட் லெனினிஸ்ட்டுக்கு கரந்தி என்ற பத்திரிக்கை இருந்தது. அதற்கு கொண்டப்பள்ளி சீத்தாரமையா தி பியூப்பிள்ஸ் வார் மக்கள் போர் என்று பெயரை மாற்றினார். எங்களை பியூப்பிள்ஸ் வார் குரூப் என்று அழைக்கின்றனர். எனக்கு இந்த குரூப் என்பது எப்படிச் சேர்ந்தது என்பது தெரியாது. ஆனால் பத்திரிக்கைகள் எங்களை PWG என்றே குறிப்பிடுகின்றன.

கொண்டப்பள்ளி சீத்தாராமையா தண்டகாரண்யா செல்லும் குழுக்களுக்குத் தானே 15 நாட்கள் பயிற்சியளித்தார். அங்குதான் நான் கோபண்ணாவை சந்தித்தேன். அவருக்கும் முன்னாள் பெயர் என்னைப் போல சத்திய நாராயண ரெட்டி என்பதே. 1980ல் தண்டகாரண்யா சென்ற 49 பேர்க் குழுவில் இன்று மிச்ச மிருப்பவன் நான் மட்டுமே. ஆனால் சாயண்ணா, மல்லாரெட்டி சிறையிலிருந்து வெளியே வந்தபின் மறைந்து போயினர். அவர்கள் சாகவில்லை. அவர்கள் எப்போது களத்திற்கு வருவார்களோ"?

"கோபண்ணா தான் கடைசியில் கைதானார்" என்ற கோசா "நீங்கள் அவரைச் சந்தித்திருக்கிறீர்கள் அல்லவா?"என்றார்.

"ஆம், அப்போது வடக்கு பஸ்தரின் பொறுப்பாளராக இருந் தார்".

"தண்டகாரண்யா புறப்படும் முன் நான் வீட்டுக்குச் சென்றேன். என் அப்பாவும், அண்ணனும், என் முடிவை எதிர்க்கவில்லை. ஆனால் அம்மா அழுது கதறினார். என் அண்ணன் பள்ளி ஆசிரியராகப் பணியாற்றி வந்தார். முகாமுக்குத் திரும்பினேன். எங்கள் குழுவுக்கு சாயாண்ணா தலைவராக நியமிக்கப்பட்டார். வீரண்ணா, ராமண்ணா, சுதாகர் குழு உறுப்பினர்கள். ஒவ்வொரு குழுவிலும் செய்திகளை தலைமைக்குக் கொண்டு செல்லும் தூதுவர் தேவை. சந்திரண்ணா கூரியரானார். குமரண்ணா சாயண்ணாவின் சகோதரர் மற்றும் அவரது உதவியாளர். குமரண்ணா திருமணம் முறிவுற்றவர். எனவே இவ்வேலை அவருக்கு ஒரு நிம்மதி. எனவே எங்கள் குழுவில் மட்டும் இரண்டு கூரியர்கள். குமரண்ணா நாங்கள் செல்லும் பகுதியை சேர்ந்தவர். பல கிராமங்களில் அவருக்கு உறவினர்கள் உண்டு.

எனக்குப் பல புரட்சியாளர்களைத் தெரியும். சிலர் நாட்டில் நல்ல மாற்றங்கள் தேவை என்ற வெறி கொண்டவர்கள். சிலர் போலீஸ் அராஜகத்திற்குப் பழிவாங்க வேண்டுமென்ற வெறியில் சேர்ந்தவர்கள். வேறு சிலர் பேராசை பிடித்த நிலச்சுவான்தார்களுக்குப் பாடம் கற்பிக்க வேண்டுமென்று கருது பவர்கள். இதில் பல பெண்களும் உண்டு. அவர்களில் பலர் அவர்களது பெற்றோர் திருமணம் செய்து வைக்க வேண்டுமென்ற முடிவை மறுத்து இயக்கத்தில் சேர்ந்தவர்கள். பல்வேறு சுய விருப்பு, வெறுப்பு, ஆசைகள் காரணமாகப் புரட்சிகரக் குழுவில் சேர்வோர் பலர். ஆனால் மெல்ல மெல்ல தத்துவப் பாடம்

பயின்ற பின் புரட்சி என்பது எப்படி நாட்டு மக்களின் வாழ்வை மாற்றும் கருவி என்பதை உணர்ந்து ஈடுபடத் துவங்குகின்றனர்".

கோசா கதையைத் தொடர்ந்தார். "நாங்கள் புறப்பட்ட நாள் சரியாக நினைவில் இல்லை. பருவ மழையின் முதல் துளி விழுந்த காலமது. எனவே ஜூன் ஜுலையாக இருக்கலாம். நாங்கள் ஏழு பேரும் சாயண்ணாவின் சாஸ்தூலப் பள்ளி கிராமத்தில் கூட வேண்டும். சாயண்ணாவின் மனைவி நிர்மலா எங்கள் பயணத்திற்கான உணவைப் பொட்டலம் கட்டித் தந்தார். பின் அவரும் கட்சியில் சேர்ந்தார். அவர்தான் கட்சியின் பெண் தோழர். 1997 பஸ்தர் மோதலில் தியாகியானார். எங்களை நிர்மலா வழியனுப்பிய அன்று எங்களைப் புரிந்துகொள்ளாத குழப்பமும் வருத்தமும் மிக்கவராகவே அவர் இருந்தார். அன்று நடக்கத் துவங்கிய நாங்கள் இன்னும் எங்கள் பயணத்தை முடிக்கவே இல்லை.

எங்கள் பயணம் ஆயிரக்கணக்கான ஏழை அப்பாவி மக்களின் வாழ்க்கையை மாற்றியுள்ளது. எங்கள் பயணம் சரியானதா தவறானதா? காலம்தான் பதில் கூற வேண்டும்".

தேனீர் இடைவேளையின் பின் சற்று தெம்புடன் துவங்கினார் கோசா.

"நாங்கள் புறப்பட்டபோது எங்களிடம் இரட்டைக் குழல் துப்பாக்கி, இரண்டு கைத்துப்பாக்கிகள், பத்துக் குண்டுகள் மட்டுமே இருந்தன. ஒவ்வொருவரிடமும் மழைக்கு உதவ ஒரு பிளாஸ்டிக் விரிப்பு, மாற்றாக ஒரு வேட்டி, ஒரு போர்வை, சில புத்தகங்கள், சமையலுக்குச் சில பாத்திரங்கள், கொஞ்சம் பணம் மட்டுமே இருந்தது. நாங்கள் அனைவரும் ஏழை அல்லது நடுத்தரக் குடும்பத்தைச் சேர்ந்தவர்களே. நான்தான் குழுவில் அதிகம் படித்தவன். சாயாண்ணா 12வது வரை படித்தவர். சுதாகரும், வீரண்ணாவும், பத்தாவது படித்தவர்கள். ராமண்ணா 8 வது படித்தவர். குமரண்ணாவோ பள்ளிக்கூடப் பக்கமே போகாதவர்".

இப்போது இயக்கத்தில் படித்தவர்கள் அதிகம் இருப்பார்கள் என்பது எனது கணிப்பு. கோசா இதை உறுதி செய்தார். REC பட்டதாரியான சிவாஜி, கோபண்ணா குழுவில் இருந்தவர். பின் போலீஸ் உயர் ஆய்வுப் பிரிவில் பெரிய அதிகாரியாக உள்ளாராம்.

“தண்டகாரண்யாவுக்கான செயற்திட்டம் உயர்மட்டக் குழுவுக்கே தெரிந்த ரகசியம். இதை எந்தத் தோழரும் எந்த நிலையிலும் வெளிப்படுத்தக் கூடாது என்பது விதி. தண்டகாரண்யாவை நோக்கி வாரங்கல்லிலிருந்து மூன்று குழுக்களும், கரீம் நகரிலிருந்து இரண்டு குழுக்களும், அடிலாபாத்திலிருந்து இரண்டு குழுக்களும் புறப்பட்டன என்பது மட்டும் எங்களுக்குத் தெரியும்.

ராம்ஜி எங்களுக்குச் செல்லும் பாதை குறித்த வரைபடத்தைத் தந்திருந்தார். முதல் நாள் இரவு கோதாவரியின் உபநதியான மனேரு நதியின் கரையில் உள்ள கிராமத்தில் தங்கினோம். ஓயாத மழையால் நதியில் வெள்ளம் பெருக்கெடுத்து ஓடியது. அடுத்த ஐந்து நாட்கள் பயணத்தைத் தொடர முடியவில்லை.

சாயண்ணா அப்பகுதியில் நிலக்கிழார்களை எதிர்த்துப் போராடியவர். அவருக்கு அப்பகுதி மிகவும் பழக்கமானது. கிராமத்து மக்கள் அவரை நன்கு அறிந்தவர்கள். அவர்கள் தங்கவும், சாப்பிடவும் பெரிதும் உதவினர். சாயண்ணா மாற்றுப் பாதையில் அழைத்துச் சென்றார். வழிதவறி விட்டதால், பல மணிநேரம் அலைய நேர்ந்தது. ஒரு இரவு ஒரு காட்டில் தங்க நேர்ந்தது. அடுத்த நாள் ஐந்து மணி நேரம் நடந்த பின்னரே ஒரு கிராமத்தைக் கண்டோம். அங்கு அரிசி, காய்கறி வாங்கிச் சமைத்தோம். ஏற்கனவே ஒரு வாரம் தாமதமாகச் சென்று கொண்டிருந்தோம். எனவே சாயண்ணா பேருந்தில் ஏறிச் செல்ல முடிவு செய்தார். பேருந்துப் பாதையும் அருகில்தான் இருந்தது. ஆனால் பேருந்தில் ஏறிய பின் தான் புரிந்தது. ஓட்டுனர், நடத்துனர், பயணிகள் என அனைவருக்கும் சாயண்ணாவை அடையாளம் தெரிந்தது. மேலும் எங்கள் துப்பாக்கிகள் எம்மைக் காட்டிக் கொடுக்கப் போதுமானதாக இருந்தது.

நகரம் வரும் முன் இறங்கி, நடக்கத் துவங்கினோம். அடுத்த இரண்டு நாள் பயணத்தில் கோதாவரியைக் கடந்தோம். அதுதான் எனது முதல் படகுப் பயணம். மத்தியப் பிரதேசத்தில் போபால் பட்டிணம் அடைந்தோம்.

எங்களது முதல் வேலை போபால்பட்டிணத்தை சர்வே செய்வது. ரேகுண்டமே எமது அடுத்த அரசியல் களம் என முடிவு செய்தோம். ஏனெனில் அப்பகுதி மக்கள் 1945 தெலுங்கானா போராட்டம் முதல் கம்யூனிஸ்ட் கட்சிக்கு மிகவும் ஆதரவாக இருந்தவர்கள். அரசு இதைக் கட்டுப்படுத்த அங்கு ஒரு போலீஸ்

ஸ்டேசனையே அமைத்தது. நாங்கள் காவல் நிலையத்தை விட்டு ஓதுங்கி ஆற்றைக் கடந்தோம்.

ரேகுண்டம் கிராம மக்களிடம் பேசியதில் சற்று முன் ஒரு குழு சென்றதாக அறிந்தோம். அவர்கள் சொன்ன விபரங்கள் மூலம் அது எமது மற்றொரு குழுவாகவே இருக்குமென முடிவு செய்தோம். பின் சமைப்பதற்குத் தண்ணீர் எடுக்க அருகிலிருந்த குளத்திற்குச் சென்றோம். அங்கு குழுவினர் சமைத்துக் கொண்டிருந்தனர். அவர்கள் எங்களை வனத்துறையினர் என்று கருதித் தாக்குவதற்குத் தயாராக இருந்தனர். துப்பாக்கியை நாங்களும் எடுத்தோம். நல்ல வேளையாக அங்கிருந்த கோபண்ணா என்னை அடையாளம் கண்டுகொண்டார். ஒரு பெரிய அசம்பாவிதம் நிகழாது தடுக்கப்பட்டது".

சர் வில்பேர்ட் கரிசன் தனது பஸ்தர் பற்றிய நூலில் பிரிட்டிஷ் கேப்டன் ப்ளண்ட் இந்திராவதி ஆற்றைக் கடந்து பஸ்தருக்குள் நுழைய முயன்றாராம். இந்திராவதியும், கோதவரியும் கலக்குமிடத்தில் கோண்ட் இன மக்களால் ப்ளண்ட் தாக்கப்பட்டார். அவர்களின் வில் அம்பு வெள்ளையரின் துப்பாக்கி முன் எவ்வித வலிமையுமற்றன. எனினும் பஸ்தரில் நுழையும் எண்ணத்தைக் கைவிட்டுத் திரும்பினார். பிரிட்டிஷார் பல்வேறு வழிகளிலும் பஸ்தரில் நுழைய முயன்றனர். ஆனால் பிரிட்டிஷாரை உள்ளே நுழைய விடாமல் தடுத்த கோண்ட் இன மக்கள் நக்சல்பாரிகளை எப்படியோ, அனுமதித்துவிட்டனர். இந்தியாவின் முதல் சுதந்திரப் போராட்ட இனம் என்று கோண்ட் மக்களைக் கூறலாம்.

கோபண்ணாவைச் சந்திக்க நான் ஒரு முறை சென்றபோது, அவர் என்னை அழைத்துவர ஒரு ஜீப்பை அனுப்பினார். அந்த ஜீப்பில் என்னுடன் இரு BBC பணியாளர்களும் வந்தனர். இரவு நெடுநேரம் காட்டினுள் பயணம் செய்தோம். கண்ணயர்ந்த எங்களை ஓட்டுனர் திடீரென்று போட்ட ப்ரேக் குலுக்கி விழிப்படையச் செய்தது. எங்களைக் குறிவைத்து சுற்றிலும் துப்பாக்கியுடன் சிலர் சுற்றி வளைத்தனர். திடீரென ஒரு விசில் சத்தம் கேட்டது. உடனே துப்பாக்கி வீரர்கள் ஒரு பக்கமாக ஒதுங்கி நின்றனர்.

கோபண்ணா தமது தோழர்களுக்கு எங்களை அழைத்து வர ஜீப் அனுப்புவதைத் தெரிவிக்க மறந்துவிட்டதன் விளைவுதான்

இது. எங்களை போலீஸ் என நினைத்துத் தடுத்தனர். நல்ல வேளை நாங்கள் தப்பித்தோம்.

கோசா கதையைத் தொடர்ந்தார். "கோபண்ணா எங்களை எச்சரித்தார். போலீசுக்கு நாம் வருவது தெரியும். எனவே வேறு வழியாக காட்டுக்குள் நுழைந்து டார்லகுடா, பீஜபூருக்குச் சென்று விட வேண்டும்" என்றார்.

"சாயண்ணா, கோபண்ணாவின் அறிவுரையை ஏற்கவில்லை. ஆபத்து இருந்தாலும் அவர் இரண்டு வாரங்களாகத் தலைமை யிடத்திற்குச் செய்தி அனுப்பாமல் தொடர்ந்து பயணித்தார். பின் கூரியர்களை பேருந்து பிடித்து போபால்பட்டிணம் சென்று செய்தி தர அனுப்பினார்.

மறுநாள் சிந்தவாகு ஏரியருகே வந்து சேர்ந்தோம். மூன்று பேர் நின்று கொண்டு, மற்றவர்களை கிராமத்தில் உள்ள தேனீர்க் கடைக்கு அனுப்பிச் சூழல் எப்படி உள்ளது என்பதைக் கண்டுவரச் சொன்னோம். வேட்டி கட்டியிருந்ததால் எங்களை கிராமத்தவர் போலவே மக்கள் பார்த்தனர். நாங்கள் எத்தனை வேடம் போட்டாலும், பார்வை காட்டிக் கொடுத்துவிட்டது போலும். யாரோ ஒருவர் அன்னியர்கள் கிராமத்துள் நுழைந்துள்ளனர் என்ற செய்தியை போலீசுக்குத் தெரிவித்துவிட்டார். உடனடியாக போலீஸ் சுற்றி வளைத்து ஒருவரைக் கைது செய்துவிட்டது. ராமண்ணா எப்படியோ தப்பித்து வந்துவிட்டார்".

செய்தித்தாளில் மூன்று நக்சல்கள் *1980* ஆகஸ்ட் *30* அன்று தார்லகுடாவில் கைது செய்யப்பட்டதாகப் படித்தேன். அது கொண்டு அது கோசாவின் குழுவாகத்தான் இருக்குமென முடிவு செய்தேன். மற்றொரு குழு கன்கரில் போலீசை ஏமாற்றி எப்படியோ தப்பிச் சென்றுவிட்டது. அது கோபண்ணாவின் குழுவாக இருக்க வேண்டும்.

"குழுவில் ஒருவர் பிடிபட்டது ஒரு பெரிய பின்னடைவுதான். இதுபற்றிய தகவலை ஆந்திராவில் உள்ள தலைமைக்குத் தெரியப் படுத்த வேண்டும். அக்கால கட்டத்தில் தொலைபேசி வசதி மிகவும் குறைவு. கட்சி ஆதரவாளர்களும் மிகவும் ஏழைகள். அவர்கள் வீட்டில் தொலைபேசி இருக்காது. தபால் நிலையத்திற்குச் சென்று பேசவும் முடியாது. எனவே கூரியர்தான் ஓடியாக வேண்டும். சாயண்ணா கூரியராகச் செல்ல முடிவு செய்தார். அவர் என்னைத் தலைமையேற்று நடத்தச் சொன்னார்.

போபால்பட்டிணம் பாதுகாப்பான வழியல்ல என்பதால் கோபண்ணா சுற்றுவழியாகச் செல்ல முடிவு செய்தார். ராமகுண்டாம், கரீம் நகர் வழியாகச் செல்ல 15 நாட்களாகும். இதற்கிடையில் ராமண்ணா பயந்துபோய் வீட்டுக்குத் திரும்ப வேண்டுமென்றார். எனவே சாயண்ணா, ராமண்ணாவுடன் புறப்பட்டார். நானும் வீரண்ணாவும் பயணிக்க வேண்டியிருந்தது. புரட்சிக்காரர்களும் சாதாரண மனிதர்களே, அவர்களுக்கும் பிரிவு, பாசம் எல்லாம் உண்டு, அவர்கள் கதையில் வரும் சூப்பர் மேன்களல்ல".

கோசாவும், வீரண்ணாவும் அப்பகுதியில் அலைந்து, அப்பகுதி மக்களுடன் பேசி அவர்களின் நிலை பற்றிப் புரிந்துகொள்ள முயன்றனர். மக்கள் எங்களை அவர்களின் தோழர்களே என்று புரிந்து கொண்ட காரணத்தால் எங்களுக்கு அது ஒரு பெரிய பாதுகாப்பாக இருந்தது. போலீஸ் நடமாட்டத்தை அவர்கள் உடனுக்குடன் தெரிவித்து எச்சரித்தார்கள்.

"ரேகுண்டத்தில் நாங்கள் இருந்தபோது, போலீஸ் எங்களைக் கண்டுகொண்டது. சாதாரண உடையிலிருந்த அவர்களை நாங்கள் அடையாளம் காணவில்லை. அவர்கள் இந்தியில் எங்களைப் பிடிக்கக் கூச்சலிட்ட போதே, அவர்கள் காவலர்கள் என்பதை உணர்ந்தோம். நாங்கள் வேகமாகக் காட்டுக்குள் ஓடித் தப்பினோம். நாங்கள் இரவு முழுதும் காட்டில் மரத்தடியில் உறங்கினோம். எங்களது இரட்டைக் குழல் துப்பாக்கியைப் புதரில் மறைத்துவைத்தோம். அதைச் சுமந்து செல்வது காட்டிக் கொடுத்துவிடும். எனவே ஆளுக்கொரு துப்பாக்கியை மட்டும் சொருகிக்கொண்டு புறப்பட்டோம்.

மறுநாள் ரேகுண்டம் கிராமத்திற்குச் சென்றோம். அங்கு சந்திரண்ணா என்பவர் எங்களுக்கு உணவளித்து இந்திராவதி ஆற்றைக் கடந்து மகாராஷ்டிர எல்லைக்குள் நுழைய உதவினார். சந்திரண்ணா பின் கட்சியின் உறுப்பினராகித் தொடர்ந்து உதவி வருகிறார். மறுநாள் இரவு முழுவதும் காட்டில்தான். மறுநாள் அருகிலிருந்த அஸ்ரிலி கிராமத்திற்குச் சென்றோம். அடர்ந்த மழை என்பதால் பயணம் செய்யப் பேருந்து எதுவும் வராது என்று மக்கள் சொன்னார்கள். வேறு வழியாகச் செல்ல வழிகாட்டினர்".

கோசாவின் நினைவாற்றலும், அழகுற விவரிக்கும் திறனும்

எனக்கு வியப்பளித்தது. எத்தனை ஊர்கள், எத்தனை பெயர்கள் நினைவில் வைத்துள்ளார். ஆபத்தைச் சந்தித்த இடங்களும் நபர்களும் அத்தனை எளிதில் மறந்து போய்விடுவதில்லைதான்.

"போபால்பட்டிணம் நிகழ்வுக்குப் பின் நாங்கள் புத்திசாலிகளாகி விட்டோம். தேனீர் கடைக்குக் கூட இரு குழுக்களாகப் பிரிந்தே சென்றோம். போபால்பட்டிணம் நக்சல்பாரிகள் கைது ஒவ்வொரு தேனீர்க் கோப்பையுடனும் விவாதிக்கப்பட்டு வந்தது. இன்னும் அதிக நக்சல்பாரிகள் வருகிறார்கள் என்ற தகவல்களையும் பகிர்ந்து கொண்டனர். மகாராஷ்டிரத்தில் சாதாரணமாக இளைஞர்கள் வேட்டி கட்டிக்கொள்வதில்லை. எனவே நான் மக்களின் கவனம் ஈர்ப்பவனானேன். ஆனால் இப்போது நான் அதிக கவனமுடன் செயல்பட்டேன். சாயண்ணாவின் உறவினர்களின் பெயர்கள், ஊர்கள் பற்றி கவனத்தில் வைத்துக்கொண்டேன்.

கிராமத்து மக்கள் எளிமையானவர்களாக இருக்கலாம், ஆனால் விபரமானவர்கள். நான் குடும்பத்தினர் பெயரைச் சொன்னால் தந்தை, பாட்டன் பெயரைக் கேட்டனர். எனினும் நான் எப்படியோ புத்திசாலித்தனமாக பதில் சொல்லிச் சமாளித்துத் தப்பினேன்.

சர்வே செய்வது அவ்வளவு சுலபமானதாக இல்லை. கிராமத்து மக்கள் பதில் தெரியாவிட்டாலும், ஏதாவது பதிலைச் சொல்லிக் குழப்புவார்கள். மிகவும் சிரமப்பட்டு அலைந்த பின்னரே தகவல்களைச் சேர்க்க முடிந்தது. கடைசியில் இரண்டு வாரங்கள் பின் சாயண்ணாவைச் சந்தித்தோம். எங்கள் குழுவில் புதிதாகச் சிலரும் சேர்ந்ததனால் மீண்டும் எங்கள் குழு ஏழானது. மகாராஷ்டிராவின் போலீஸ் ஏற்கனவே மக்களிடம் ஒரு கொள்ளையர் கூட்டம் ஆந்திராவிலிருந்து வந்துள்ளதாக எச்சரித் திருந்தனர். சொத்துக்களுக்கும், பெண்களுக்கும் ஆபத்து எனப் பீதி கிளப்பினர். புதியவர்களுக்கு உணவு அளித்து ஆதரிக்க வேண்டாமென எச்சரித்திருந்தனர். வியாபாரிகள் எதையும் அவர்களுக்கு விற்கக் கூடாதெனவும் கூறினர். எனினும் எங்களது மக்கள் நேய அரசியல் பற்றி மக்களிடம் பேசி ஆதரவு திரட்ட முயன்றோம்.

கட்சியின் கட்டளைப்படி இரவு நேரத்தைக் காட்டிலேயே கழித்தோம். இரவிலும் தடுமாற்றமின்றிக் காட்டுக்குள் நடமாடத் தெரிந்திருப்பது அவசியமானது. பகல் நேரங்களில் சாதாரண

உடையில் கிராமங்களுக்குச் சென்று கட்சி அரசியலைப் பரப்ப வேண்டும். மக்களின் நம்பிக்கையைப் பெற்ற பின், அவர்களின் முக்கியப் பிரச்சினைகள் என்ன என்பதை அறிந்து, அவற்றில் அவசரமான தீர்வு காண வேண்டிய ஒன்றை எடுத்து ஆராய வேண்டும். அதை முன் வைத்து இயக்கம் உருவாக்க வேண்டும்.

நாங்கள் அடிக்கடிச் சிக்கலில் மாட்டிக் கொள்ள நேர்ந்தது. ஒரு முறை புதிய தோழர் சுரண்ணாவை உணவுப் பொருட்கள் வாங்க மொபின் பெட்டா கிராமத்திற்கு அனுப்பினோம். கிராமத்தவர் அவரை யாரென்று கேட்டபோது, அவர் தான் ஒரு வியாபாரி என்று சொன்னாராம். ஆனால் அதை நம்பாத மக்கள் அவரைத் திருடன் என விரட்டினர். சுரண்ணா காட்டுக்குள் ஓடிவர, நாங்கள் அனைவரும் ஓடி ஒளிய நேர்ந்தது.

இதே போல, மற்றொரு குழுவினர் மற்றொரு நிகழ்வில் சிக்கிய போது, போலீஸ் துப்பாக்கிச் சூடு நடத்தியது. பெட்டி சங்கர் என்ற தோழர் கொல்லப்பட்டார். அவர்தான் தண்டகாரண்யாவின் முதல் தியாகி. இது தெலுங்கு வானொலிச் செய்தியில் சொல்லக் கேட்டோம்.

மறுநாள் சுரண்ணாவும், தோழர்களும் அம்ராஜு கிராமத்திற்குச் சாமான்கள் வாங்கச் சென்றனர். அங்கு ராஜ்பந்தலு என்ற நிலச்சுவான், சுரண்ணாவைப் பிடித்து மிரட்டியபோது, அவர் துப்பாக்கியைக் காட்டித் தப்பித்தார். அதன் பின் அப்பகுதி கிராமங்களுக்குச் சென்று எதை வாங்குவதும் கடினமானது. பல நாட்கள் பட்டினியுடன் கிடக்க நேர்ந்தது. எனவே ஆந்திரா எல்லையை ஒட்டிய மகாதேவபுரம் கிராமம் பக்கம் சென்றோம்.

நீண்ட தொலைவு நடக்க நேர்ந்தது. வழியில் சோமன் பள்ளி எனும் கிராமத்திற்கு நான் உணவு தேடிச் சென்றேன். பல வீடுகளில் கேட்டபின் ஒரு வீட்டில் ஒருவர் அரிசியும், மீனும் கொடுத்தார். அவரது முகம் எனக்கு இப்போதும் நினைவில் உள்ளது. பின்னர் அவரது மகள் கூட எமது இயக்கத்தில் சேர்ந்து முழுநேர ஊழியராகப் பணியாற்றினார். அவர் தந்த உணவு கொண்டு அன்று இரவு பசியாறினோம்.

மாநில எல்லைப் பகுதியில் பணியாற்றுவதே பாதுகாப்பானது என்பதைப் புரிந்து கொண்டோம். இதனால் போலீசிடமிருந்து தப்புவது எளிது. மாநில எல்லையைத் தாண்டி விட்டால்

போதும்.

1981ல் கட்சி முதலாவது ராணுவ முகாமை ஏற்பாடு செய்தது. பத்து நாள் முகாமல் 35 தோழர்கள் கலந்துகொண்டனர். இரண் டாவது முகாம் பஸ்தரில். ஒரு முன்னாள் ராணுவத் தளபதி எமக்குப் பயிற்சி கொடுத்தார். மாவோயிஸ்ட் கம்யூனிஸ்ட் தோழர்கள் கலந்து கொண்டனர். கங்காராம் எனும் தோழர் வெடிகுண்டு செய்யும் போது விபத்தில் இறந்தார். அவர் ஒரு REC கல்லூரி பட்டதாரி. சிங்கரேணி சுரங்கப் பகுதியில் கட்சிப் பணியாற்றிய தோழர் அவர்.

1981ல் நாங்கள் பீடி இலைக்கான விலை உயர்வு கேட்டுப் போராட்டம் நடத்துவது என்று முடிவு செய்தோம். 1975 - 76 களில் ஆந்திராவில் புல்லா ரெட்டி குழுவினர் பீடி இலைப் போராட்டத்தில் வெற்றி பெற்று மக்களைக் கவர்ந்தனர். பின்னர் CPI, CPM கூட பீடி இலைப் போராட்டத்தைக் கையிலெடுத்தன. இடைத்தரகர்கள் மிகக் குறைவான விலைக்கே இலையை வாங்கினர். எங்கள் போராட்டத்தால் பீடி இலைக்கு இரு மடங்கு அதிக விலை ஆதிவாசி மக்கள் பெற்றனர். இதனால் ஆதிவாசி கள் ஆதரவு கிடைத்தது.

ஆந்திராவிலிருந்து வரும் வியாபாரிகள் அரிசி, தேங்காய், ஊதுபத்தி வைத்து பக்தியுடன், ஒரு ரூபாயைத் தந்து கிராமத் தலைவரிடம் அனுமதி பெற்றுக் கொண்டு மக்களைக் கொள்ளை யடித்தனர். 1981ல் எங்கள் போராட்டம் மக்களுக்கு மகிழ்ச்சியைத் தந்தது. கிராமத் தலைவரும் இதை எதிர்க்கவில்லை. பின் கிராமத் தலைவரே அதிக விலை தந்தால் தான் இலை வாங்க அனுமதிப்பேன் என்று கூறத் துவங்கி விட்டார்.

1981ல் 800 இலைக்கு ஒரு ரூபாய் தர வியாபாரிகள் முன்வந்தனர். தோழர்கள் மக்கள் நண்பர்கள், திருடர்கள் அல்ல என்று மக்கள் புகழத் துவங்கினர். இது வனப்பகுதி முழுதும் பரவியது. பீடி இலைப் போராட்டம் ஆதிவாசி மக்களிடம் பெரும் பெயரைப் பெற்றுத் தந்தது.

1982ல் நான் தளத்தின் தளபதியானேன்".

6

1981 முதல் 2005 வரை

நான் கோசாவுடன் உரையாடியதிலிருந்து, குழுவினர் பல்வேறு பட்ட நபர்களுடன் பேசுவது அவசியம் என்பதை உணர்ந்தேன். கட்சியின் ரகசியக் காப்பின் தேவை, தகவல் தொடர்பில் உள்ள குறைபாடுகள், செயல்படும் கடினமான சூழல் இவற்றில் அனைத்தையும் ஒருவரே தெரிந்திருக்க முடியாது. சிதறிக்கிடக்கும் சின்னச் சின்னத் தகவல்களையும் கூட்டிப் பொருத்துப் பார்த்தால்தான் முழுமையான வடிவம் கிடைக்கும். இதைக் கோசாவும் ஒப்புக் கொண்டார். தெற்கு பஸ்தரில் நடைபெற உள்ள கூட்டத்திற்குப் பல தரப்பினரும் வருவார்கள் என்பதால் அங்கு சென்றால் நிறையத் தகவல்களைப் பெற முடியும். ஆனால் அதற்கு நீண்ட தொலைவு நடந்தாக வேண்டும். நான் அதற்குத் தயாராகவே இருந்தேன்.

காடு எனக்குப் பழக்கப்பட்டுப் போனது. நீண்ட நாட்களான வனவாசம். தெற்கு பஸ்தர் போய்ச் சேர்ந்தேன். காய்ச்சலடிக்கத் துவங்கியது. மலேரியாவோ? நான் சாப்பிட்ட மாத்திரைகள் வேலை செய்யவில்லையோ? இரண்டு நாட்கள் லேசான காய்ச்சலுடன் ஒவ்வொருவரையும் சந்தித்துப் பேச அலைந்தேன். எல்லோரும் அவரவர் வேலையில் தீவிரமாக இருந்தனர். எனக்கு நேரம் தர யாரும் தயாராக இல்லை. சோனுவும் வந்திருந்தார். அவரை அவரை வாசு என்றே அழைக்கலாம்

கோசா, மாவோயிஸ்ட் வரலாறு பற்றி எழுத அழைத்திருந்தார். எப்படியும் மாவோயிஸ்ட் அணியின் தலைசிறந்த மூளைகளை நான் சந்தித்து விட முடியும் என்று நம்பினேன்.

கோசா அன்று இரவு எனக்கு ஒரு சிறப்பு மாத்திரையும், சிறப்பான சூடான உணவும் தந்து ஓய்வெடுக்கச் சொன்னார். ஒரு புதிய தோழர் வந்து என் முதுகில் தட்டிக் கொடுத்து, "ஓ... உனக்கு ஆண் மாதவிலக்கா?" என்று சிரித்தார். எனக்கு அவர் சொன்னது புரியவில்லை. "என்ன சொல்கிறீர்கள்?" என்று கேட்டேன்.

"காட்டில் வாழும் தோழர்களுக்கு மலேரியாதான் மாதவிலக்கு. ஒவ்வொரு மாதமும் வந்து படுத்திவிடும். பையன்கள் பயந்தபடியே நாளை எண்ணிக்கொண்டு, நாளை வந்துவிடுமோ என்று பயப்படுவார்கள்" என்றார். "அவரது அர்த்தமுள்ள நகைச்சுவையை நானும் ரசித்துச் சிரித்தேன். பின் அவர், "மலேரியா தோழர்களுக்குப் பெரும் சவால். மாதத்தில் மூன்று நாட்கள் படுக்க வைத்து விடுகிறது. பெண் தோழர்களுக்கோ இரட்டைத் தொல்லை. இரண்டு முறை படுத்துவிடுவர். எங்கள் தோழர்களில் சிலரை இந்தச் சின்னக் கொசு கொன்றுவிட்டது. நன்கு ஓய்வெடுத்துக் கொள்ளுங்கள்" என்று அக்கறையுடன் அறிவுரை கூறினார்.

நான் அவர் பெயரைக் கேட்டேன். அவர் சோனு என்று கூறிக் கை குலுக்கினார். நான் அவரை எங்கோ முன்பே பார்த்தது போலிருந்தது. உற்றுப் பார்த்தேன். "நீங்கள் பூபதி இல்லையா? தண்டகாரண்யா மாநிலக் கட்சித் தலைவரல்லவா?" என்றேன்.

அவர் தலையை ஆட்டி, "ஆம், தண்டகாரண்யா மத்தியக்குழு உறுப்பினர், நான் உங்களுடன் கட்சி வரலாறு குறித்துப் பேச வேண்டுமென்பது கட்சிக் கட்டளை. ஆனால் இப்போது பேச முடியாது. ஓய்வெடுத்துக் கொள்ளுங்கள்" என்று கூறி நகர்ந்தார்.

அக்கறையுள்ள தோழர்கள். சற்று தூரத்திலிருந்த மர நிழலில் தோழர்கள் கூட்டம். பேச்சு,....பேச்சு... பேச்சு,... எப்படி இப்படிப் பேசுகிறார்களோ?

அடுத்த நாள் சோனு என்னைத் தேடி வந்தார். "இன்று நாம் பேசலாம் வருகிறீர்களா?" என்றார். அவரது கூடாரத்திற்குச் சென்றோம். "காபி குடித்துப் பின் பேசுவோமா?" காபி குடித்து

1981 முதல் 2005 வரை

ஒரு வாரமானது. எனவே அதற்கெனவே காத்திருந்தவன் போல் சரி என்றேன். தலையசைத்தார். அவர் ஒரு சிறப்பு காபி தயாரித்து ஆவிபறக்கக் கருப்பாகக் கொண்டுவந்தார். தலைவர்களுக்கும், நோயாளிகளுக்கும் இங்கும் சிறப்பு கவனிப்பா என்றபடி மெல்லச் சுவைத்தேன்.

“மலேரியாவில் படுக்கும் போது, நிறையத் தண்ணீர் குடிக்க வேண்டும்” என்றார் அக்கறையுடன். சோனு பார்க்கும் போது சாரு மஜும்தார் போல இருந்தார். “சாரு மஜும்தார் நக்சல்பாரி இயக்கத்தைத் துவக்கியபோது வர்க்க எதிரிகளைக் கொல்வது புரட்சிகரமான சூழலை உருவாக்கும். அது மூலம் பரந்த மக்கள் இயக்கத்தைக் கட்ட முடியும் என்று நம்பினார். ஆனால் கொண்டபப்ள்ளி சீத்தாராமையா மக்களைத் திரட்டி, விவசாயிகளையும், இளைஞர்களையும், மாணவர்களையும் கட்சிக்குள் கொண்டுவருவதே பலம் என்று நம்பினார். நான், பி.வி.நரசிம்மராவ் போன்ற நிலச் சுவான்தார்கள் வாழ்ந்த கரீம் நகர் பகுதியில் போராட்டத்தில் ஈடுபட்டிருந்தேன். ஆனால் கே.எஸ். தண்டகாரண்யாவில் நமக்கான தளத்தை உருவாக்க வேண்டும் என்று சொல்வார்.

தண்டகாரண்யா பெரிய மாநிலம். பஸ்தர் மாவட்டம் மட்டுமே கேரளா அளவு. ஒருபுறம் டெல்லி ஹைதராபாத் ரயில், மறுபுறம் விசாகப்பட்டிணம் கடல். கல்கத்தா மும்பை ரயில் வடக்கே என தண்டகாரண்யா இந்தியாவில் முக்கிய இடம் பெற்றுள்ளது. தண்டகாரண்யாவின் வனப்பகுதி நாட்டின் தூய வான்வெளிக்கு மிகவும் முக்கியத்துவம் பெற்றது. நாங்கள் போராடுவது விடுதலைப் புலிகள் போல தனியாட்சி நாடு கேட்டல்ல. எங்கள் போராட் டம் சில சமயங்களில் பின்னடைவைக் காண நேருகிறது.

ஆந்திராவிலிருந்து வந்த துவக்க காலத்தில் நாங்கள் தெலுங்கு பேசும் டோர்லா பழங்குடிகளுக்கு நெருக்கமாக இருந்தோம். 1940 வரைப் பெரும்பான்மையினராக இருந்த அவர்கள் ஒரு நோய் தாக்குதலால் தமது மக்கள் தொகையில் பெரும் பகுதியை இழந்தனர். அப்போது பல கோண்ட் பேசும் மக்கள் வடக்கு பஸ்தரிலிருந்து தெற்கே வந்து சேர்ந்தனர். கோயாக்கள் அப்படி இடம்பெயர்ந்து வந்தவர்களே. இப்போது அவர்கள் பஸ்தர் மக்கள் தொகையில் 60 சதம் உள்ளனர். எனவே நாங்கள் விரைவாக கோண்ட் பேசக் கற்றுக் கொண்டோம்”.

“இப்போது கோயாக்கள் தான் உங்களுடன் பெரிதும் தொடர்பு உள்ளவர்களாக உள்ளார்களா?” டோர்லாஸில் எத்தனை பேர் சல்வா ஜுதுமில் சேர்ந்திருப்பார்கள்? இவ்வாறு ஆதிவாசிகளைப் பிரிக்கும் சதி ஆள்வோரின் யுக்தி அல்லவா? இப்படிப் பிரிப்பதன் மூலம் அரசுக்கு லாபம்” என்றேன் நான்.

“அரசு இப்படி மக்களைப் பிரித்து, பலவீனமாக்கி சல்வா ஜுதுமை வளர்க்க நினைத்தது. ஆனால் அம்முயற்சி தோல்வி கண்டது. எங்களுக்கு 80 சதம் மக்கள் ஆதரவாக உள்ளனர் என்பது உண்மையே. ஆனால் டோர்லாஸிடம் ஆதரவில்லை என்று சொல்வது பொய்.

அனைத்து ஆதிவாசிகளும் வேறுபாடேதுமின்றி அரசு அதிகாரிகளையும், நகரத்தாரையும் சுரண்டும் கொள்ளையர்கள் என்றே நினைக்கின்றனர். அவர்களைப் பார்த்தால் ஓடி மறைந்து விடுவர். எனினும் கிராமத் தலைவர்கள் எங்களுக்கு உணவளிப்பர். இது பஸ்தர் ஆதிவாசிகள் பண்பாடு. வாரங்கலைச் சேர்ந்தவரே பஸ்தரின் ராஜா என்ற போதும், அவரை அடக்குமுறை செய்யாதவர். மராட்டியர்களை விடவும், பிரிட்டிஷாரை விடவும் நல்லவர் என்பதாலேயே அவரை ஏற்றுக்கொண்டனர். எங்களைத் தங்களுக்கு நன்மை செய்பவர்கள் என்று நம்பியே ஏற்றுக் கொண்டிருக்கக்கூடும்.

ஆதிவாசிகள் ஏற்றுக் கொண்டார்கள் என்பதால்தான் நாங்களும் அவர்களுடன் கூட்டு வைக்கிறோம். ஆதிவாசிகள் சேகரிக்கும் பீடி இலைக்கு நல்ல காசு தர வேண்டும்” என்றார் சோனு.

அப்போது ஒரு கருத்த குள்ளமான மனிதர், அச்சிட்ட பனியனுடன் வந்து நின்றார். அவரது தோளில் ஒரு பழைய ஏ.கே.47 தொங்கிக்கொண்டிருந்தது. அவரது தோளில் தொங்கிய பையும் பழையதாகவே இருந்தது.

“இவர் ராமண்ணா. வன அதிகாரிகளின் அராஜகம் பற்றி இவர் அதிகம் உங்களுக்குச் சொல்லக் கூடும். இவர் தான் வடக்கு பஸ்தர் கட்சி அமைப்பின் தலைவர்” என்று அறிமுகம் செய்தார்.

சாதாரணமாகத் தோன்றும் இம்மனிதர் சாதாரணமானவரல்ல. பஸ்தரில் நடந்த அனைத்து மாவோயிஸ்ட் தாக்குதலிலும் முன்

நின்றவர்.

சோனு கதையைத் தொடர்ந்தார். "1980ல் சில கிராமங்களே அரசு வருவாய்த்துறையின் கட்டுப்பாட்டில் இருந்தன. வடக்கு பஸ்தரில் உள்ள காடுகளில் மரங்களையெல்லாம் வெட்டி விட்ட காரணத்தால் அங்கிருந்த பழங்குடி மக்கள் இங்கு வந்து குடியேறிவிட்டனர். மக்கள் காட்டுக்குள் தமக்குத் தேவையான வனப் பொருட்களை எடுக்கச் செல்லும்போது வனத்துறையினர், அவர்களை மிகவும் துன்புறுத்தி வந்தனர். வனக்காவலர்கள் பெரும்பாலும் வெளியாட்களே. அவர்கள் பிடிபடும் ஒவ்வொரு வரிடமும் லஞ்சம் கேட்பர். கொடுக்காவிட்டால் வன அழிப்புக் குற்றம் சாட்டி வழக்குப் போடுவர். பின் போலீஸ், வக்கீல் என்று மக்கள் அலைய நேரிடும். பலரைச் சிறையிலும் தள்ளியுள்ளனர்.

இந்த வனச் சாலைகள் எல்லாம் மக்களுக்காகப் போடப் பட்டவை அல்ல. மரத் திருடர்களுக்காக வனத்துறை போட்டது. இது அரசால் போடப்பட்டதல்ல. வனத்துறையினர் மக்களை மிரட்டிக்கூலி ஏதுமின்றிப் போடச் செய்தது. இச்சாலையில் ஓடும் லாரியில் மக்கள் எவரும் பயணிக்க முடியாது. பிரிட்டிஷ் காலத்தில் துவங்கிய ஆதிவாசி மக்களைச் சுரண்டும் பழக்கம் விடுதலையின் பின்னும் இன்றுவரைத் தொடர்கிறது. நோரோன்ஹா என்ற பிரிட்டிஷ் கலெக்டர் அத்தகைய ஆதி வாசிகள் கொத்தடிமைக் கூலிகளாகப் பயன்படுத்தப்பட்டது பற்றித் தனது நூலில் எழுதியுள்ளார். கம்யூனிஸ்ட் கட்சியின் ஆதரவுடன் இப்பகுதியின் சட்டமன்ற உறுப்பினரான மகேந்திர கர்மா கூட இதற்கென எதுவும் உதவவில்லை. சிறையிலிடப்பட்ட ஆதிவாசிகள் பட்டியலே எங்களிடம் உள்ளது.

1980ல் வெலம்கொண்டா கிராமத்தில் செல்வம் லட்சண்ணா எனும் ஆதிவாசி வனக்காவலர்களால் அடித்துக்கொல்லப்பட்டார். இப்போது அவரது மகன் எங்கள் கட்சியின் முழுநேர ஊழியராக உள்ளார். நாம் இப்போது அமர்ந்திருக்கும் இந்த கிராமமும், மக்களும் மூன்று முறை தீயிடப்பட்டு அழிக்கப்பட்டனர்.

இந்த இடத்தில்தான் மாவோயிஸ்ட்டுகள் பழிவாங்கும் வகையில் 76 போலீஸ்காரர்களை ராமண்ணாவின் தலைமையில் தாக்கிக் கொன்றனர். 1982ல் தர்மராம் என்ற இடத்தில் எமது முதல் மக்கள் நீதி மன்றத்தை நடத்தினோம். கோபிநாதன் என்ற வன அதிகாரி, ஆதிவாசிகளின் 50 மாடுகளைப் பிடுங்கிக் கொன்டான்.

அதற்காக அவனை மக்கள் முன் தண்டித்தோம். இது எங்களுக்கு ஆதிவாசிகளின் ஆதரவைத் தேடிக் கொடுத்தது".

ராமண்ணா தொடர்ந்தார்,"அதேபோலகிஸ்டாராம்கிராமத்தில் ஸ்ரீவத்சவா என்ற ரேஞ்சர் மக்களைக் கொடுமைப்படுத்தியதற்காக மக்கள் நீதிமன்றத்தில் சுணம்ராம் எனும் கிராமத் தலைவரால் சவுக்கடி கொடுக்கப்பட்டார்".

நான் ஸ்ரீவத்சவாவை ஓய்வு பெற்ற பின் ஜக்தல்பூரில் சந்தித்தேன். அவர் அப்படியொரு சம்பவம் நடக்கவில்லையென்று மறுத்தார். சுணம்ராமும் இறந்துவிட்டார். ஆனால் அவரது மகன் அச்சம்பவம் நடந்தது உண்மையே என்றார். அதிகாரிகள் மானஸ்தர்கள்.

ராமண்ணா சில நல்ல வன அலுவலர்களுடன் நல்லுறவு இருந்ததாகவும் கூறுகிறார். "லதா உசண்டியின் தந்தை ஒரு ரேஞ் சர். அவர் கட்சிக்கான இதழை நாராயண்பூரில் அச்சிட்டுத் தந்து வந்தார். லதா உசண்டி சதீஷ்கரில் ஒரு அமைச்சராக இருந்தார். அவருடைய தகப்பனார் ஒரு அரசுத் துறையின் தலைவராக உள்ளார். நான் தற்போதைய வன அமைச்சர் விக்ரம் உசண்டியை அவரது வீட்டில் சந்தித்துப் பல முறை விருந்துண்டிருக்கிறேன். அவர் அரசின் 6 வது ஷெட்யூல்ட் வனச் சட்டத்தை அமுலாக்க வேண்டி நடைபெற்ற ஆர்ப்பாட்டங்களில் கலந்து கொண்டிருந்தார். ஆனால் பதவிக்கு வந்தபின் மக்கள் தங்கள் பழைய உறவுகளை மறந்துவிடுகின்றனர். உசண்டி சட்டமன்ற உறுப்பினரான பின் என்னை சந்திக்க வருவதாகச் சொன்னார். ஆனால் ஊருக்கு வந்தும் என்னைச் சந்திக்காமல் சென்றுவிட்டார்.

1982ல் வனத்துறையினரின் அத்துமீறலுக்கு எதிரான எமது போராட்டம் தீவிரமடைந்தது. வனத்துறையினருடன் துப்பாக்கிச் சண்டையும் முதல்முறையாக நடந்தது. கங்லர் கிராமத்தில் வனத்துறையினர் சுட்டனர். எனவே நாங்களும் திரும்பச் சுட நேர்ந்தது. இழப்புகள் ஏதுமில்லை.

சிங்காரம் கிராமத்தில் ஒரு ஆதிவாசிப் பெண் தனது குறையைச் சொல்ல மிகவும் போராடிக் கொண்டிருப்பதைக் கண்டேன். அவருடைய உறவினர்கள் சிலரை வனத்துறை விறகுக்காக மரம் வெட்டிய போது கைது செய்துவிட்டனர். வன அலுவலகத்திற்கு நாங்கள் போய்ப் பார்த்தோம். வன அலுவலர் சாதுராம் ஆதிவாசிகள் சிலரைத் தனது பெல்டால் அடித்துக்

கொண்டிருந்தார். எங்களைப் பார்த்தவுடன் அடிப்பதை நிறுத்தி எங்களிடம் தான் ஏன் அடித்தேன் என்பதை உணர்த்த அவர் என்ன தண்டனை தந்தாலும் ஏற்றுக் கொள்ள முன்வந்தார். பள்ளிப் பிள்ளை போல காதைப் பிடித்துக் கொண்டு தோப்புக் கரணம் போடச் செய்து, ஆதிவாசிகளிடம் மன்னிப்புக் கேட்க வைத்தோம்.

சாதுராம் தான் ஒரு சின்ன அதிகாரி, காட்டைக் காப்பது என் வேலை. இனி ஆதிவாசிகளைக் கொடுமைப்படுத்த மாட்டேன் என்று உறுதி கூறினார். உயிருடன் விட்டால் போதும். கட்சிக்கு எவ்வித உதவியையும் செய்யத் தயார் என்றார். அதன்படி அவர் கடைசி வரைக் கட்சிக்கு உதவி வந்தார்.

இந்த சின்னச் சின்ன செயல்பாடுகள் மக்களுக்குப் பெரும் நம்பிக்கையைத் தந்தன. ஆதிவாசி மக்கள் யாருமற்ற அனாதை களல்ல. அவர்களுக்காகப் போரிடவும் ஆட்களுண்டு என்ற பயத்தை வனத்துறையினரிடம் உண்டாக்கியது. மக்கள் வளம் தங்களுக்கு உரியது என்ற துணிவு பெற்றனர். வனத்துறையினரின் அத்துமீறல்கள் பெரிதும் கட்டுப்பட்டது.

வளங்களைச் சார்ந்தே ஆதிவாசி மக்களின் வாழ்வும், வருமானமும் உள்ளது. ஆண்டொன்றுக்குச் சுமார் 10,000 ரூபாய் வருமானத்தை வனம்படு பொருட்கள் சேகரித்து விற்பதன் மூலம் ஒவ்வொரு குடும்பமும் பெற்று வந்தன. பீடி இலை மூலம் ரூ.3000-5000 வருமானம் பெற்றனர்.

1990 வரை வனத்துறையில் வேலை பெறப் பல ஆயிரங்கள் லஞ்சம் கொடுத்தே ஒருவர் வேலை பெற முடிந்தது. வனத்தின் மீதான வனத்துறை ஆதிக்கம் குறைந்து, மக்கள் ஆதிக்கம் வலிமை பெற்றதால் வனத்துறை வேலைக்குப் பெரிய போட்டியில்லாமல் போனது".

"நீங்கள் வன அதிகாரிகளைக் கொன்றதுண்டா"?

"இரண்டு வன அதிகாரிகள் மகாராஷ்டிரத்தில் உள்ள கோண்டி யாவில் கொல்லப்பட்டார்கள். அவற்றைப் பின் பரிசீலித்துப் பார்த் தோம். அவை தேவையற்றன என முடிவு செய்தோம். சிங்காரம் வன அலுவலகம் கட்சி எவ்விதம் செயல்பட வேண்டுமென்பதற்கு நல்ல உதாரணம்" என்றார் சோனு.

பின் 2009ல் நடந்த சிங்காரம் என்கவுண்டர் பற்றிக் கேட்டேன்.

“1990ல் வன அதிகாரிகள் சிங்காரத்திலிருந்து கோலபள்ளிக்கு இடம் பெயர்ந்தார்கள். 1995ல் அது கோண்டாவுக்கு மாற்றப் பட்டது. 2006ல் கட்சி சிங்காரம் வன அலுவலகத்தைத் தகர்த்து, அதைப் போலீஸ் பயன்படுத்தாமல் தடுத்தது” என்றார் சோனு.

ராமண்ணா தொடர்ந்தார், “அப்பகுதியை தேசியப் பூங்கா என்று அரசு அறிவித்தது எங்களுக்கு ஒரு நல்ல வாய்ப்பளித்தது. அதற்கு எதிராக மக்களைத் திரட்ட முடிந்தது. 52 கிராமங்கள் வனப்பகுதியிலிருந்து வெளியேற வேண்டுமென்றனர். இந்திராவதி தேசியப் பூங்காவுக்காக இதுவும், பாமெட் கானுயிர் சரணாலயத் திற்காக 50 கிராமங்களும் காலி செய்ய முடிவு செய்தனர். 2009ல் ராய்பூர் அருகே தம்டாரியில் இரண்டு புலிகள் சரணாலயம் அமைக்க இவ்வாறு கிராமங்களைக் காலி செய்ய முயன்றனர். இவ்வாறு மக்களை வாட்டும் அரசுச் செயல்பாடுகளால் கட்சி வேகமாக வளர்ந்தது.

அரசு அனுபவங்களிலிருந்து பாடம் கற்றுக்கொள்ளாத மூடத்தனமானதாக உள்ளது. தம்டாரியில் வேலை செய்து வந்த கோபண்ணா கைது செய்யப்பட்டார். 1998ல் அபூஞ்மட் பகுதியில் முதலமைச்சர் மோதிலால் ஓராவிற்கு நண்பரான ஒருவர் தொழிற்சாலை அமைக்க அரசு காட்டை அழிக்கத் துவங்கியது. கிராமத்து மக்களை வேறு இடத்திற்குக் குடிபெயர அதிகாரிகள் கட்டளையிட்டனர். மக்கள் வெறுப்புற்றிருந்தனர். எங்கள் நுழைவு எளிதாக்கப்பட்டது. இவ்வாறு அணை, இரும்புத் தொழிற்சாலையென ஒவ்வொரு வளர்ச்சியின் பெயராலும் அப்பாவி ஆதிவாசிகள் துன்பத்தைச் சுமக்கும் போது, நாங்கள் மக்களுக்குத் துணையாக நிற்க வேண்டியிருந்தது”.

ராமண்ணாவின் வார்த்தைகள் தம்டாரியில் ஒரு தொண்டு நிறுவன நண்பர் சொன்னதை உறுதிப்படுத்துவதாக இருந்தது. மக்கள் வன்முறையற்ற அமைதி வழியில் போராடும் போது அரசு அவர்களை மதிப்பதில்லை. அதுதான் மக்கள் மாவோயிஸ்ட்டுகள் பக்கம் போகக் காரணம்.

தம்டாரி திட்டம் அறிவிக்கப்பட்டவுடன் கூடவே, அரசு அச்சன் க்மார என்ற மற்றொரு திட்டத்தையும் பிலாஸ்பூர் அருகில் துவக்குவதாக அறிவித்தது. அங்கு மக்களுக்காகப்

போராட மாவோயிஸ்ட் குழு எதுவுமில்லை. தொண்டு நிறுவனங்களும், மக்களும் எதிர்த்த போதும் அரசு மக்களை கிராமங்களிலிருந்து காலி செய்ய அறிவித்தது. எனினும் சிட்டநடி என்ற தம்டாரிஅருகிலிருந்த பகுதிக்குள் நுழைய அதிகாரிகள் பயந்தனர். ஏனெனில் அங்கு மாவோயிஸ்ட்டுகள் இருந்தனர்.

இது சொல்லும் செய்தி என்ன? மாவோயிஸ்ட்டுகள் இருந்ததால் சிட் நடியில் முப்பதாண்டுகள் பின்னும் ஆதிவாசிகளை வனத்துறையால் விரட்டியடிக்க முடியவில்லை. மக்கள் தங்களது சொந்த மண்ணில் வாழ வழி செய்தது தவிர மாவோயிஸ்ட்டுகள் செய்த பாவமென்ன? ஆதிவாசிகள் மாவோயிஸ்ட்டுகளை ஆதரிப்பதில் ஆச்சிரியப்பட என்ன உள்ளது?" என்று சோனு கேட்டார்.

இந்திராவதி தேசியப் பூங்காவின் இயக்குனரை அவருடைய ஜக்தல்பூர் அலுவலகத்தில் சந்தித்த போது, "நான் அதனுள் நுழையக் கூட முடியவில்லை." என்றார். ஆனால் அதற்காக அரசு ஒதுக்கிய பல கோடி நிதி என்ன ஆனது? எப்படிச் செலவிடப் பட்டது என்பதை யார் கேட்பது?

சோனு தொடர்ந்தார், "1983ல் பஸ்தருக்குச் சென்ற எங்களது முதல் குழு இரண்டு குழுக்களாக வளர்ந்தது. கோண்டாவில் இரண்டாவது குழு செயல்பட்டது. செலபதி அதன் தளபதி. ராமண்ணா அதில் உறுப்பினர். 1984ல் பசுகுடாவில் மூன்றாவது குழு கோபண்ணா தலைமையில் துவங்கியது.

வெளி மாநிலத்தினரான ஆந்திராவினரால் சதீஷ்கர் குழு வழி நடத்தப்படுகிறது என்று எமது பணிகளைக் குற்றம் சாட்டினர். கோபண்ணாவின் மனைவி கமலாக்கா ரெய்பூரில் அங்கன்வாடிப் பணியாளராக இருந்தார். அவரை பஸ்தரில் வேலை செய்ய அழைக்கப்பட்டபோது அவர் தனது அரசுப் பணியை விட்டு விட்டுப் புரட்சிப் பணியில் சேர்ந்தார். அவரே பழங்குடி மக்களுக் கான முதல் தியாகி".

நான் கோபண்ணாவை சில ஆண்டுகள் முன்பே சந்தித்தேன். அவருக்கு மாவோயிஸ்ட் குழு MCC மீது நல்ல அபிப்ராயம் இல்லை. அவர்கள் ஒழுங்கான செயல்பாடில்லாதவர்கள் என்று கருதினார்.

"நீங்கள் MCCயுடன் கடுமையான மோதலில் ஈடுபட்டுள்ளீர்கள்?

2004ல் உங்கள் இணைப்பு நடைபெற்றது. அப்போது அவர்களுடன் இணைந்து செயல்படுவது சிரமமாக இல்லையா?" என நான் கேட்டேன்.

"அது கோபண்ணாவின் கருத்து. ஆனால் கட்சியின் முடிவே இறுதியானது. தனிநபர் கருத்து முக்கியத்துவமானதல்ல. அதுதான் கட்டுப்பாடு" என்றார் சோனு.

ராமண்ணா வரலாற்றைச் சொல்லத் துவங்கினார். "கட்சி ரோலி போலன்றி பஸ்தர் இயக்கம் பலவீனமாக இருந்தது. 1984ல் பஸ்தரின் தளபதியாக இருந்த சிவாஜி வர்க்க முரண்பாடுகள் பற்றிய தெளிவற்றவராக இருந்தார். பணக்கார நிலவுடைமை யாளர்களுக்கும், மக்களுக்குமிடையே வெறுப்பு எதுவுமில்லை என்று கருதினார். எனவே அங்கு கட்சியின் தேவையெதுவுமில்லை என்று கருதினார். சிலர் கட்சியைவிட்டு விலகினர். கோசாவின் குழு மகாராஷ்டிராவுக்கு இடம் பெயர்ந்தது.

சிவாஜி வாரங்கல் REC கல்லூரி முன்னாள் மாணவர். அவர் கட்சியில் மிக முக்கிய இடத்தை விரைவில் எட்டினார். அது போலவே அவரது வீழ்ச்சியும் இருந்தது. பின் அவர் கட்சியை விட்டு விலகி போலீசில் சேர்ந்தார்".

"சிவாஜியின் கணிப்பு தவறானது. அவர் கிராமத்து மக்களின் உணர்வைப் புரிந்து கொள்ளவில்லை. அவர் கட்சி என்பது நிரந்தரமல்ல என்றே கருதினார். வெளியிலிருந்து வந்தவர்கள் திரும்பிவிடுவார்கள். கிராமத்தவர் தம்மைத் தாமே கவனித்துக் கொள்வர். அவர்களுக்கு மகேந்திர கர்மா போன்றவர்கள் உண்டு என எண்ணினர். வெளியார் அட்டகாசம் என்று பேசுபவர்கள். பாரம்பரிய பணக்காரத் தலைவர்களின் பொருளாதார,பண்பாட்டு அடக்குமுறைகள் பற்றி அவர்கள் பேசுவதில்லை. வர்க்க முரண்பாடுகள் பற்றிய தெளிவில்லாதவர்கள். அதனால்தான் 1985 ல் பஸ்தரிலிருந்த நான்கு குழுக்களிலும் இருந்த உறுப்பினர்கள் உள்ளூர் பிரதிநிதிகளே இன்றி, ஆந்திராவைச் சேர்ந்த ஐந்து உறுப்பினர்களே ஒவ்வொன்றிலும் இருந்தனர்.

1985ல் மத்திய ரிசர்வ் போலீசை ஆந்திராவில் நியமித்தனர். என்கவுண்டர் கொலைகள் துவங்கின. 1987 வரை நிலக் கிழார்களை எதிர்த்துப் போராடுவதிலேயே முழுக் கவனத்தையும் செலுத்தினோம். இந்தப் போலி என்கவுண்டர்களின் பின் போலீசையும் கவனிக்க வேண்டியதானது.

1981 முதல் 2005 வரை 99

இந்தக் காலகட்டத்தில் விடுதலைப் புலிகள் இயக்கத்திலிருந்த சில மார்க்சிய சிந்தனையாளர்கள், பிரபாகரனின் எதேச்சதிகாரப் போக்கை விரும்பாமல் எங்களது தமிழ்நாடு தோழர்களைத் தொடர்பு கொண்டனர். அதிலிருந்த சுரேஷ் என்பவர் பஸ்தரில் முழுமையான ராணுவப் பயிற்சி தர முன்வந்தார். அதில் கணபதி உட்பட 40 தோழர்கள் பயிற்சி பெற்றனர். அப்போதுதான் மிகுந்த பலம் வாய்ந்த குண்டுகள், நிலவெடிகள், ஆயுதங்கள் கையாளும் பயிற்சியைப் பெற்றோம்.

அமெரிக்கர்கள் ஆப்கானிஸ்தானில் இஸ்லாமியத் தீவிரவாதி களுக்குப் பயிற்சியும் ஆயுதமும் தந்து ரஷ்யர்களை எதிர்க்க அனுப் பினர். பஞ்சாப்பில் அகாலிகளை ஒடுக்க காங்கிரஸ் பிந்தரன் வாலேவுக்கு ஆயுதம் தந்தனர். இலங்கையின் LTTE யினருக்கு இந்திய ராணுவம் டேராடூனில் பயிற்சி தந்தது. இப்போது அது மாவோயிஸ்ட்டுகளைப் பயிற்றுவிக்க உதவுகிறது. வட்டம் முழுமை பெறுகிறது.

1989ல் சுரேஷ் இரண்டாவது பயிற்சி முகாமை நடத்தினார். நான் முதலாவது ராணுவப் பயிற்சியாளராகக் கட்சியால் தேர்ந் தெடுக்கப்பட்டேன்" என்றார் சோனு.

ராமண்ணா கட்சித் திட்டம் பற்றிக் கூறினார். "பஸ்தரில் பெண்கள் பாலியல் வன்முறைகளுக்கு அதிகம் ஆளாகி வந்தனர். வனத்துறையினரின் முகாம்களில் பெண்கள் பெரிதும் பாதிக்கப் பட்டனர். வேலைக்கென அழைத்துச் செல்லப்படும் பெண்கள் தூங்கும் போது டார்ச் அடித்துப் பார்த்தே தேர்ந்தெடுத்தும் செல்வார்களாம். இது முதலில் பெரும் அதிர்ச்சியாக இருந்தது. 1985ல் கன்னய்குடா கிராமத்தில் இப்படி நடந்ததை நானே ஒளிந்திருந்து பார்த்தேன். மறுநாள் அந்த ரேஞ்சரையும் காவலரையும் அழைத்துவந்து, மரத்தில் கட்டினோம். மக்கள் நீதிமன்றம் கூட்டப்பட்டுப் பெண்களை அழைத்து அடிக்க வைத்தோம். அத்துடன் வனமுகாம்கள் முடிந்து போனது. கிராமங் களுக்கு அருகில் உள்ளவர்களைக் கொண்டே வன வேலைகளை முடித்தனர்".

"கோண்டா, கோலபள்ளி இடையிலான அதே கிராமத்தில் 2008ல் 10 மிசோ ஜவான்கள் கொல்லப்பட்டனர் தானே?"

"ஒருநாள் இரவு ஒரு பெண் எதற்கோ தப்பித்து ஓடுவது போலக் கண்டோம். அவரை அழைத்து விசாரித்த போது,

தாசில்தார் அவளை வற்புறுத்தியதாகக் கூறினார். உடனே நாங்கள் நாராயண்பூர் சென்று அவனை ஒரு வீட்டில் போட்டுப் பூட்டினோம். ஆனால் அந்த ஊர் பட்வாதி அவனைத் தப்பச் செய்து விட்டான்".

சிறுசிறு பொருட்களைக் காட்டிப் பெண்களை ஏமாற்றுவது நடந்து வந்தது. ஆதிவாசிகளின் பால் உறவு எண்ணங்கள் நகர்ப்புற நடுத்தர மக்களிலிருந்து வேறுபட்டது. புரட்சியாளர்கள் கூட அவரவர் சூழலுக்கு ஏற்பத் தவறுகள் செய்வதை அறிவோம். புரட்சியாளர்கள் கூடத் தங்களது இந்து மதப் பண்பாட்டை ஆதிவாசிகளிடம் திணிப்பதையும் காண்கிறோம்.

"மொத்தத்தில் வனப்பகுதியிலும் பாலியல் தவறுகள் அதிகரித்து வருகின்றன. முதியவர்களும் இதை ஒப்புக் கொள்கின்றனர். அடர்ந்த வனப்பகுதிகளில் கூட வெள்ளை நிறத்துக் குழந்தைகள் இருப்பதைக் காணலாம். வன அதிகாரிகள் ஆதிவாசிப் பெண்களைத் தமது இச்சைக்குப் பயன்படுத்துவது தொடர்கிறது. ஆனால் அத்தனை வெளிப்படையாக நடப்பதில்லை. பெண்களின் நிலையை உயர்த்துவதில் கட்சி எடுத்த சின்னச் சின்ன முயற்சிகள் பெரும் முன்னேற்றத்தைத் தந்தது. கிராம அதிகாரிகளைக் கண்காணிப்பது, நடவடிக்கை எடுப்பது ஆகியவற்றில் கவனம் செலுத்தினோம். அவர்கள் கிராமங்களில் ராஜாபோல ஆதிக்கம் செலுத்தினர். அவர்களுக்கு ராஜ உபசாரம். கிராமத்தின் இளம் பெண்களை மசாஜ் செய்ய அழைப்பார்கள். அரசு விதித்த நிலவரியை விட அதிகம் வசூலித்துத் தாங்கள் பகிர்ந்து கொள்வர். எமது தோழர்களின் தடிகள் பேசத் துவங்கியபின் அவர்கள் அடங்கிவிட்டனர். மக்கள் கட்சியைத் தங்கள் பாதுகாவலன் என்ற ஏற்று மதித்தனர்"என்றார் ராமண்ணா.

சோனு "பெரிய பணக்காரர்கள் எங்கள் நடவடிக்கைகளால் பாதிக்கப்பட்டவுடன் அரசு அவர்களைக் காக்கச் செயல்படத் துவங்கியது. பெரிய வியாபாரிகள், நிலச்சுவான்தார்கள் நலனைக் காக்க அரசு முன்னுரிமை தருகிறது. முன்னர் ஆந்திராவிலிருந்துதான் வியாபாரிகள் வந்து பஸ்தரில் ஆதிவாசிகளின் வனம்படு பொருட்களை மலிவாக வாங்கிச் சென்றனர். இப்போது உத்திரப் பிரதேசம், பிஹார் வியாபாரிகளும் போட்டியாக வரத்துவங்கினர். ஆனால் இருவருமே போட்டி போட்டுப் பழங்குடி மக்களை ஏமாற்றினர். இது குறித்த விழிப்புணர்வூட்ட சிறு நாடகங்களையும், பாடல்களையும் எமது தோழர்கள் நடத்தினர்" என்றார்.

மீண்டும் ராமண்ணா தொடர்ந்தார், "பண்டமாற்று முறையில் தான் வியாபாரம் நடந்தது. ஒரு கிலோ அரிசிக்கு இரண்டு கிலோ சோளம், 3 கிலோ மொச்சை, 3 கிலோ நெல்லி என்று அளவின்றி வாங்கி வந்தனர். ஆனால் அவற்றை நகர்ப்புறச் சந்தையில் பல மடங்கு அதிக விலைக்கு விற்றனர். இதை மாற்றி ஓரளவு நகரச் சந்தை விலைக்கு இணையாகப் பண்டமாற்றுக்குக் கட்சி வழி செய்தது. ஆனால் தோழர்கள் இல்லாத வேளையில் அவர்கள் அப்பாவி மக்களைத் தொடர்ந்து ஏமாற்றி வந்தனர். எனவே சாதாரண அடிகளால் இவர்களைத் திருத்த முடியாது என்று முடிவு செய்தோம்.

வியாபாரிகளின் பொருட்களைக் கொள்ளையடித்து, அவற்றை மக்களுக்கு வினியோகம் செய்தோம். ரூபாய் 5 லட்சம் பெருமானப் பொருட்கள் 2000 ஆதிவாசிகளுக்கு வழங்கப்பட்டது. போலீஸ் பலரைக் கைது செய்து சிறையில் தள்ளியது".

நாங்கள் நெந்த்ரா எனும் ஊரில் சல்வா ஜுதும் செயல்பாட்டிற்கு எதிராக மனித அரண் போராட்டம் நடத்தினோம். அந்த கிராமத்தை சல்வா ஜுதும் மீண்டும் மீண்டும் தீவைத்து எரித்து வந்தனர். எங்கள் போராட்டத்தின் பின் ஆந்திரப் பகுதிக்கு ஓடிய மக்கள் மீண்டும் வந்து குடியேறினர். அவர்களுடன் காந்தியவாதிகளும் அவர்களுக்குத் தைரிய மூட்டிப் பாதுகாக்கத் துணையாக வந்தனர். நாங்கள் மக்களுக்கும், காந்தியவாதிகளுக்கும் பாதுகாப்பாக நின்றோம். அப்போது தமய்யா என்பவரைச் சந்தித்தேன். அவர் முன்னர் மாவோயிஸ்ட்டுகளுக்கு உதவியவர் என்றும், அதற்காகச் சிறையில் தள்ளப்பட்டவர் என்றும் அறிந்து வியந்தேன். இந்த மாவோயிஸ்ட்டு காந்தியர் நட்பு எனக்கு வியப்பளித்தது.

உள்ளூர் நிலையைப் பொருத்தவரை யார் யாருடன் என்பதை உறுதியுடன் கூற முடியாத நிலை. மக்களின் நம்பகத்தன்மை அத்தனை உறுதியானதாக இல்லை.

கம்யூனிஸ்ட் கட்சி உள்ளூர் விவகாரங்களில் தலையிடுவதில்லை என்று சோனு கூறினார். "மகேந்திர கர்மா சட்டமன்ற உறுப்பின ராக இருந்தபோது, கணேஷ் என்பவர் வெளியே வேலை செய்து வந்தார். அவர் எல்லா சி.பி.ஐ தலைவர்களையும் சந்திப்பார். நாம் அனைவருமே மக்கள் பக்கம் தான் என்று கூறிக்கொள்வர்".

மகேந்திர கர்மா நக்சல்பாரிகளைப் புகழ்ந்தது பத்திரிக்கைகளில்

வெளியானது. அப்போது போலீஸ் உயர் அதிகாரியாக இருந்தவர், நக்சல்பாரிகளுடன் நட்பு வேண்டாமென அவரை எச்சரித்தார்.

"சி.பி.ஐ தலைவர்கள் கூட பீடி இலை வாங்குவோரிடம் பணம் பெறுவதாகத் தெரிந்த உடன் அவர்களை எச்சரித்துத் துண்டுப் பிரசுரம் வெளியிட்டு நாங்களும் அவர்களும் வேறு வேறு என்று அறிவித்தோம்".

சி.பி.ஐ நக்சல் உறவு எப்படி உள்ளது என்பதைத் தெரிந்து கொள்ள முயன்றேன்.

"சி.பி.ஐ காங்கிரசுக்கும் பிஜேபிக்கும் எதிரானது" என்ற சோனு தொடர்ந்தார். "அவர்கள் போலி என்கவுண்டரைத் தீவிரமாக எதிர்த்தனர். சல்வா ஜுதும் உருவாக்கப்பட்டபோது, அதை அவர்கள் தீவிரமாக எதிர்த்தனர். ஆனால் எங்களுடன் அவர்களது தோழர்கள் நெருங்கிப் பழகுவதை அவர்கள் வரவேற்கவில்லை. 1988ல் அவர்கள் ஒரு பிரசுரம் கொண்டுவந்தார்கள். அதில் நாங்கள் தேர்தலில் பங்கேற்காததைக் கண்டித்திருந்தார்கள். பின் எங்களைப் பற்றிய தகவல்களை அவர்கள் போலீசுக்குத் தந்து உதவத் துவங்கினர். அப்படி உளவு சொன்ன கோபல்ராவ், நாகேஸ்வரராவ் ஆகியோரை 1989ல் கொன்றோம்.

தண்டகாரண்யாவில் அரசைத் தாக்கும் எண்ணம் 1991 வரை எங்களுக்கு இல்லை. ஆந்திராவில் ஏற்கனவே 1987ல் முடிவெடுக்கப்பட்டது. சதீஷ்கர் அரசும் அதனடிப்படையில் தயாரிப்புகளைச் செய்தனர். 1984ல் 15 போலீஸ் முகாம்களே இருந்தது. அதன் பின் நாங்கள் வியாபாரிகளைத் தாக்கத் துவங்கியவுடன், மேலும் 40 முகாம்கள் அமைக்கப்பட்டன. அவர்கள் சாலை வழியாகக் காவலுக்கு நடப்பார்களே தவிரக் காட்டுக்குள் நுழையமாட்டார்கள். பின் சம்பல் மக்களிடமிருந்து குதிரைகளைப் பெற்றுக்கொண்டு, உள்ளே நுழைய முயற்சித்தனர். பருவநிலை மோசமாக இருந்த காரணத்தால், அம் முயற்சி தோல்வியுற்றது.

இப்போது எதற்கு பஸ்தரில் 105 போலீஸ் முகாம்கள் உள்ளன. 25 வருடங்களில் ஏழுமடங்கு அதிகரித்துள்ளது.

போலீஸ்காரர்களும், வியாபாரிகளும், நிலக்கிழார்களும் கூட்டணி அமைத்துக் கொண்டனர். உத்திரப் பிரதேசத்திலிருந்து 30 தாகூர் குடும்பத்தினர் தெற்கு பஸ்தரில் குடியேறினர். 1987ல்

தாகூர்களும், போலீசும் சேர்ந்து சல்வா ஜுதும் ஆள் தேர்கனபால் உதவியுடன் எங்கள் முகாம்களைத் தாக்க முயன்றனர். அடுத்த ஆண்டு ஆகஸ்டில் நாங்கள் 30 தோழர்கள், மக்கள் 500 பேருடன் சேர்ந்து தாகூர்களைத் தாக்கினோம். 6.7 லட்சம் மதிப்புள்ள பொருட்களையும், 15 துப்பாக்கிகள், 2 கைத்துப்பாக்கிகள் ஆகிய வற்றை அவர்களிடமிருந்து பறித்தோம். 55 பேரை அந்நிகழ்வின் பின் கைது செய்து சிறையிலடைத்தனர். எனினும் அவர்களுக்கு மறக்க முடியாத எச்சரிக்கையானது. அவ்வப்போது அவர்கள் எல்லை மீறும் போது தனிப்பட்ட வியாபாரிகளைத் தாக்குவது தவிர்க்க முடியாத தேவையானது.

1987க்குப் பின்னரே பஸ்தரில் நடைபெற்ற போராட்டம் வர்க்க வடிவம் பெற்றது. பழங்குடியினரிடம் வர்க்க பேதமில்லை என்றே நான் நினைத்தேன். ஆனால் கட்சி எப்படி வர்க்கப் போராட்டமெனக் கணித்ததென்பது புரியவில்லை".

சோனு சில விளக்கங்கள் தந்தார். "சில குடும்பங்கள் வசதி மிக்கவர்களானார்கள். கமலா தேவா, மகேந்திர கர்மாவின் உறவினர். அவர் சுமார் 300 ஏக்கர் நிலத்தை வளைத்துப் போட்டார். மக்கள் அவரிடம் பயந்தனர். பழக்கம் காரணமாக மக்கள் அவரைப் பற்றிக் குறை சொல்ல முன்வரவில்லை. எங்களை அவர்கள் வெளியாராகவே பார்த்தனர். கமலா எமக்கு எதிராகப் போலீசுக்கு உதவி வந்தவர். அவரை வெளியிலிருந்து வந்த மேல் ஜாதிக்காரர் என்றே நினைத்தோம். அவர் மகேந்திர கர்மாவை விட நல்ல பேச்சாளி என்றும் சொன்னார்கள்".

"நாங்கள் 1987 மார்ச் 31 அன்று கமலாவைத் தாக்கினோம். அவன் தனது காவலர்களுடன் தான் இருந்தான். எனினும் ஓடித் தப்பினான். எனினும் ஜுன் 3 அன்று அவனைப் பிடித்து மக்கள் நீதிமன்றத்தில் நிறுத்தி சுட்டுக் கொல்லத் தீர்ப்பு வழங்கினோம்" என்றார் ராமண்ணா.

சோனு மீண்டும் பேசினார், "மகேந்திர கர்மாவுடன் நாங்கள் இனி நேரடியாக மோத வேண்டியானது. பழங்குடி மக்கள் பணக்காரர் சார்பு, ஏழைகள் சார்பு என வர்க்க ரீதியாகப் பிரிந்தனர். 1991ல் இது பெரிதும் வெளிப்படையானது. 1986ல் கைது செய்யப்பட்ட எங்களது சில தலைவர்கள் 1989 ஜுலை 16 அன்று சிறையை உடைத்துத் தப்பினர். இதுதான் முதலாவது சிறை உடைப்பு. இது அப்போது பரபரப்பாகப் பேசப்பட்டது.

புதிய புதிய பிரச்சினைகள் முளைத்தன. இந்துமத மாற்றக் காரரான பிஹாரிதாஸ் ஒருபுறம். தெற்கு சதீஸ்கரில் எங்களால் மக்களுக்குக் கிடைத்த நன்மைகள் வட பகுதிக்கும் பரவியது. எனவே அங்கிருந்த ஓராவான் இன மக்கள் தென் பகுதிக்கு வரத்துவங்கினர். அவர்கள் கிறிஸ்துவர்கள் என்ற காரணத்தால், பாதிரிமார்களும் கூடவே வந்தனர். அவர்களால் புதிய பிரச்சினைகள் உண்டாயின. எங்கள் பழங்குடி இனத் தோழர்கள் கூட மதம் மாறிப் பாதிரியாராகினர். "ஏசு நம் துன்பங்களை யெல்லாம் தீர்ப்பார்" என்று அவர்கள் நம்பத் துவங்கியது பெரும் துன்பம். எனவே கிறிஸ்துவத்துடனும் எங்கள் மோதல் துவங்கியது.

மதத்துடன் எங்களுக்கு மோதலில்லை. ஆனால் மத மாற்றம் செய்யாதீர்கள் என்று எச்சரித்தோம். தேவாலயங்களை எரிப்பது தவறு என்றோம். *2004* உடன் எங்ளுக்கும் கிறிஸ்துவத்துத்திற்கு மிடையேயான மோதல் நின்றுபோனது. ஆனால் இந்துமத மாற்றம் தொடர்ந்தது. பிஹாரிதாஸ் போன்றவர்கள் ஆதிவாசிகளை இந்துக்களாக மதம் மாற்றினர்.

பழங்குடி மக்களிடையே திருமணமாகாத ஆண்களையும், பெண்களையும் திருமணத்திற்கு முன் ஒரு அறையில் தங்க வைக்கும் பழக்கம் உண்டு. பிஹாரிதாசின் ஆட்கள் கோடுல்ஸ்களை எரித்தனர். பழங்குடி மக்களுக்குப் பூணூல் போட்டு இந்து என்றனர். மதம் மாறாதவர்களைத் தீண்டத்தகாதவர் என்றனர். புதிய தீண்டாமை காட்டுக்குள் புகுத்தப்பட்டது. இப்போது பஸ்தரின் பாராளுமன்ற உறுப்பினர் கஸ்யாப். இது ஒரு இந்துப் பெயரே, அதுபோல மகேந்திர கர்மாவின் பழங்குடிப் பெயரான கமலர் மசா என்பதே மாற்றப்பட்டது.

அரசு இந்து மத மாற்றவாதிகளுக்கு உதவியாகவே இருந்தது. ராமகிருஷ்ணா மடத்தில் கல்வி மருத்துவ சேவைகளை நாங்கள் எதிர்க்கவில்லை. அவர்கள் சல்வா ஜுடும் முகாம்களுக்கு உதவி செய்தனர். அரசாங்கம் ராமகிருஷ்ணா மடம் பள்ளிகள் நடத்த நிதி தந்து உதவியது. ரவி சங்கர் போன்றோர் சல்வா ஜுடும் முகாம்களில் மத வகுப்புகள் நடத்தினர்".

"நீங்களும் கோடுல்ஸ்களை எரித்திருக்கறீர்கள் அல்லவா?" என்று நான் சோனுவிடம் கேட்டேன். "நாங்கள் எரித்ததும், பிஹாரிதாஸ் எரித்ததும் ஒன்றாகாது. நாங்கள் அவர்கள் நாகரிகப்பட வேண்டும்

பெண்களுக்குக் கல்வி வேண்டுமென்பதற்காகவே எரித்தோம். பழங்குடி இனப் பெண்களே ஊர்வலமாகச் சென்று அவற்றை எரித்தனர். அது அவர்களின் விடுதலையின் அடையாளம்" என்றார்.

எனினும் கோடுல்ஸ்களை மூடுவதை எதிர்த்த பல இளைஞர் களை அடித்ததையும் அவர் ஒப்புக்கொண்டார். "இது தவறுதான். மாற்றங்கள் ஒரு நாளில் உருவாகிவிடாது. தொடர்ந்து மக்களைப் பயிற்றுவிப்பதன் மூலமே காலம் காலமாகப் பதிந்த மூடப் பழக்கங்களை ஒழிக்க முடியும்.

நாங்கள் போலீசைத் தாக்க எண்ணம் இல்லாத காலத்திலும் எங்கள் தோழர்கள் மீதான போலீஸ் தாக்குதல் தொடர்ந்தது. நாட்பதக் எனும் அச்சமற்ற அயோத்யாவின் டி.ஐ.ஜி 90களில் எங்கள் மீது தாக்குதல் நடத்தி எங்களை ஓட ஓட விரட்டினார். அப்படி எங்களை விரட்டிய போலீஸ் அதிகாரி அவர் போல் வேறு எவரும் இல்லை".

டி.ஐ.ஜி பதக் மீது மாவோயிஸ்ட்டுகளுக்குப் பெரும் மரியாதை உண்டு. "மாவோயிஸ்ட்டுகள் கௌரவமானவர்கள். அர்ப்பணிப்பு மிக்கவர்கள், அவர்கள் அப்பாவி மக்களைத் துன்புறுத்துவதில்லை. கொல்வதில்லை. அவர்களுடைய பலவீனத்தை அறிந்து அவர்களை வீழ்த்த வேண்டும் என்று எவ்வளவோ முயன்றேன். ஆனால் அவர்களை பணத்தாலோ, பெண்களாலோ பணியவைக்க முடியாது. அவர்களுடன் மோதி ஜெயிக்க வேண்டுமென்றால், அவர்களைப் போல் வாழ்ந்தால்தான் முடியும். அவர்களைப் போல் சிந்தித்தால்தான் முடியும்" என்றார் அவர் பணி ஓய்வு பெற்றுத் தனது போபால் வீட்டில் வாழ்ந்து கொண்டிருந்த போது.

பதக் அங்கு பணியாற்றிய போது நகரத்தில் வாழாமல், தூரத்தில் ஒரு பகுதியில் வாழ்ந்தார். மாவோயிஸ்ட்டுகளை எதிர்கொள்ள நன்கு பயிற்சி பெற்ற சிறந்த காவலர்கள் தேவை. மிகவும் ஆழமான உயர்ந்த திட்டமிடல் வேண்டும். போலித்தனத்தாலோ, என்கவுண்டர்களாலோ அவர்களை வென்றுவிட முடியாது.

"1991க்கு முன் அரசைத் தாக்கவில்லை என்கிறீர்களே, ஆனால் 1989ல் நீங்கள் போலீஸ் வாகனத்தைக் கண்ணி வைத்துத் தகர்த்த தாகச் செய்தித்தாளில் படித்தேனே.? கார்கேலியில்தான் சல்வா ஜுதும் பின்னர் துவங்கப்பட்டதல்லவா?"

“கண்ணிவெடித் தாக்குதல் அப்போது எங்களிடம் இல்லை. அந்தத் தாக்குதலில் நானும் பங்கேற்றிருந்தேன். முதன் முதலாக ஒரு போலீஸ் குழு தாக்கப்பட்டது அப்போதுதான். நாங்கள் தற்பாதுகாப்புக்காகச் சுட்ட போதுதான் அக்காவலர் இறந்தார். நாங்கள் கண்ணிவெடித் தாக்குதலை முதன் முதலாக *1991*ல் காண்கேர் என்ற இடத்தில்தான் பயன்படுத்தினோம். அதே நாளில் பிரதமர் ராஜிவ் காந்தி கொல்லப்பட்டார். அதனால், பத்திரிக்கைகள் அதற்கு அவ்வளவு முக்கியத்துவம் தரவில்லை” என்றார் ராமண்ணா.

*1991*ல் போலீஸ் “ஜன் ஜாக்ரன்” எனும் அமைப்பின் மூலம் மாவோயிஸ்ட்டுகளுக்கு எதிரான பிரச்சாரத்தைத் துவங்கியது. அதுவரை மாவோயிஸ்ட்டுகளிடம் ஆந்திரத்திலிருந்து வந்த தோழர்களே இருந்தனர். அவர்கள் விழிப்புணர்வுப் பணிகளிலும் பிரச்சாரத்திலுமே ஈடுபட்டிருந்தனர். போலீசைத் தாக்கும் முடிவு கொண்டப்பள்ளி சீத்தாராமையாவிற்குப் பின் தலைமை ஏற்ற கணபதியால் *1991* மார்ச்சில் எடுக்கப்பட்டது. பஸ்தர் பிலீனம் என்ற அந்த சந்திப்பில்தான் அம்முடிவு எடுக்கப்பட்டது.

“ஜன் ஜாக்ரன் *1982*ல் பஸ்தரின் உயரதிகாரியாக இருந்த விஸ்வரஞ்சன் என்பவரால் துவக்கப்பட்டது. பின்னர் அவர் மாநிலத்தின் உயர் அதிகாரியான போது சல்வா ஜுடும் அவரால் உருவாக்கப்பட்டது”.

அப்போது ஊடகங்கள் ஜன் ஜாக்ரன் பற்றி ஆதரவாக எதுவும் எழுதவில்லை. தேஷ்பந்து ஏட்டில் பன்சிலால் ஷர்மா என்பவர், “மாவோயிஸ்ட்டுகளை அடக்க போலீஸ் உயர் அதிகாரி ஜன் ஜாக்ரன் என்ற அமைப்பைத் துவக்கியுள்ளார். போலீஸ்காரர்களை வனப்பகுதிகளுக்குள் அனுப்பிப் பாட்டுப் பாடி, நாடகம் போட்டு மாவோயிஸ்ட்டுகளுக்கு எதிராகத் மக்களை மனம்மாற்ற அனுப்பினார். ஆனால் அவர்கள் வனப்பகுதிக்குள் சென்று மக்களைத் துன்புறுத்தி பெண்களிடம் தவறாக நடந்தனர். இதனால் எதிர்மறையான விளைவுகளே உண்டானது” என்று எழுதியது எனக்கு நினைவிருந்தது .

“ஜன் ஜாக்ரன் மக்களைக் கவரவில்லை. தோல்வியே கண்டது. *1991*ல் போலீஸ் மீண்டும் ஒரு முயற்சியை மேற்கொண்டது. ஆர்.எஸ்.எஸ் *1980*ல் பஸ்தரில் பக்தியையும், கல்வியையும் வளர்க்க “ஏகல் வித்யாலயா” என்ற ஆதிவாசிப் பள்ளிகளைத்

துவக்கியது. அதன் விளைவு பற்றி நாங்கள் அவ்வளவாகக் கவலைப்படவில்லை. 1990ல் பிஜேபி ஆட்சிக்கு வந்தது. அப்போது மகேந்திர கர்மா மீது ஒரு வழக்கு தொடரப்பட்டது. அவர் அப்போது பதவியில் இல்லாத போதும் வியாபாரிகளின் ஆதரவைப் பெற்றிருந்தார். அவர் நல்ல போராளி. யாருடனும் சமரசம் செய்து கொள்ளமாட்டார்".

"நாங்கள் வர்க்கப் போராட்டம் என்று 1987ல் முடிவெடுத்தோம். அப்போது கர்மாவின் உறவினரான ஒரு வியாபாரியை வர்க்க எதிரி என்று முடிவு செய்து கொன்றோம். கர்மாவின் நண்பர் பண்டி ஒரு கிராமத் தலைவர். அவரது சகோதரர் மாசா என்பவர் துப்பாக்கியுடன் அலையும் முரடன். அவன் இந்திராவதி ஆற்றங்கரையிலிருந்த முப்பது கிராமங்களை பயமுறுத்தித் தன் கட்டுப்பாட்டில் வைத்திருந்தான். அங்கு அவன் வைத்தது தான் சட்டம். பலரை மோசமாக தண்டிப்பான்.

கட்சி அங்கு மெல்ல வளர்ந்து பலம் பெற்று வந்தது. வனத்துறையை எதிர்த்துப் பல கூட்டங்களை கிராமங்களில் நடத்தினோம். த்ரிக்பால் ஷா என்ற காங்கிரஸ் சட்டமன்ற உறுப்பினர் கூட எங்கள் தோழர்கள் நடத்திய வனத்துறை எதிர்ப்பு ஊர்வலத்தில் கலந்து கொண்டுள்ளார். போபால், டெல்லி வரை சென்று வனத்துறையின் அத்துமீறலை உயர் அதிகாரிகளிடம் மனுக் கொடுத்துள்ளார். பண்டியால் பாதிக்கப்பட்டவர்கள் மெல்ல எங்கள் பக்கம் வரத் துவங்கினர். ஆதிவாசிகளில் உயர் ஜாதியினர். கீழ் ஜாதியினரை இழிவாக நடத்தியதால், அவர்களும் கட்சியில் சேர்ந்தனர். 1990ல் பண்டியைக் கொன்றோம். எனவே கர்மா எங்கள் மீது கோபம் கொண்டார்.

கர்மாவின் செல்வாக்கு சரியத் துவங்கியது. எனவே அவர் மாசா போன்றவர்கள் ஆதரவை நாடினார். ஏற்கனவே கட்சியை எதிர்த்து வந்த மாசா போலீஸ் உதவியுடன் எங்களுக்கு ஆதரவான கிராமங்களில் புகுந்து அட்டகாசம் செய்து துன்புறுத்தத் துவங்கினான். மஞ்சி மந்திர் எனும் ஆதிவாசிக் கோவில்களை எரித்தனர். ஆளும் பிஜேபியின் ஆதரவை மகேந்திர கர்மா தேடிச் சென்றான். தன்னை வழக்குகளிலிருந்து காப்பாற்றிக் கொள்ள ஆளுங்கட்சி ஆதரவு குற்றவாளிகளுக்கு அவசியத் தேவை. பிஜேபியுடன் சேர்ந்து மாவோயிஸ்ட்டுகளை எதிர்த்தனர்".

நான் சில நாட்களுக்கு முன் தண்டகாரண்யாவில் மாவோ

யிஸ்ட் தலைவராக இருந்து பின் போலீசிடம் சரணடைந்த லட்சு மண்ணாவை வாரங்கல்லில் சந்தித்தேன். அவர் மகேந்திர கர்மா, கட்சியுடன் சமரசம் பேச விரும்பினார் என்று கூறினார். “அதைக் கட்சி மறுத்தது ஏன்?” என்று கேட்டேன். சோனு தனக்கு அது பற்றிய விபரங்கள் எதுவும் தெரியாது என்று நழுவினார். “பிஜேபி ஆட்சியில் நெருக்குதல் அதிகமாகவே ஆகும். கடுமையான போலீஸ் தாக்குதல் நடக்கும். கட்சி தீவிரமான பிரச்சாரப் பணியில் ஈடுபட்டிருந்தது. மாசா எங்களுக்கு எதிராக மக்களைத் திரட்டத் தனது ஆதிக்க கிராமங்களில் பிரச்சாரம் செய்து கொண்டிருந்தான். கட்சி ஆதரவாளர்கள் துன்புறுத்தப்பட்டனர். மக்களைக் கட்சியின் மீதும் உப்பின் மீதும் சத்தியம் செய்ய வைத்தனர். தண்டேஸ்வரி மாதா தண்டிப்பாள் என்று அச்சுறுத்தினர். ஜன் ஜாக்ரனில் சேராத கிராமங்களைப் போலீஸ் தாக்கும், எரிக்கும் என்று வதந்திகளைப் பரப்பினர். ஜாக்ரன் ஆதரவாளர்கள் கிராம மக்களை அடிப்பது, பெண்களைத் துன்புறுத்துவது என்ற அராஜகங்களைச் செய்தனர்.

மாசாவின் ஆட்களால் ஒரு ஆதிவாசிப் பெண் கற்பழிக்கப் பட்டாள். குட்ரூ என்னும் இடத்திலிருந்த போலீஸ் ஸ்டேசனிலிருந்த ஒரு அதிகாரி, மேலதிகாரியின் எச்சரிக்கையையும் மீறி அவர் மீது வழக்குத் தொடர்ந்து விட்டார்.

அந்த சம்பவத்தை நான் ஞாபகப்படுத்திக் கொண்டேன்.

“கம்யூனிஸ்ட் கட்சியும் ஜன் ஜாக்ரனுடன் கைகோர்த்தது. ஏனவே எதிர் நடவடிக்கையில் நாங்களும் ஈடுபடவேண்டியதானது. சில ஜாக்ரன் தலைவர்கள் கொல்லப்பட்டனர். எனவே படிப்படியாக ஜாக்ரனின் செயல்பாடுகள் குறையத் துவங்கின”.

“நூற்றுக் கணக்கானவர்களைக் கொன்றீர்கள் என்கிறார் களே?”

“பத்துப் பேருக்கும் குறைவானவர்களே கொல்லப்பட்டனர்” என்றார் சோனு.

ஜாக்ரனின் செயல்பாட்டை போலீஸ் ஆதரிப்பதும், அவர் களின் கூட்டங்களில் போலீஸ்காரர்கள் பேசுவதும் தவறான யுக்தி என்று டி.ஐ.ஜி யாகப் பதவியேற்ற பதக் கருதினார். எனவே மாவோயிஸ்ட்டுகள் செயல்பாட்டை எதிர்த்து மக்கள் போரா டினர். “மனுக் கொடுத்தால் மக்களுக்கு உதவுவதே போலீசின்

கடமை, மக்களைக் கேடயமாகப் பயன்படுத்துவது தவறு" என்று எச்சரித்தார்.

ஜன் ஜாக்ரன் பற்றிய விபரங்களை முழுமையாகத் தெரிந்து கொள்ள அர்விந் நேடம் என்ற பழங்குடித் தலைவரைச் சந்தித்தேன். அவர் ஒரு காங்கிரஸ்காரர். பின்னாள் அவர் மத்திய அமைச்சராகவும் ஆனார். இப்போது அவர் அரசியலிலிருந்து விலகி, ஜக்தல் பூரில் பெட்ரோல் பங்க் நடத்திக் கொண்டுள்ளார். அரசியலிலிருந்து விலகியவர்கள் உண்மைகளை எளிதாகப் பேசி விடுவர். "பிஜேபி, காங்கிரஸ் கட்சிகளின் தலைவர்கள் போபாலில் கூடி ஜாக்ரன் துவங்குவது பற்றித் திட்டமிட்டார்கள்" என்றார்.

அதுபோல் சி.பி.ஐ எப்படி ஜன் ஜாக்ரனில் பங்கேற்க முன் வந்தது என்பதை அறிய முன்னாள் கம்யூனிஸ்ட் கட்சி சட்டமன்ற உறுப்பினர் நந்தா சோடியைச் சந்தித்தேன். அவரை ஒருமுறை நக்சல்பாரிகள் கடத்திச் சென்றனர். "கம்யூனிஸ்ட் கட்சியை ஒழிக்க காங்கிரசும், பிஜேபியும் போட்ட சதித் திட்டத்தில் கட்சி சிக்கியது துரதிஷ்டமே. தண்டிவாடாவில் நடந்த ஆலோசனைக் கூட்டத்தில் நானும் கலந்து கொண்டேன். கம்யூனிஸ்ட்டுகளே மக்களை ஈர்க்க வல்லவர்கள் என்பதை அறிந்த பிஜேபிக்காரர்கள், ஜாக்ரன் ஆதரவு ஊர்வலங்களில் கம்யூனிஸ்ட் கட்சியை முன்னிறுத்தினர். எனவே நக்சல்பாரிகளின் வெறுப்பும், தாக்குதலும் கம்யூனிஸ்ட் கட்சியின் மீதே முதன்மையாக நடக்கும் என்று அவர்கள் புத்திசாலித்தனமாக இதைத் திட்டமிட்டனர்.

"சுதிர் முகர்ஜிதான் அப்போது கட்சியின் தலைவர். அவர் ஜாக்ரன் ஊர்வலத்தில் பங்கேற்க ஒப்புக் கொண்டார். மாவோயிஸ்ட்டுகளின் தாக்குதலுக்கும், மக்களின் வெறுப்புக்கும் கட்சி உள்ளாக நேர்ந்தது. அதுவே கம்யூனிஸ்ட் கட்சி பஸ்தாரில் தனது வேர்களை இழக்கக் காரணமானது".

அதுவே இடதுசாரி நக்சல் இயக்கத்தின் வளர்ச்சிக்குக் காரண மானது. அதே வேளையில் வலதுசாரி பிஜேபியின் வளர்ச்சிக்கும் அதுவே காலகட்டமானது.

சோனு இதை உறுதி செய்தார்.

"1990 வரை ஒவ்வொரு ஆண்டும் சில பழங்குடியினர் கட்சியில் சேருவதுண்டு. பலர் விலகிச் சென்றுவிடுவர். 1991ல் 150 நபர்கள் கொண்ட ஐந்து புதிய குழுக்கள் உருவாக்கப்பட்டனர். 40 முழு

நேர ஊழியர்கள் புதிதாகக் கட்சியில் உருவாகினர். உயர்ஜாதிப் பழங்குடியினரிடமிருந்து தம்மைப் பாதுகாத்துக்கொள்ள கீழ்ஜாதிப் பழங்குடியினர் கட்சியில் சேருவது அவசியம் என்று கருதத் துவங்கினர். போலீசின் மிரட்டலிலிருந்து பாதுகாக்கவும் அதுவே சிறந்த வழி என்று கருதினர். சுரண்டல் வியாபாரிகள், மிரட்டும் அரசியல்வாதிகளிடமிருந்து தப்பவும் அதுவே வழி யென்று கருதினர்".

1980ல் 49 பேர் கட்சியில் சேர்ந்தனர். 1991ல் அது 25 ஆகக் குறைந்தது. 1991 வரை பிஜேபி ஒரு இடத்தில் கூட பஸ்தர் பகுதி யில் வெற்றிபெற முடியவில்லை. இப்போது அநேகமாக எல்லா இடங்களிலும் வென்றுள்ளனர்.

"1991க்குப் பின் ஒவ்வொரு ஆண்டும் புதிது புதிதாக 20 - 30 இளையோர் கட்சியில் சேருகின்றனர். இவர்களும் கட்சிக்கிளையால் கூர்ந்து கவனிக்கப்பட்ட பின்னரே கட்சியில் சேர்க்கப்பட்டனர். கட்சிக் கிளைக் கூட்டங்கள் முழுமையாக நடைபெறுகின்றன. மத்திய கொரில்லாப் படையில் 8 தோழர்கள் கொண்ட மூன்று பட்டாளங்கள் உள்ளன. கட்சியின் அடிமட்டக் குழுவிலிருந்து ஒரு பிரதிநிதி மேல்மட்டக் குழுவில் பங்கேற்றனர்.

அரசின் வளர்ச்சி பற்றிய எண்ணங்களுக்கும், திட்டங்களுக்கும் மாறாக மாவோயிஸ்ட்டுகள் வளர்ச்சி, முன்னேற்றம் பற்றிச் சிந்திக் கிறார்கள். மக்களுக்கான வளர்ச்சியாக இருக்க வேண்டுமெனக் கருதுகிறோம். இந்த அழிவு வளர்ச்சிக்கு மாற்றான மக்கள் நேய ஆக்கப்பூர்வமான வளர்ச்சி தேவை என்கிறோம். இத்தகைய வளர்ச்சியைத்தான் எங்கள் ஜனதா சர்க்கார் செய்யும் என்கிறோம்" என்கிறார் சோனு.

கம்யூனிஸ்ட்டுகளாக அவர்களின் வளர்ச்சி பற்றிய சிந்தனை எனக்கு மிகுந்த வியப்பளிப்பதாக இருந்தது. அவர்களது ஜனதா சர்க்கார் எனும் மக்கள் அரசு எவ்விதம் காந்தியின் கிராம சுயராஜ் யத்திலிருந்து வேறுபட்டது? என்று கேட்டேன்.

"நாங்கள் காந்தியவாதிகள் அல்ல. சமுதாயத்தின் மேல் மட்டத்தில் உள்ள 5 விழுக்காடு பணக்காரர்கள், தமது அதிகார பலத்தால் 95 விழுக்காட்டினரை அடக்கியாள்கின்றனர். தமது அதிகார பலம், ஆயுதபலம் அனைத்தையும் கொண்டு மக்களை அடக்குகின்றனர். இந்த பெரும்பான்மையினரின் குரலை அடக்கு வதைத்தான் ஜனநாயகம் என்கின்றனர். இந்த 5 விழுக்காடு

சிறுபான்மையினரை அடக்கினால்தான், மக்கள் பேச முடியும். இதுதான் எங்களுக்கும் காந்திக்கும் உள்ள வேறுபாடு" என்றார் சோனு.

"இந்த 5 விழுக்காடு யார் என்பதை எப்படி முடிவு செய்வீர்கள்?"

"மக்கள் முடிவு செய்வார்கள்" என்றார்.

எத்தனை வெகுளித்தனமான அனுபவமற்ற எண்ணம் என்று மனதுக்குள் நினைத்துக்கொண்டேன். துப்பாக்கியின் நிழலில் மக்கள் எப்படிச் சுதந்திரமாகச் சிந்திக்க முடியும்? எனினும் வறுமையும், ஏற்றத் தாழ்வும் ஆயுதங்களை விட மோசமான அடக்குமுறை என்பதை ஏற்கிறேன்.

"கிராம தன்னாட்சி 1996 முதல் துவங்கியது. அது இன்னமும் பரிசோதனை அளவிலேயே உள்ளது. 50 கிராமங்களில் இப்பரிசோதனை நடக்கிறது" என்றார் சோனு.

"1996ல் மகேந்திர கர்மா மற்றொரு ஜன் ஜாக்ரன் முயற்சியைத் தனது நிலக்கிழார் நண்பர்களுடன் துவங்கினார். ஆனால் அதற்குத் துவக்கம் முதலே மக்களிடம் ஆதரவில்லை. காங்கிரஸ் முதலமைச்சராக இருந்த திக்விஜய் சிங் இதற்கு ஆதரவு தர மறுத்துவிட்டார். கட்சி உடனடி நடவடிக்கையில் இறங்கியது. இதற்கு முயன்ற இருவரை சுட்டுக் கொன்றோம்". முட்செடி முளையிலேயே கிள்ளப்பட்டது.

"தண்டிவாடாவில் மகேந்திர கர்மா பக்கம் சென்ற பல நிலமுதலாளிகள் தண்டிக்கப்பட்டனர். கர்மாவின் சகோதரர் போடியாவின் வீடு தாக்கப்பட்டது".

1998ல் இந்த போடியா கொல்லப்பட்டான். இது சல்வா ஜுடும் உருவாக்கத்தில் முக்கியமான நிகழ்வு. போடியா கொலை நிகழ்வில் பங்கேற்ற ராஜ்மன் அது பற்றி விளக்கமாகக் கூறினார்.

"2000த்தில் கட்சியின் முழுநேர ஊழியர்கள் 800 பேர். இதில் 650 பேர் உள்ளூர் மக்களே. கட்சி 10 மடங்கு வளர்ச்சியை பத்தாண்டுகளில் பெற்றுள்ளது" என்றார் சோனு.

கிராம மக்கள் அரசு, வர்க்கப்போராட்டம், அரசின் ஜன் ஜக்ரான் ஆகியவைதான் இவ்வளர்ச்சிக்குக் காரணமா? என்று

நான் நினைத்தேன்.

"2001ல் கட்சியின் மாநாட்டில் கொரில்லாக் குழுக்களை 911 பேருடன் அமைக்கும் முடிவு எடுக்கப்பட்டது. உள்ளூர் நிர்வாகக் குழுக்கள் அமைக்கப்பட்டன. இதனால் ராணுவப் பயிற்சி பெற்றவர்கள் திறமையை வீணடிக்காமல் பயன்படுத்த முடிந்தது".

"திறமை மிக்கவர்களை எதற்குப் பயன்படுத்த வேண்டுமோ, அதற்குப் பயன்படுத்தாதது கட்சியின் பெரும் தவறு என்று லட்சுமண்ணா சொன்னது சரி என்று ஏற்றுக்கொள்ளப்பட்டதாகக் கொள்ளலாமா?" என்று கேட்டேன்.

"லட்சுமண்ணா இதை தண்டகாரண்யாவின் தலைமைப் பொறுப்பிலிருந்த போது செய்யாதது ஏன்" என்று சோனு கேட்டார். 2004ல் மக்கள் போர்க்குழுவும் எம்.சி.சி யும் இணைந்தது. எம்.சி.சி ராணுவ பலத்தில் மக்கள் போர்க்குழுவை விட வலிமை வாய்ந்ததாக இணைப்பின் முன் இருந்தது. "எங்கள் கொரில்லா ராணுவம் தாக்கிவிட்டு, ஓடி மறைவது நடமாடும் போர்த் தந்திரம். எமது நீண்ட கால சிறு சிறு தாக்குதல்கள் மூலம் எதிரியை பலமிழக்கச் செய்வோம். நயாகர் ராணுவக் கிடங்கு தாக்குதல் 192 கொரில்லா வீரர்களுடன் நடத்தப்பட்டது. அது முதல் பரிசோதனை எனலாம். இது பற்றி பலருடன் நீண்ட ஆலோசனை மேற்கொள்ளப்பட்டது. இத்தாக்குதலின் பின் 50 கொரில்லாக்கள் ஏ.கே.47களை ராணுவக் கிடங்கிலிருந்து எடுத்துத் தமதாக்கிக் கொண்டனர்".

"தண்டகாரண்யா கொரில்லா பகுதி என்பதிலிருந்து, அது விடுதலை பெற்ற பகுதியாக வேண்டுமென்பது எமது விருப்பம். 2007 மாநாட்டில் தண்டகாரண்யா, ஜார்கண்ட் பகுதிகளை எமது வலுவான தளங்களாகவும், மக்கள் விடுதலை கொரில்லா படையை மக்கள் விடுதலைப் படையாகவும் மாற்றத் திட்டமிட்டோம். ஆதிவாசிகள் கௌரவம், இடம் மாற்றங்கள் நிகழ்வு என்ற இரு பிரச்சினைகளை முன்னிறுத்தி தண்டகாரண்யாவில் மக்கள் இயக்கத்தை உருவாக்கும் லட்சியத்தை ஏற்றுக் கொண்டோம். ஒவ்வொரு ஜன் ஜாக்ரன் கூலிப்படை முயற்சியும் எங்களை வலுவாக்கியது. அரசு தன் தவறுகளிலிருந்து பாடம் கற்றுக் கொள்ளவில்லை. ஜன் ஜாக்ரன் முயற்சிகளின் பின்னும் சல்வா ஜூதும் தான் அரசின் நோக்கமாக இருந்தது.

2004ல் துவக்கப்பட்ட கலைக்குழு புதிய இளைஞர்களை எங்களிடம் சேர்த்தது. இப்போது எங்களிடம் 7000 கலைஞர்கள் உள்ளனர். நீங்கள் இதுபற்றி விரிவாக அறிய அதன் தலைவர் லெங்குடன் பேசுங்கள்" என்று விடைபெற்றார் சோனு.

லெங் எனக்குப் பழக்கப்பட்டவர் போலத் தோன்றினார்.

"நீ தல்லி ராஜ்கராவில் கத்தருடன் 1983 நிகழ்ச்சியில் பங்கேற்றாயா? சங்கர்குகா நியோகி ஏற்பாடு செய்தது".

கத்தர் வெளியே உலவும் மாவோயிஸ்ட் ஆதரவு மக்கள் கலைஞர்.

"உங்கள் நினைவு அற்புதம். ஆனால் நீங்கள் ஆபத்தானவர். நான் முதன் முதலாக அப்போது சதீஷ்கர் வந்தேன். ஆந்திராவில் பணியாற்றிய நான் ஐந்தாண்டுகள் முன் தண்டகாரண்யா வந்தேன்.

கட்சி 1970ல் ஆந்திராவில் கலைக்குழுச் செயல்பாட்டை ஆரம்பித்தது. அப்போது வெறும் 6 பேர் மட்டுமே எங்கள் கலைக்குழுவிலிருந்தனர். ஆனால் தண்டகாரண்யாவில் தான் மாவோவின் கனவு நனவாகியுள்ளது. சில ஆண்டுகளில் 350 பாடல்கள், கவிதைகள் திரட்டியுள்ளோம். அத்தனையும், பறையுடன் ஆடிய கலைஞர்கள் வடித்த கவிதைகள். இரு குழுக்களாகப் பிரிந்து நிற்பார்கள். ஒரு குழு பாட, மற்றொரு குழு எதிர்ப்பாட்டுப் பாடும். கவிதை மக்களின் இதயங்களிலிருந்து பாய்ந்து வரும்.

இது பழங்குடி மக்களின் மரபுச் செல்வம். பேராசிரியர் ஹீராலால் சுக்லா கோண்ட் இன மக்கள் பற்றி நிறைய ஆய்வுகள் செய்து, நிறையப் புத்தகங்கள் எழுதியவர். அவர் பேசக் கேட்டே ஒரு கோண்ட் இனக் குழுவினர் ஒரு ராமாயணமே கோண்ட் மொழியில் எழுதியுள்ளனர். இருபதாண்டுகள் பின் அவர் பஸ்தர் சென்ற போது அவற்றைக் காண முடியவில்லை. அவர்கள் எல்லாம் இப்போது நக்சலாகி விட்டனர். சோனுவுக்கு பேராசிரியர் சுக்லாவைத் தெரியும். எனினும் சோனு அவருடைய ராமாயணம் பற்றிய கருத்தை ஏற்றுக் கொள்ளவில்லை. 1997ல் இந்திய விடுதலையின் பொன்விழா நினைவாக ராமாயணம் நூல்கள் பழங்குடி மக்களுக்கு வழங்கப்பட்டது. சோனு அதை அரசின் இந்துமத மாற்ற முயற்சியாகவே பார்க்கிறார். நாங்கள் அவற்றை

எரித்தோம் என்று அழுத்தமாகச் சொன்னார். நாங்கள் தொண்டு நிறுவனங்களையும், ஆராய்ச்சி என்று சொல்லிக் கொண்டு பஸ்தர் காடுகளுக்கு வருபவர்களையும் ஆபத்தானவர்களாகவே பார்க்கிறோம். ஆதிவாசிப் பண்பாட்டைப் படிக்கிறேன் என்று வந்து சிதைப்பவர்கள்.

எல்லைகளற்ற மருத்துவர்கள் குழுவைக் கூட நாங்கள் எப்.பி.ஐக்கும், அரசுக்கும் எங்களைப் பற்றிய தகவல்கள் தருபவர்களாகவே சந்தேகிக்கிறோம். எங்கள் மக்களின் நோய்க்கு மருந்து தருகிறார்கள் என்பதால் நாங்கள் நன்றி சொல்கிறோம். ஆனால் அவர்கள் சி.ஐ.ஏ போன்றவற்றின் நிதி பெற்று வேலை செய்பவர்களே என்பதையும் அறிவோம். ஏன் உங்களது இந்தப் புத்தகத்தை எழுதக் கூட அவர்கள் பணம் தந்திருக்கக் கூடும்".

மொத்த உலகையும் சந்தேகிக்கும் நல்ல மார்க்சியராக சோனு உள்ளார்.

"பிராமண மேலாதிக்கம் ஐரோப்பிய மேலாதிக்கத்திலிருந்து சற்றும் குறைந்ததல்ல. வெள்ளையர்கள் ஆப்பிரிக்காவில் நுழைந்த போது ஒரு கையில் வாளும், மற்றொரு கையில் பைபிளும் கொண்டுதான் ஆப்பிரிக்கக் கண்டத்தையே அடிமைப்படுத்தினர். இதைத்தான் நமது அரசுகளும் செய்துகொண்டுள்ளன. ஒரு புறம் அடக்குமுறையையும், மறுபுறம் சீர்திருத்தத்தையும் கையிலெடுத்து வருகிறார்கள். பழங்குடி மக்களின் வன உரிமைச் சட்டம் என்ற முகமூடியுடன் மக்களை ஏமாற்றி வருகின்றனர். வனம் என்றும் பழங்குடியினருக்கே உரியது. அதைப் பறித்துக் கொண்டே உரிமை தருகிறோம் என்பது ஏமாற்றே. வனவாசி சேத்னா ஆசிரமம் எனும் சேவை முகமூடியுடன் அரசும், போலீசும் வனப்பகுதி கிராமங்களுள் நுழைகிறது. இதை நாங்கள் அனுமதிக்க மாட்டோம். சீர்திருத்தம், உரிமை, கல்வி, மருத்துவ உதவி எனும் பல்வேறு வேடங்களில் பழங்குடி மக்களை மூளைச் சலவை நடத்த முயல்கின்றனர்".

மாவோயிஸ்ட்டுகள் ராஜாவை ஆதரிப்பது பெரும் முரண் பாடாக உள்ளது என்ற குற்றச்சாட்டு பற்றிக் கேட்டேன். அதற்கு சோனு "ஆம். மக்கள் நலனுக்காக நிற்பவர்கள் பக்கத்தில் நாங்கள் நிற்க வேண்டி உள்ளது. நமது எதிர்காலம் நகரங்களின் வளர்ச்சியை ஒட்டியே உள்ளது. முதலாளித்துவம் பெரும் சிக்கலில் சிக்கியுள்ளது. ஜீத்தும், முக்தி குகா நியோகியும்

கட்சியை விட்டு விலகியது பெரும் அதிர்ச்சியாக இருந்தது. வெளியாருக்கு வனத்தின் பிரச்சனைகள் பற்றிப் பேசுவதற்கான மேடை தேவை".

ஜீத்தும், முக்தியும் கட்சியுடன் தொடர்பு கொண்டவர்கள் என்பதை நான் துருவிக் கேட்கும் முன் அவராகவே சொன்னது எனக்குப் பெரும் மன நிறைவைத் தந்தது.

"வனத்தில் உள்ள மக்களைத் தாக்கும் போது, நகரத்தில் உள்ள தோழர்கள் நெருக்கடி தர வேண்டும். ஆளும் வர்க்கம் தானாகவே எங்களுக்கு ஆதரவான சூழ்நிலையை உண்டாக்கித் தருகிறார்கள். இதை எப்படிப் பயன்படுத்திக் கொள்வது என்பதுதான் நமக்குள்ள சவால். நாங்கள் நகரங்களில் இத்தகைய அடிப்படைத் தயாரிப்புப் பணிகளைச் செய்யும் தொண்டர்களைத் தயாரித்து அனுப்ப உள்ளோம்" என்றார்.

அரசின் பாதுகாப்புப் படையை உருவாக்க வனப்பயிற்சி தரப்பட்டு வருகிறது. அரசின் வனப் பயிற்சிக் கல்லூரிகள் ஒரு புரட்சியாளனை உருவாக்கி விட முடியாது. சதீஸ்கர் அரசு ராணுவத்தின் துணையுடன், போலீஸ்காரர்களுக்கு வனச் செயல்பாடு பற்றிய பயிற்சியை, ஓய்வு பெற்ற பிரிகேடியர் பசந்த் பன்வார் கொண்டு தர முயல்கின்றனர். சட்டத்தை மீறி கொரில்லாக்களைத் தாக்கு என்றது பொன்வர் கல்லூரியின் மூல மந்திரம். சட்டத்திற்கு புறம்பாக வனத்து நிலத்தைக் கல்லூரிக்கு எடுத்துக் கொண்டனர். வறுமையில் சிறிய கூலிக்குச் சேர்ந்த போலீஸ்காரர்கள் காசுக்காக ஆயுதம் ஏந்திச் சாகிறார்கள். பின் ஒருநாளில அவர்கள் யாருக்காக நாம் சாகிறோம் என்பதைப் புரிந்து கொள்வார்கள். இந்த நெருக்கடி விரைவில் உண்டாகும். அவர்கள் அச்சத்தில் வாழ்கிறார்கள். சென்ற வருடம் மாரடைப்பால் செத்த போலீஸ்காரரைப் பார்க்க உயர் அதிகாரிகள் எவரும் வரவில்லை" என்று சோனு நொந்துகொண்டார்.

பின் கோசா வந்து சேர்ந்தார்.

நான் அவர்கள் வருட பட்ஜெட் பற்றிக் கேட்டேன். "2002ல் 1 கோடியாக இருந்தது. இப்போது 10–12 கோடிகள். 5 முதல் 7 கோடி பீடி இலை வியாபாரத்தில் கிடைக்கிறது. தண்டகாரண்யாவில் செலவு 2 - 3 கோடி. இதில் மக்கள் பங்களிப்பு 40 லட்சம்" என்றார் கோசா.

சபயசாட்சி பாண்டே என்பவர் ஆண்டு பட்ஜெட் 50 கோடி என்றும், இதில் பெரும்பகுதி சுரங்க முதலாளிகளிடம் வசூலிக்கப் படுகிறது என்றார். ஆந்திரா ஒரிசா எல்லை மாநிலங்களின் கட்சிச் செயலாளர் பாலகிருஷ்ணா என்னுடன் தனிப்பட்ட முறையில் பேசிய போது, சதீஷ்கர் போலீஸ் உயர் அதிகாரியுடன் பேசிய போதும் எஸ்ஸார் நிறுவனம் மாவோயிஸ்ட்டுகளுக்கு நன்கொடை அளித்தது என்று கூறியதன் அடிப்படையில் விவாதித்தேன். அவர் பின் எஸ்ஸாரின் நன்கொடையை ஏற்றுக் கொண்டது தவறுதான் என்று ஒப்புக் கொண்டார். இதே கேள்வியை சோனுவிடமும் கோசாவிடமும் கேட்டேன்.

கோசா மறுத்துவிட்டார். "எங்கள் பட்ஜெட் நூறுகோடி என்று கூட வதந்திகள் உண்டு. அதுபோலத்தான் இது" என்றார். ஆனால் சோனு எஸ்ஸார் நன்கொடையை ஏற்றுக்கொண்டது தவறுதான் என்று ஒப்புக்கொண்டார். பின் பாலகிருஷ்ணாவை இத் தவறுகளுக்காக தண்டிக்காதது ஏன்?

அதற்குள் காபி வந்தது. பேச்சு நின்று போனது.

அந்த ஒரு தவற்றின் பின் மறுபடி அப்படிப் பணம் எதுவும் வாங்கவில்லையென்று பாலகிருஷ்ணா கூறினார். ஆனால் பஸ்தாரில் இருந்து விசாகப்பட்டிணம் துறைமுகத்திற்கு நிலக்கரி கொண்டு செல்லும் குழாய் மாவோயிஸ்ட்டுகள் ஆளுமைப் பகுதியில்தான் செல்கிறது. அதற்கு எவ்விதப் பாதிப்பும் ஏற்படுத்தப் படவில்லை. மாறாக அரசின் தேசிய கனிமத் துறையின் குழாய்கள் தாக்கப்படுகின்றன ஏன்?

பைலாடிலா சுரங்கப் பகுதியில் கட்சித் தலைவராக உள்ள கணேஷ் உய்கியிடமும் அதே கேள்வியைக் கேட்டேன். அவர், "நாங்கள் தாக்க முயன்றோம். குண்டு நனைந்து போனது" என்று ஏதோ நொண்டி சமாதானம் சொன்னார். ஆனால் அதன் பின் எஸ்ஸாரின் குழாய் உடைக்கப்பட்டது. ஏற்றுமதிப் பணிகள் இரண்டு ஆண்டுகள் தடைப்பட்டுப் போனது. ஆனால் மீண்டும் சரிசெய்து ஏற்றுமதி துவங்கியது. மற்றொரு பரிமாற்றம் நிகழ்ந்ததா?

அடுத்து சோனு காபியைச் சுவைத்தபடி, "மூன்று லட்சம் ஏக்கருக்கு மேல் நிலம் நிலமற்றோருக்குத் தரப்பட்டுள்ளது. மக்கள் போலீஸ் அராஜகத்தையும் மீறி எங்களுக்கு உணவளித்துக் காப்பாற்றி வருகிறார்கள். கல்வி ஒளி பெறாத அவர்கள் புதியன

கற்பதில் ஆர்வம் கொண்டுள்ளனர். அவர்கள் விவசாய முறை, உணவுப் பழக்கம் என ஒவ்வொன்றும் மாறி வருகிறது. நாங்கள் ராகி, சோளம் விளைவிப்பதற்கு மாற்றாக அரிசி, காய்கறி, எண் ணெய் வித்து பயிரிடப் பழக்கி வருகிறோம்" என்றார்.

இவை யாவும் நடந்துள்ளனவா என்பதைச் சரிபாக்க முடியவில்லை. இந்திய ஜனநாயகம் எத்தனை குறையுள்ளதான போதும், அதில் ஒருவர் தனது எதிர்ப்பைக் கூற வழியுள்ளது. மாவோயிஸ்ட்டுகளின் ஜனதா சர்க்காரில் இடமுண்டா? நிலம் வன்முறையால் பிடுங்கப்பட்டு, மறு வினியோகம் செய்யப் பட்டுள்ளது. இதை விடப் பெரிய வன்முறையால் இதை மீண்டும் பிடுங்க வாய்ப்பு உண்டா? மாவோயிஸ்ட்டுகள் தண்ட காரண்யாவை விட்டு வெளியேறி விட்டால், பழைய நில முதலாளிகள் நிலங்களை மீண்டும் மக்களிடமிருந்து பிடுங்க மாட்டார்கள் என்பது எப்படி உறுதியாகச் சொல்ல முடியும்? இது தொடரும் என்ற நம்பிக்கை உண்டா?

சோனு "தண்டகாரண்யா மன்மோகன் சிங்கிற்குப் பெரும் சவால். அவர் நினைப்பது போல் மாவோயிஸ்ட்டுகள் நாட்டுக்குப் பெரும் பிரச்சினை அல்ல. பிரச்சினைகளே மாவோயிஸ்ட்டுகளை உருவாக்கியுள்ளது என்பதை அவர்கள் உணர வேண்டும்" என்றார். ராஜ்மன்னிடம் என்னை அழைத்துச் செல்ல, அவருடைய பாதுகாவலர் வந்துவிட்டார்.

அப்பெண் ஜார்கண்டைச் சேர்ந்தவள். வழியில் அவளிடம் என்னுடன் படித்த பல ஜார்கண்ட் மாணவர்களைப் பற்றிப் பேசினேன். அவர்களில் ஒருவன் நகரத்தில் கிடைக்கும் நல்ல வேலை, வருமானத்தை விட்டுவிட்டுத் தான் கிராம மக்களுக்குச் சேவை செய்வதை ஏற்கவில்லை என்றதால், அவன் மீண்டும் நகரத்திற்கே வாழ வந்து விட்டான். அப்பெண் இதுபற்றி எவ்வித மான கருத்தையும் சொல்ல வாயைத் திறக்காத மாவோயிஸ்ட்டு ஒழுக்கத்தில் இருந்தாள். அந்த கட்டுப்பாடு தான் அவளைப் பாதுகாவலராக்கியுள்ளதோ?

ராஜ்மன் பச்சைத் தொப்பியுடன் வரவேற்றார். அவர் திடமான பெரிய இளைஞர். அவருடைய மனைவி "புல்பாடி" யை நான் ஏற்கனவே ஒரு முறை சந்தித்துள்ளேன். ஒரு நேபாளி போல இருந்தார். ஆனால் அவர் தன்னை நேபாளி என்று ஒப்புக் கொள்ளவில்லை. பஸ்தருடன் நேபாள மாவோயிஸ்ட்டுகளுக்கு

உறவு உண்டா என்ற சந்தேகம் ஒரு பத்திரிக்கையாளன் என்ற வகையில் என்னிடம் இருந்தது. அவர் பஸ்தரின் ஒரு கிராமத்துப் பெண் என்று நண்பர் உறுதியுடன் கூறினார். இனிமையாகப் பாடக்கூடிய அவர் மாவோயிஸ்ட் ஆவணப்படத்தில் பாடி யுள்ளார். அவர் நடுவில் ராஜ்மனைப் பிரிந்து வேறொருவரைத் திருமணம் செய்துகொண்டார் என்ற வதந்தியும் உண்டு. பிரிவுக்கு ராஜ்மனின் அராஜகப் போக்குக் காரணம் என்றார் பாதுகாவலர். அராஜகவாதிகள் என்று தம்மை அறிவித்துக் கொண்டவர்கள் அராஜகவாதிகளாக இருப்பதில் என்ன வியப்பு?

தோழர்களைப் பொருத்தவரை இன்று, இங்கு, இக்கணம் இதுவே உண்மை. ராஜ்மன் வேறு வேலையாக இருந்ததால் அவர்களது "பூம்கல்" எனும் காலாண்டிதழைப் படிக்கக் கொடுத்தார். கோண்டி மொழியில் அது தயாரிக்கப்பட்டிருந்தது. ராஜ்மன் பல கலை நிபுணராக இருந்தார்.

"உங்கள் கட்சி ஆவணப்படி சல்வா ஜுதும் 2008 ஜுனில் துவங்கப்பட்டது என்கிறீர்கள். ஆனால் எனது ஆய்வுப்படி 2003 ல் இந்திராவதி ஆற்றின் மறுகரையில் துவங்கப்பட்டது என்று அறிகிறேன்" என்றேன்.

ராஜ்மன், "ஆம், நீங்கள் சொல்வது சரி" என்று ஒப்புக் கொண்டார்.

நான் டாகிலோட் பற்றி அறிய விரும்பினேன். அது சூரஜ் மற்றும் போடியா கர்மா, மகேந்திர கர்மாவின் உறவினரின் ஊர். "நாங்கள் இந்திராவதி நதியைக் கடந்து செல்வோம். விவசாயிகள் போடியாவின் கொடுமையிலிருந்து தங்களைக் காப்பாற்றும்படி வேண்டுவார்கள். பலரைத் துன்புறுத்தி பல நூறு ஏக்கர் நிலத்தை வைத்திருந்தான். அவனை எதிர்த்து எவரும் பேசவும் முடியாது. அவன் உள்ளூர் காங்கிரஸ் தலைவனும் கூட. அதைக் கொண்டு அரசுப் பணத்தை ஊழல் செய்து கொள்ளையடிப்பான். டாகிலோட் முக்கியமான சங்கமப் பகுதி. அதில் எங்கள் அதிகாரத்தை நிலை நாட்டுவதன் மூலம் அப்பகுதியைக் கைக்குள் வைக்க முடியும். போடியா போலீஸ் உளவாளியாக எங்களைக் காட்டிக் கொடுப்பவன். 1996ல் ஜன் ஜாக்ரன் துவங்குவதில் போடியா முக்கியப் பங்காற்றினான். அவனை அடக்காமல் அப்பகுதியை மீட்க முடியாது. மக்கள் அவன் பெயரைச் சொன்னாலே அஞ்சினர். எனவே அவனை ஒழிப்பது தவிர்க்க

முடியாத, உடனடித் தேவையானது" என்றார்.

மேற்கு வங்கத்தின் சி.பி.எம் தலைவரைக் கொல்வதற்கும் மாவோயிஸ்ட்டுகள் இப்படிக் காரணங்களைச் சொன்னது நினைவுக்கு வந்தது.

"போடியா ஒரு பெரிய பங்களாவில் பைரம்கர் நகரில் வசித்து வந்தான். நாங்கள் 4 தோழர்கள், விவசாயிகள் கொண்ட குழுவை அமைத்தோம். 1998ல் ஜுன் 16 அன்று மாடியில் தூங்கிக் கொண்டிருந்த போடியாவைக் கொல்லச் சென்றோம். அவனைப் பிடித்தபோது தான் போடியா அல்ல என்று ஏமாற்ற நினைத்தான். ஆனால் உடன் வந்த விவசாயிகள் அவனை நன்கு அடையாளம் காட்டினர்.

போடியாவைக் கொன்றபின் டாகிலோடை சுற்றியுள்ள 18 கிராமங்களை அழைத்துக் கூட்டம் போட்டோம். போடியாவின் மகன்கள்கூட வந்து தமது தந்தையின் செயல்களுக்காக மன்னிப்புக் கேட்டனர். போடியா வசூலித்த அபராதத் தொகை 72,000த்தை மக்களுக்குத் திருப்பித் தந்தனர். மேலும் 50,000 தரவும் ஒப்புக்கொண்டனர். மேலும் மக்களுக்கு மூன்று மூட்டை அரிசி, மூன்று பன்றிகள், இரண்டு ஆடுகள் என்று தமது தந்தையின் தவறுகளுக்கு அபராதமாகச் செலுத்தினர். தாம் மிரட்டிப் பறித்த நிலங்களை உரியவர்களுக்குத் திருப்பித் தரவும், மீதம் நிலத்தில் விவசாயம் செய்ய அனுமதிக்கவும் வேண்டினர். ஆனால் தோழர்கள் வெளியேறிய பின் மெல்ல அவர்கள் தமது சுயரூபத்தைக் காட்டினர். மீண்டும் மக்களை அச்சுறுத்தி நிலங்களைப் பறிக்கத் துவங்கினர். எனவே 2001 ல் மீண்டும் கிராம மக்கள் சபை கூட்டப்பட்டு, அவர்களின் நிலங்கள் பறிக்கப்பட்டு, மக்களுக்கு வழங்கப்பட்டன.

கட்சியின் பலம் கூடியது. எனினும் போடியாவின் மகன்கள் தமது இழந்த அதிகாரத்தை மீட்கத் தொடர்ந்து முயன்றனர். ஜனதா சர்க்காரின் துணைத்தலைவரையே கொலை செய்ய முயன்றனர். எனவே 12 கிராம மக்களைக் கூட்டி போடியாவின் குடும்பத்தையே டாகிலோட் பகுதியிலிருந்து வெளியேற்ற முடி வெடுத்தோம். பின் மக்கள் அவர்களின் வீட்டைத் தாக்கிச் சூறையாடினர். அங்கிருந்த அரிசி, மாடுகள், ஆடுகள் என அனைத்தும் மக்களுக்குக் கொடுக்கப்பட்டன. அவர்களின் 230 ஏக்கர் நிலமும் 122 குடும்பங்களுக்குப் பகிர்ந்தளிக்கப்பட்டது.

கட்சிக்கென 20 ஏக்கர் நிலம் ஒதுக்கப்பட்டது. இன்றும் மக்கள் அதில் பயிரிட்டு கட்சிக்குத் தானியங்கள் வழங்கி வருகின்றனர்.

இதுபோல எத்தனையோ கதைகள், எத்தனையோ மனிதர்கள். சைதுராம் ஆத்மி, இவர் சுராஜின் மாமா. இவர் சத்வாவில் ஒரு கோவிலை சுவாமி நந்து எனும் சிவானந்தா ஆசிரமத்தின் பழங்குடி உறுப்பினர் உதவியுடன் கட்ட முயன்றார். இதற்கான நிதியைத் திரட்ட அவர்கள் ஒவ்வொரு கிராமமாக பஜனைப் பாடல்கள் பாடி, கூட்டங்கள் நடத்திச் சென்றனர். அதில் ஆதிவாசிகள் மாமிச உணவை விட்டுச் சைவ உணவு உண்பவர்களாக நாகரிகப்பட வேண்டும் என்று பிரச்சாரம் செய்தனர். மதம் ஒருவரின் தனிப்பட்ட நம்பிக்கையாக கோவிலுக்குள் இருக்கும்போது பிரச்சினை இல்லை. மாறாக அது மக்களின் வாழ்வு முறையை மாற்றுவதற்கான பிரச்சாரமாகும்போது, அது சமூக மோதலுக்குக் காரணமாகிறது. சமூக அமைதியைக் குலைக்கிறது என்று தடுத்தோம். ஆதிவாசிகளின் தொன்மை நம்பிக்கையை அழித்துப் புதிதாக இந்துக் கோவிலைக் கட்டுவதை அனுமதிக்க முடியாது என்றோம். பெரும்பான்மை மக்கள் எங்கள் பக்கம் நின்றனர். 20 விழுக்காட்டினர் சைவ உணவு, இந்துக் கோவில் இவற்றிற்காக நின்றனர். நாங்கள் மாமிசம் சாப்பிடும் நிகழ்ச்சியை பாரம்பரியக் கோவிலில் மேற்கொண்டோம்.

சைதுராம் கோவிலுக்கென வசூலித்த பணத்தைக் கொண்டு ரகசியமாகக் கந்து வட்டித் தொழில் செய்து வந்தான். ஏழை கிராம மக்களிடமிருந்து சுமார் 30 ஏக்கர் நிலத்தைக் கடனுக்காக எழுதி வாங்கிக் கொண்டான். இதில் போடியாவின் மகனும் கூட்டாளியாகினான். கடைசியில் அவர்கள் கூட்டாக எங்களைத் தாக்கத் திட்டமிட்டனர். இதற்கு உயர்மட்டப் பழங்குடியினர் சிலரும் துணையாக இருந்தனர். எனவே முன்னதாகவே அவர்களைத் தாக்கி ஒழிப்பது பாதுகாப்பானது என்று முடிவு செய்தோம். 2002ல் புத்துராம் என்பவனைக் கொன்றோம். அவனது குடும்பத்தினர் எங்களிடம் மன்னிப்புக் கேட்டு, தொடர்ந்து அக்கிராமத்தில் வாழ அனுமதி கேட்டனர்.

2003ல் சைதுராம் தண்டேஸ்வரி சமிதி என்னும் அமைப்பை சிவானந்தா ஆசிரம உதவியுடனும், சில பணக்காரர்கள் துணையுடனும் துவங்கினான். ஆர்.எஸ்.எஸ் இதற்குப் பின்னணி, அப்போது பிஜேபி ஆட்சியிலிருந்தது. அவர்கள் எங்கள் ஆதரவாளர்களைத் தாக்கினர். அதற்குப் போலீசும் துணை நின்றது.

இந்தச் சுயநலக் கும்பலில் மோதல் உண்டானது. அதன் விளைவாக நந்து ஸ்வாமி சிவானந்த ஆசிரமத்திலேயே கொலை செய்யப்பட்டார். ஆனால் போலீஸ் கூட மாவோயிஸ்ட்டுகளே கொலை செய்தனர் என்று திசை திருப்பப் பார்த்தனர்".

"தண்டேஸ்வரி சமிதியினர் சில கிராமங்களில் கிராமப் பாதுகாப்புக் குழுக்களை அமைத்தனர். சுராஜின் மனைவி சுத்ரியும் தாக்கப்பட்டார். அவருடைய வீடு சமிதியினரால் எரிக்கப்பட்டது". சுத்ரியும் இதனை உறுதி செய்தார். சதீஷ்கரின் அந்நாள் கவர்னர் கே.எம்.சேத் ராமகிருஷ்ணா மடத்திற்குச் சென்றபோது மக்களை மாவோயிஸ்ட்டுகளிடமிருந்து பாதுகாக்க ஜன் ஜாக்ரனால் மட்டுமே முடியும் என்றார். ஆனால் பின்னர் சேத்திடம் கேட்டபோது அவர் பியானுடன் தனக்குத் தொடர்பேதுமில்லை என்றார். தான் அதை மக்களுக்கு விழிப்புணர்வு உண்டாக்குவதற்காகவே சொன்னதாகவும் கூறினார். அவரே வனப் போர்க் கல்லூரி துவங்கவும், பிரிகேடியர் பொன்வாரை அதன் தலைவராக நியமிக்கவும் காரணமானவர். பின்னர் சேத் காஷ்மீரிலும் இத்தகைய முயற்சியை மேற்கொண்டார்.

ராஜ்மன் தொடர்ந்தார், "2004 பாராளுமன்றத் தேர்தல் வந்தபோது, ராணுவ உதவியுடன் பல வீடுகளை இடித்தும், பெண்களைக் கற்பழித்தும், சிலரைக் கொன்றும் மக்களை அச்சுறுத்தினர். மக்கள் போலீஸ் ஸ்டேசனைச் சுற்றி வளைத்தனர். ஆனால் அப்பெண்களை மாவோயிஸ்ட்டுகள் என்றனர். பல கிராமங்களில் வீடுகள் எரிக்கப்பட்டன. பிரகாஷ் என்பவர் தனது வீடு எரிக்கப்பட்டதற்கு சமிதிதான் காரணம் என்று பீஜப்பூர் போலீஸ் சூப்பிரடென்டிடம் முறையிட்டபோதும், பலன் ஏதுமில்லை.

2004ல் புத்ராமின் வீட்டை நாங்கள் மீண்டும் தாக்கினோம். அவர்கள் தப்பிக்க மன்னிப்புக் கேட்டனர். ஆனால் மீண்டும் இரண்டு மாதங்களில் சிவராம் எனும் தோழர் கொல்லப்பட்டார். இதற்குப் பழிவாங்கும் வகையில் அவரது இறுதி ஊர்வலத்தை நடத்தினோம். இதையறிந்து அவர்கள் தப்பித்து ஓடிவிட்டனர். எனவே அவர்களின் வீட்டுப் பெண்களையும், குழந்தைகளையும் மகேந்திர கர்மாவின் கிராமத்திற்கு அனுப்பிவிட்டு, அவர்களின் சொத்துகள் அனைத்தையும் மக்களுக்குப் பிரித்துக் கொடுத் தோம்".

இந்தக் குடும்பங்களிலிருந்தே 2005ல் சல்வா ஜுதுமின் முக்கிய உறுப்பினர்கள் உருவானார்கள். முதலமைச்சர் ராம்சிங், மகேந்திர கர்மாவை ஜன் ஜாக்ரன் அமைப்பை மறுபடியும் துவக்க அழைத்த போது இவர்களே அதற்கு ஏற்றவர்களாக இருந்தனர். சல்வா ஜுதுமின் தலைவர்களும் வேறு சில கவர்ச்சிகரமான தலைவர்களும், கட்சியால் பாதிக்கப்பட்ட இநத கிராமத்தைப் பெரிதும் தேர்வு செய்தனர். ரகசியக் கூட்டங்கள் சிவானந்தா ஆசிரமத்தில் நடைபெற்றன. கார்கேலியில் நக்சல் வன்முறை என்று காரணம் காட்டி ஜன் ஜாக்ரன் அபியான் துவங்கினர். அதுவே பின் மாற்றுப் பெயர் சூடிக் கொண்டு சல்வா ஜுதும் ஆனது.

7

சமாதான யாத்திரை

2005 சதீஷ்கரின் திருப்புமுனை ஆண்டு. அந்தப் புதிய மாநிலத்தின் மோதல்கள் முதிர்ந்து திரண்டு, புது வடிவம் பெற்றன. இந்தியப் பெரு வணிக அசுரர்கள் அந்த வளம் மிக்க குட்டி மாநிலத்தில் தமது அசுரக் கால்களைப் பதித்தனர். டாடாவும், எஸ்ஸாரும் சதீஷ்கரில் மாநில அரசுடன் புரிந்துணர்வு ஒப்பந்தம் கையெழுத்திட்டன. சல்வா ஜூதும் எனும் சமாதானத்திற்கான யாத்திரை?யை வெள்ளைக் கொடியசைத்துத் துவக்கிவைத்தனர்.

ஜூன் 5ல் பழைய ஜன் ஜாக்ரன் புதிய பெயர் சூடிக் கொண்டு தனது அமைதிப் பயணத்தைத் துவக்கியது. "மக்கள் எழுச்சி" மாவோயிஸ்ட்டு வன்முறைக்கு மாற்று, மாவோயிஸ்ட்டு களிடமிருந்து தப்பி மக்கள் குவிந்தனர் என்று பத்திரிக்கைகள் வாழ்த்தி வரவேற்றன.

25 ஆண்டுகளாக இருந்த நக்சல்பாரிகளை திடீரென மக்கள் எதிர்த்துக் கிளம்பியது ஏன்? எப்படி? இக் கேள்வியுடன் மாநிலம் முழுதும் விடைதேடி அலைந்தேன். சரியான, முழுமையான விடை கிடைக்கவில்லை. பல குரல்களை ஒட்டுப் போட்டதில் அந்த அமைதி யாருடைய குரல் என்பது தெரிந்தது.

திடீரென யாருமே கேட்காமல் ஒரு சின்னஞ்சிறிய மாநிலத்தை

124 அவரை வாசு என்றே அழைக்கலாம்

ஏன் மத்திய அரசு கருணையுடன் பழங்குடிகளுக்கான மாநிலம் என்று அறிவித்து, தாராள மனதுடன் பிரித்துக் கொடுத்தது என்ற கேள்வி சிந்திப்பவர் எவரின் மனதிலும் எழுவது இயற்கை. தெலுங்கானா கேட்டு நூற்றுக்கணக்காணவர்கள் செத்துக் கொண்டிருக்கும் போது, கூர்க்காலந்து, போடோலாந்து கேட்டுப் பல ஆண்டுகளாக அம்மக்கள் போராடி கொண்டிருக்கும் போது உண்டாகாத சிறு மாநிலம், நிர்வாக வசதி என்ற ஞானோதயம் சதீஷ்கரில் உதித்தது எப்படி?

1991ல் புதிய பொருளாதாரக் கொள்கையை ஏற்று காங்கிரஸ் அரசு நாட்டையே தாராளமயத்திற்கும், தனியார்மயத்திற்கும் திறந்துவிட்ட காலம். 2000ல் புதிய சிறிய சதீஷ்கர் யாரும் கேட்கா மலேயே பிரித்துத் தரப்பட்டது. இந்தியாவின் கனிம வளத்தில் 15 விழுக்காட்டைத் தன்னில் புதைத்து வைத்துள்ள அந்தச் சிறிய மாநிலம் அவசர அவசரமாகப் பிரிக்கப்பட்டது. டாடாக்கள் நுழைவு, புதிய பொருளாதாரம், மாவோயிஸ்ட், சல்வா ஜூடும் என அனைத்தும் ஒன்றுடன் ஒன்று தொடர்பு கொண்டன.

இதற்கென குதர்க்கமான விடை 40 சட்டமன்ற உறுப்பினர் களைச் சரிக்கட்டுவது 146 பேரைச் சரிக்கட்டுவதை விட எளிது. ஆனால் அதிகாரம் என்பது மாறி மாறி வருவது. மாநிலம் அமைக்கப்பட்டபோது பிஜேபி ஆட்சிக்கு வந்தது. பின் காங்கிரஸ் ஆட்சியைப் பிடித்தது. அது போல மத்தியிலும் மாறுபட்ட கட்சிகள் ஆட்சியைப் பிடித்தன. இதனால் வேலை மெத்தனமான போதும், பணம் பத்தையும் செய்யும் என்பது எல்லாக் கட்சிகளுக்கும் பொதுவான விதி. பெருமுதலாளிகளின் பொருளாதாரத் தேவையே சதீஷ்கரின் பிறப்புக்குக் காரணம்.

பிஜேபி ஆட்சிக்கு வந்ததும் முதலில் செய்த சாதனை ஆதிவாசிகளின் நிலத்தைத் தொழிலதிபர்கள் தடையின்றி எடுக்கலாம் என்பதே. எனினும் இது குறித்த இறுதி முடிவு நீதிமன்றத் தீர்ப்பை எதிர்நோக்கியே உள்ளது. இரண்டாவது மாற்றம் பீடி இலையைத் தனியார் வசம் விடுவது. நக்சலை ஒழிக்க விரும்பும் அரசுகள் ஏன் அவர்களின் பொருளாதார வலிமைக்கு வழிவகுக்கின்றன? ஒருபுறம் நக்சல் ஒழிப்பு, மறுபுறம் அவர்களின் வேண்டுகோளான பீடி இலையைத் தனியார்வசம் ஒப்படைப்பதை ஏற்பது என முரண்பட்ட முடிவுகளை அரசு எடுப்பது ஏன்?

அதிகாரிகள், ஆதிவாசி மக்கள் நக்சல்களால் அதிகமான தொல்லைகளை அனுபவித்துவிட்டனர். நக்சல்பாரிகள் மக்கள் பீடி இலை பறிப்பதைத் தடுக்கின்றனர் என்கின்றனர். அவர் இலை பறிப்பதைத் தடுத்ததால் மக்கள் அவர்களுக்கு எதிராகக் கிளர்ந்தெழுகின்றனர் என்கின்றனர். இதுபற்றிய விரிவான ஆய்வு பல உண்மைகளை உணர்த்தியது.

பீடி இலை பறிப்புக்கு ஒரு ஆண்டு முன் ஏலம் விடப்படுகிறது. 2005ல் சல்வா ஜுதும் துவக்கப்பட்ட இடங்களில் இலை பறிக்க யாருமே 2004ல் உரிமம் கோரவில்லை. 2005ல் இலை பறிக்க 2004ல் உரிமை பெற்றவர்களைச் சந்தித்தேன். 2004 கோடையில் வனத்துறையினர் அவர்களை இலை பறிக்கச் சில இடங்களுக்கு மட்டும் உரிமம் கோர வேண்டாம் என்றனர். இந்த இடங்களில் தான் சல்வா ஜுதும் 2005ல் துவக்கப்பட்டது. இதுதான் வியாபாரிகள் குத்தகைக்கு இலை பறிக்கக் கேட்காததற்குக் காரணம். சல்வா ஜுதும் துவக்கும் திட்டத்தை அரசும் அதிகாரிகளும் ஒரு வருடம் முன்னரே துவக்கிவிட்டனர்.

அதுபோலவே 2005லும் சல்வா ஜுதும் கால் பதித்த இடங்களில் குத்தகை கேட்கப்படவில்லை. சல்வா ஜுதும் நுழையாத இடங்களில் பீடி இலை பறிப்புக்கான குத்தகை விண்ணப்பங்கள் குவிந்தன. மாவோயிஸ்ட்டுகளின் பீடி இலை தனியார் குத்தகைக்கு விடப்பட வேண்டுமென்ற கோரிக்கை, அவர்கள் மீது நல்ல எண்ணத்தை உருவாக்குவதாக இல்லை. தனியார் மயத்தை எதிர்க்கும் கட்சி பீடி இலைப் பறிப்பை மட்டும் தனியார்வசம் தரக் கோருவது ஏன்?

கங்கேலியருகே உள்ள இரு கிராமங்களில் மட்டும் மக்கள் எழுச்சி உண்டானதாக நவபாரதி, ஹிந்த்சாத் என இரு பத்திரிக்கைகளில் மட்டும் செய்தி வந்திருந்தது. நான் அப்பத்திரிக்கைகளின் அப்பகுதிச் செய்தியாளர்களைத் தொடர்பு கொண்டு கேட்டபோது, தாங்கள் அவ்விதமான செய்தியைத் தரவில்லை என்றனர். எனவே அப்பத்திரிக்கைகளுக்கே நேரடியாகப் பேசி எப்படிச் செய்தியைப் பெற்றனர் என்று கேட்டேன். பின் விசாரித்து பதில் தருவதாகச் சொன்னவர்கள், பின்னர் பேசவே இல்லை.

நவபாரத் நிர்வாகமோ பெயர் சொல்லாத ஒருவர் தந்த தகவல் என்றனர். உறுதி செய்யாமல் அச்சிடலாமா? என்று கேட்டதற்கு சுக்மா போலீஸ் உறுதி செய்தது என்றனர். அவர்களது நிருபரே

சுக்மாவில் உள்ள போது போலீசை ஏன் கேட்க வேண்டும்? நேரடி பதிலின்றித் தப்பிக்க முயன்றனர். நக்சல் தகவலையும் முற்றிலும் உண்மையானதென்று ஏற்க முடியவில்லை. எனினும், நம்பகமான தகவல்களை அவர்கள் தந்தனர் என்பதைப் போலீஸ் செய்தியுடன் ஒப்பிடும்போது உறுதியானது.

அத்வானி உள்துறை அமைச்சராக இருந்தபோது, மத்திய அரசே ஜன் ஜாக்ரன் அல்லது சல்வா ஜுடும் பற்றிச் சிந்தித்துத் திட்டமிட்டன என்பதை பல அரசு அலுவலகத் தகவல்கள் உறுதி செய்தன. ஜுன் முதல் வாரத்தில் கார்கேலியில் 12 கிராம மக்கள் கைது செய்யபட்டனர். போலீசுக்காக ட்ராக்டரில் வந்த உணவுப் பொருட்களைத் திருடினர் என்று கூறினர். அவர்கள் போலீஸ் காவலில் அடைக்கப்பட்டனர். அவர்களை விடுதலை செய்ய வேண்டுமானால், ராஜு எனும் கட்சித் தோழரைக் கொண்டுவர வேண்டும் என்றனர். கிராமக் கூட்டம் போடப்பட்டது. ராஜு வர வேண்டுமென்றனர். ராஜு தன்னுடன் 5 தோழர்களை அழைத்துச் சென்றார். அவர்களை மக்கள் அடித்துப் போலீசிடம் ஒப்படைத்தனர். ஒருவர் மட்டும் தப்பிச் சென்று நடந்ததை தலைமையிடம் சொல்லிவிட்டார்.

இந்த நிகழ்வில் துங்கா சேத் குட்ரு என்பவரின் பங்கு என்ன என்பது சொல்லப்படவில்லை. துங்கா மகேந்திர கர்மாவுக்கு நெருங்கியவர். ஜன் ஜாக்ரன் உருவாக்கத்தில் அவருடன் நின்றவர். மகேந்திர கர்மா துங்காவையும், அவனது நண்பர்களையும் ஜன் ஜாக்ரன் உருவாக்குவது பற்றி ஆலோசிக்க அழைத்தான். கார்கேலி நிகழ்வு அவர்களுக்கு மிகவும் அனுகூலமாக அமைந்தது.

ஜுன் 9, 18 தேதிகளில் கார்கேலி, தர்மெண்டரி ஆகிய இடங்களில் நக்சல் பிரச்சினை பற்றிய விவாதம் நடந்தது. ஆனால் அங்கு போலீஸ் இல்லாத காரணத்தால் அவர்களை நக்சல்பாரிகள் புகுந்து விரட்டி அடித்தனர்.

ஜுன் 19 அன்று மட்வாராவில் அத்தகைய கூட்டம் கூட்டப் பட்டது. அதில் அரசியல்வாதிகளும், போலீஸ்காரர்களும் கலந்து கொண்டனர். அதில் பிஜேபி சட்டமன்ற உறுப்பினர் மகேஸ்கா கிடாவும் கலந்துகொண்டார். அவர்கள் கூட்டமாக மாவோயிஸ்ட் வலிமை மிக்க கோட்ரபாலுக்கு ஊர்வலமாகச் சென்றனர். மாவோயிஸ்ட்டுகள் தாக்கக்கூடும் என்பதை உணர்ந்த கிராம மக்கள் ஓடி விட்டனர். கிராமத்தில் வீடுகளுக்குத் தீ வைத்தனர்.

மாவோயிஸ்ட்டுகள் சுற்றி வளைத்து வில்லம்பு கொண்டு தாக்கினர். மூன்று பேர் கொல்லப்பட்டனர். எட்டுப் பேர் சிறை பிடிக்கப்பட்டனர். மற்றவர்கள் தப்பி ஓடினர்.

மறுநாள் மாவோயிஸ்ட்டுகள் கோட்ரபால் சென்று, ஊர் வலத்தில் பங்கேற்ற நால்வரைப் பிடித்துச் சென்று, அங்கு நடந்தவை, பங்கேற்றவர்கள் பற்றிய விபரங்களை அறிந்து கொண் டனர். அமைதி யாத்திரை என்ற ஒன்றை ஆட்சியாளர்கள் துவங்கப் போவதையும், அது நிச்சயமாக காந்திய வழி அமைதி யாத்திரை அல்ல என்பதை மாவோயிஸ்ட்டுகள் தெளிவாக அறிந்தனர். முன்னர் நக்சல் அதிகம் இல்லாத பகுதிகளில் ஜன் ஜாக்ரன் துவங்கப்பட்டதை அவர்கள் மறக்கவில்லை.

கிராமத்து மக்களுக்கு நக்சல்பாரிகளின் செயல்பாடுகள் மீது வெறுப்பும் கோபமும் உண்டு. எனவே துவக்கத்தில் அவர்களை எதிர்க்கும் கூட்டங்களுக்கு மக்கள் தாமாகத் திரண்டார்கள் என்பது உண்மையே. இதை மாவோயிஸ்ட்டுகளின் அரசியல், பொருளாதார எதிரிகள் பயன்படுத்திக் கொண்டனர். பீஜப்பூரில் ஜூன் *25* அன்று மாவட்ட ஆட்சியர், தண்டிவாடா, பீஜப்பூரின் போலீஸ் அதிகாரிகள், பிஜேபி அமைச்சர்கள் கலந்துகொண்ட முக்கியக் கூட்டம் நடைபெற்றது. அதில் கலந்து கொண்ட மகேந்திர கர்மா தான் சமாதான யாத்திரை எனும் சல்வா ஜுதும் என இதற்குப் பெயர் சூட்டினான். கோட்ரபால் கிராமத்து மக்கள் ஜுலை முதல் தேதிக்குள் சரணடைய வேண்டுமென எச்சரிக்கை விட்டான்.

அதன் பின் பத்திரிக்கைகள் இயல்பான மக்கள் எழுச்சி நக்சல்பாரிகள் எதிர்ப்பு என்றெல்லாம் தலைப்பிட்டு எழுதினர். இதைப் பற்றிப் பல பத்திரிக்கையாளர்களிடம் இது எவ்வளவு உண்மை என்று கேட்டேன். போலீசும், அரசியல்வாதிகளும் கூட்டிய கூட்டத்தை மக்கள் எழுச்சியெனப் பத்திரிக்கைகள் எழுதுவது தவிர வேறு வழியில்லை என்றார். பீஜப்பூர் போலீஸ் அதிகாரிகள் பிரச்சார வாகனத்தில் ஆள் பிடித்ததைக் கண்டோம் என்றும் சிலர் கூறினர். மஜ்ஜி எனும் இன்ஸ்பெக்டர் சீருடை யுடன் பிரச்சாரம் செய்தார். அவரது மனைவி அப்பகுதி கிராம அதிகாரியாவார்.

ஜுலை *1* அன்று மகேந்திர கர்மா, பீஜப்பூர் எஸ்.பி மன்ஹர் மற்றும் *100* போலீஸ்காரர்கள் கோட்ரபாலைத் தாக்கினர்.

இரண்டு வயதானவர்கள் தவிர ஊரே அடித்து விரட்டப்பட்டது. அவர்களையும் எரியும் நெருப்பில் வீசிக் கொன்றனர். துப்பாக்கிச் சூட்டில் காயம்பட்டு வயிற்றில் குண்டுடன் ஒரு மூதாட்டி அலைந்து கொண்டிருக்கிறாள்.

நக்சல்பாரிகளின் நியாயத்தை எந்தப் பத்திரிக்கையும் எழுத வில்லை. சல்வா ஜுதும் என்பது முந்திய ஜன் ஜாக்ரன் போல அரசு நடத்தும் மக்கள் வேட வெறியாட்டமே என்றனர் நக்சல்பாரிகள். சல்வா ஜுதுமை ஆதரிக்கும் ஒவ்வொரு கிராமத்திற்கும் 2.50 லட்சம் தரப்படும் என சட்டமன்ற உறுப்பினர் பேசியது பதிவு செய்யப்பட்டு நக்சல்பாரிகளால் பயன்படுத்தப்பட்டது. அதில் “ஒரு முறை இருமுறை மக்களுக்குச் சொல்லிப்பாருங்கள், நம்முடன் வரவில்லை என்றால், கிராமத்தையே எரியுங்கள். தடுத்தால் சுட்டுத்தள்ளுங்கள்” என்று போலீஸ் உயரதிகாரி மன்ஹர் கூறியது பதிவு செய்யப்பட்டு தொலைக்காட்சியில் காட்டப்பட்டது.

இதுபற்றிப் பத்திரிக்கையாளர்களும், மனித உரிமைவாதிகளும் கேட்டபோது, இது போலி என்று மறுத்தனர். பின் மன்ஹர் மாநில் மனித உரிமை ஆணையத்தலைவரானார். உள்நாட்டு ஊடகங்கள் வாய் மூடிக் கிடந்த போது, பிபிசி, சிஎன்என் போன்ற வெளிநாட்டு ஊடகங்கள் கோட்ரபால் நோக்கிப் படையெடுத்தன.

கோட்ரபால் வெற்றிக்குப் பின் சல்வா ஜுதும் ஒவ்வொரு கிராமத்திலும் இதை நடத்திப் பார்க்க முயன்றனர். இதைத் தடுக்க நக்சல்பாரிகள் முயன்றும் முடியவில்லை. வன்முறைக்கு பயந்த மக்கள் சாலையோர அரசு முகாம்களில் தங்குவது தவிர வேறு வழியில்லாமல் போனது. கிராமங்களில் மக்கள் இல்லாமல் போனால், மாவோயிஸ்ட்டுகள் காட்டுக்குள் வாழ முடியாது. சரணடைவார்கள் என்பது அரசு அதிகாரிகளின் எதிர்பார்ப்பு. இத்தகைய முயற்சி வடகிழக்கு மாநிலங்களில் வெற்றி பெற்றதாகக் கூறினர். மக்கள் தாமாக வருகின்றனர் என்பது நம்ப முடியாததானது. லாரி லாரியாக கிராம மக்கள் வீடுகளை விட்டுவிட்டு, முகாம்களுக்கு வர ஏதாவது ஒரு லாபத்தை யாரோ தருகிறார்கள் என்பது உறுதியானது.

அரசு முகாம்களைச் சுற்றி இருந்த கிராமங்கள் காலி செய்யப் பட்டிருந்தன. எரிக்கப்பட்டிருந்தன. முகாம்களைச் சுற்றிக் கடுமையான காவல் போடப்பட்டிருந்தது. நான் நகரங்களில்

படித்துக்கொண்டிருந்த ஆதிவாசி மாணவர்களிடம் அவர்களின் பெற்றோர் பற்றிப் பேசினேன். அவர்களுடன் அவர்களது கிராமங் களுக்குச் சென்று எரிந்த வீடுகளைப் படம் பிடித்தேன். முகாம் மக்களை அடிக்கடிச் சந்தித்து, அவர்களைப் பேட்டி கண்டேன். காவலர்கள் சுற்றி இல்லாத போது, "எங்களை மாடுகளைப் பட்டியில் அடைத்துள்ளது போல அடைத்து வைத்துள்ளார்கள்" என்று பொருமினர்.

நான் ஒரு போலீஸ்காரரையும் சந்தித்தேன். அவர் நடந்த வற்றால் மிகவும் பாதிக்கப்பட்டவராக இருந்தார். "நாங்கள் கிராமத்துள் சல்வா ஜுடும் ஆட்களுடன் சென்றோம். மக்கள் அஞ்சி ஓடினர். அவர்களைப் பிடித்து சமாதானம் செய்து முகாமிற்குக் கொண்டு வந்தோம். தப்பி ஓட நினைத்தவர்களைச் சுட்டோம். ஆதிவாசி மக்களை நாய்களைச் சுடுவது போல் சுட்டோம். அது சரியென்று எனக்குப் படவில்லை. நீங்கள் இந்த நியாயத்தை உயர் அதிகாரிகளிடம் சொல்லுங்கள் நான் இப்படிப் பேசியதற்காக தண்டிக்கப்படலாம். நான் அவற்றை மகிழ்ச்சியுடன் ஏற்றுக்கொள்வேன். இந்த பைத்தியக்காரத்தனம் நிற்க வேண்டும்." என்று கதறினார். இதுபற்றி நான் பத்திரிக்கையில் எழுதினேன். ஆனால் அதற்கு எந்த விளைவும் இல்லை.

கிராமத்தினர் திரும்பிச் செல்லவும் பயந்தனர். அவர்கள் சல்வா ஜுடும் ஊர்வலத்தில் பங்கேற்க வேண்டும். வீடுகளை எரிக்க வேண்டும். இவற்றில் பங்கேற்காமல் கிராமத்திற்குத் திரும்பினால் தண்டிக்கப்படலாம்.

2005ல் நாகாலாந்திலிருந்து ராணுவம் கொண்டுவரப்பட்டது. அது பசுமை வேட்டை எனும் OPERATION GREEN HUNT என்ற வேட்டையை துவங்கியது. பைலாடிலா என்ற மலைப்பகுதியில் இது துவக்கப்பட்டது. 2009ல் இதே பெயரில் பெரிய அளவு தாக்குதல் நடந்தது. ஒரு வாரம் மிக மோசமான ரத்த வெள்ளம் காட்டில் பெருகி ஓடியது. இரில் என்ற கிராமத்தில் கரம் பந்து என்ற கிராமத்தவர் தலை வெட்டப்பட்டு, உடல் மக்களின் காட்சிக்கு வைக்கப்பட்டது.

வேசபால், ஹுரிபால், ஹரியால் கிராமங்க்ளில் மக்கள் சுற்றி வளைக்கப்பட்டு, வரிசையில் நிறுத்தி வைக்கப்பட்டு சுட்டுக் கொல்லப்பட்டனர். தலைகள் வெட்டப்பட்டு, வெற்றிச் சின்னங் களாக எடுத்துக் கூத்தாடினர். இத்தகைய ரத்த விளையாட்டு

மாதக்கணக்கில் கிராமம் கிராமமாக நடத்தப்பட்டது. மக்கள் ஒரு கிராமத்திலிருந்து மறு கிராமத்திற்குச் செல்லவோ பேசிக் கொள் ளவோ காவல் படையினர் யாரையும் அனுமதிக்கவில்லை.

பின் ஒரு காலத்தில் ஓய்வு பெற்ற ஒரு போலீஸ் அதிகாரி இப்படி நடந்ததெல்லாம் உண்மையென்று உறுதி செய்திராவிட்டால், இவையாவுமே நக்சல்பாரிகள் சொன்ன மிகைப்படுத்திய கதை யென்றேதான் எண்ணியிருப்பேன். ஆனால் அவர் மிகுந்த குற்ற உணர்வுடன் நாகாலாந்து வீரர்கள், தலைகளை வெற்றிச் சின்னமாக ஊருக்கு எடுத்துச் சென்றனர் என்றார். சல்வா ஜுதுமில் சேரவில்லையென்றால் தண்டேஸ்வரியின் சாபத்தால் தலை வெடிக்கும் என்று வதந்தி பரப்பினர். மேலும் தலையை வெட்டி எடுத்துச் சென்ற நாகர்கள் மனித மாமிசம் சாப்பிடுபவர்கள் என்றும் பயமுறுத்தினர். இதற்குப் பயந்தே பலர் முகாமில் இருந்தனர் என்று பின்னர் பலர் கூறினர்.

நக்சல்பாரிகள் இவற்றிற்குப் பழிவாங்கும் வகையில், ராணுவ வீரர்கள் தங்கியிருந்த பள்ளிக்கு குண்டு வைத்தனர். இரண்டு ஜவான்கள் கொல்லப்பட்டனர். சல்வா ஜுதும் துவங்கப்பட்ட பின் பாதுகாப்புப் படையினர் மீது நடத்தப்பட்ட முதல் தாக்குதல் இதுவே. இதன்பின் இரண்டு வாரங்களில் சி.பி.ஐ சட்டமன்ற உறுப்பினர் மணிஷ் குஞ்சம் சல்வா ஜுதும் இயல்பான மக்கள் எழுச்சி அல்ல, அரசு உருவாக்கியதே என்று குற்றம் சாட்டி னார்.

ஆகஸ்ட் 23 அன்று ராணுவத்தின் கண்ணிவெடி எடுப்பு வாகனம் தகர்க்கப்பட்டது. அதில் 23 ஜவான்கள் கொல்லப் பட்டனர். அதை தேவி என்ற ஆதிவாசிப் பெண் தலைமை ஏற்று நடத்தினார். மக்களை சல்வா ஜுதுமில் சேர வேண்டாம் என்றே மாவோயிஸ்ட்டுகள் வேண்டிக்கொண்டனர். அவர்கள் மக்களைத் தாக்கவில்லை. இத்தாக்குதலின் பின் நிறுத்திவைக்கப்பட்ட ராணுவ நடவடிக்கைகள் மீண்டும் துவங்கியது. மீண்டும் நாகா படைகள் கொண்டுவரப்பட்டன.

ஏன் அரசு இப்பகுதி மீது இத்தனை அக்கறை எடுத்துக் கொள் கிறது? இதன் பூகோள அமைப்பே காரணம். இந்த கிராமங்கள் டாடாவின் பைலாடிலா சுரங்கங்களுக்கு சில கிலோமீட்டர் தொலைவிலேயே உள்ளன. எஸ்ஸாரின் சுரங்கமும் அருகிலேயே உள்ளது. அரசு அதிகாரிகள், மகேந்திர கர்மாவுடன் இந்த

கிராமங்களுக்கு வந்து நிலங்களை தந்துவிட மக்களிடம் கேட்டனர். சாலை போடவும், ரயில்பாதை போடவும், விமான நிலையம் கட்டவும் நிலம் வேண்டும் என்றனர். மக்கள் அவர்களை விரட்டி விட்டனர். இந்த கிராமங்கள் எதுவும் அரசின் வருவாய்த்துறைப் பதிவேடுகளில் இல்லை. அரசின் அங்கீகாரம் பெறாத தொன்மை உரிமைகளான இவற்றை எடுத்தால் எவ்வித இழப்பீடும் சட்ட வழியில் பெற முடியாது.

பல நூற்றாண்டுகளாக வெளியுலகம், நாகரிக உலகம், அதன் அரசுகள் எதுவும் கண்டுகொள்ளாத இருண்டு மறைந்த காட்டின் பிள்ளைகள் இவர்கள். தேசிய கனிமவள நிறுவனம் கடந்த 50 ஆண்டுகளாக இவற்றின் அருகில்தான் உள்ளது. ஆனால் இந்த திட்டமிட்ட வளர்ச்சியால் இவர்கள் தங்கள் நிலங்களை இழந்து, நீர்நிலைகள் மாசுபட்டுப் போனதைத் தவிர சாலை, பள்ளி, மருத்துவம், ரேசன், மின்சாரம் என எதுவும் இவர்களை நெருங்கியதே இல்லை.

அப்பகுதியில் கிறிஸ்துவச் சேவை நிறுவனம் நடத்திவரும் ஒரே பள்ளியே உள்ளது. இரும்புக் கனிமக் கழிவால் அப்பகுதியின் நீராதாரமான ஆறு மாசுபடுத்தப்பட்டுள்ளது. மக்களின் ஆரோக்கிய நிலையும், வாழ்நாளும் படிப்படியாகக் குறைந்துகொண்டு உள்ளது. இந்த அழிவுகளின் அடித்தளமான தொழிலதிபர்களின் பாதுகாப்புக்காகவே பசுமை வேட்டை துவங்கப்பட்டுள்ளது.

இத்தனை அவலங்கள் இருந்தபோதும், டாடா தனது கனிமச் சுரண்டலை விரிவுபடுத்துவதற்காகப் புதிதாக 100 சதுரக்கிலோமீட்டர் காடுகளைத் தனக்குத் தரும்படி அரசிடம் கேட்டுள்ளது. இதைத் தொடர்ந்து பிற கம்பெனிகளும் கிராமங்களைச் சுரங்கங்களாக்கக் கேட்டுக்கொண்டிருக்கின்றன. புதிய காடு அழிப்புக்காகப் புரிதல் ஒப்பந்தம் போடுவதை மனித வுரிமையாளர்கள் எதிர்க்கின்றனர். இவர்களை ஒடுக்கவே சல்வா ஜுதும் பிறப்பெடுத்திருக்கிறது. எஸ்ஸார் இந்த முகாம்களை நடத்துவதற்கான நிதியை வழங்கியுள்ளது என தண்டிவாடாவின் மாவட்ட ஆட்சியர் பிஸ்தா பாராட்டியுள்ளார்.

சல்வா ஜுதும் பிறப்பும், டாடாவின் சுரங்க விரிவாக்கப் புரிதல் திட்டமும் ஒரே நாளில் கையெழுத்திடப்பட்டுள்ளன என்பதை மனிதவுரிமை நிறுவனங்கள் சுட்டிக் காட்டியபின்

தொழிற்துறையினர் ஏப்ரல் 7 அன்று ஒப்பந்தம் கையெழுத்திடப் பட்டதாக மாற்றினர். இதுபோலவே எஸ்ஸாருடன் போடப்பட்ட ஒப்பந்தத் தேதியும் மாற்றப்பட்டன. அரசு எதையும் தொழிலதிபர் களுக்குச் சாதகமாகச் செய்யவில்லையென்றால் ஏன் இந்த அவசர மாற்றங்கள்?

நிலத்தை வழங்க முன்வரும் கிராமத்தில், முதலில் கிராம சபை கூட்டப்பட்டு மக்கள் ஒப்புதலைப் பெற வேண்டும். ஆனால் இது நடைபெறவில்லை. ஆனால் அரசு ஆவணம் கிராமத் தலைவர் தலைமை வகித்த கூட்டத்தில் டாடாவுக்கு நிலத்தை வழங்கும் தீர்மானம் நிறைவேற்றப்பட்டுள்ளது. ஆனால் கிராமசபை நடைபெற்ற நாளில் தான் உடல்நலக் குறைவு காரணமாக மருத்துவமனையிலிருந்ததாகக் கூறுகிறார்.

மகேந்திர கர்மா உள்ளிட்ட அரசியல் தலைவர்களும், அரசு அதிகாரிகளும் மக்கள் தமது நிலங்களை டாடாவுக்கும், எஸ்ஸாருக்கும் தர வேண்டுமென நிர்பந்தப்படுத்தி வருகின்றனர். என்னை எஸ்ஸாரின் அதிகாரி என்று கருதி ஒருமுறை ஆதிவாசி மக்கள் என்னைத் தாக்க வந்தனர். நல்லவேளை தப்பித்தேன். பத்திரிக்கைகள் உண்மை பேசவில்லை என்பதுடன் பொய்க்குத் துணைபோயின.

செப்டம்பரில் சல்வா ஜுடும் உறுப்பினர்களை அரசு சிறப்புப் போலீஸ் அதிகாரிகள் (500) என அறிவித்தனர். எனவே அவர்களின் முகாம்கள் மீது மாவோயிஸ்ட்டுகளின் தாக்குதல் அதிகரிக்கத் துவங்கியது. முதலில் குட்ரு முகாம் தாக்கப்பட்டது.

சல்வா ஜுடும் பற்றிய பிரச்சாரத்தை கிராமங்களில் செய்வதற்கு சோடி தேவா எனும் மதத்தலைவர் கைகளில் ஒப்படைத்தது. அவருடைய பெயர் பத்திரிக்கைகளில் வந்தது. அவரது தொலைபேசி எண்ணாக அதில் தரப்பட்டது போலீஸ் ஸ்டேசனின் எண்ணே. சோடி தேவா தக்க சமயத்தில் வெளிப் படுவார். அவரை நக்சல்பாரிகள் தாக்குவார்கள் என்பது போலீசின் எதிர்பார்ப்பு. மதுகர் ராவ் என்பவரை நக்சல்பாரிகள் குட்ரு முகாமில் எதிர்பார்த்தனர். அவர்தான் சோடி தேவா.

கார்கேலி நிகழ்வுக்குப் பின் கமலேஸ் பைன்கரா எனும் ஆதி வாசிப் பத்திரிக்கையாளர் ஹிந்தி சாட் எனும் பத்திரிக்கையில் சல்வா ஜுடும் அராஜகங்களைப் பற்றி எழுதினார். இதுதான் அரசு மனிதவுரிமை மீறலைப் பற்றிய முதல் வெளிப்பாடு.

மன்கேலி எனும் கிராமத்தில் குடிசைகள் எரிக்கப்பட்டதைப் பற்றி எழுதினார். அது மாவோயிஸ்ட் வலிமை பெற்ற இடம். உள்ளூர் போலீஸ் அதிகாரி மன்ஹர் கமலேஸைக் கூப்பிட்டு அச்செய்தியைத் திரும்பப் பெறக்கூறினார். கமலேஸ் மறுத்தார். அவர் ஹிந்தி சாட் பத்திரிக்கையிலிருந்து வெளியேற்றப்பட்டார். அவரது சகோதரர் ஒரு பள்ளியாசிரியர். அவரை நக்சல்பாரி என்று கூறிச் சிறையில் தள்ளினர்.

கமலேஸின் வீடு ராணுவப் படை அலுவலகத்தை ஒட்டியே இருந்தது. எனவே ஒரு மாவோயிஸ்ட்டாக இருக்க முடியாது என்ற அதிகாரி இடமாற்றம் செய்யப்பட்டார். மன்கேலி நிகழ்வின் பின் கம்யூனிஸ்ட் கட்சியின் குழு வருகை புரிந்து கமலேஸ் பற்றிய தகவல்களின் உண்மையை ஆய்வு செய்து பிரதமருக்கு நவம்பரில் கடிதம் எழுதினர். கமலேஸைத் திட்டமிட்ட மோதலில் கொன்றுவிடவும் திட்டமிட்டனர். இப்போது கமலேஸ் ஒரு தொண்டு நிறுவனத்தில் பணியாற்றிக்கொண்டுள்ளார்.

அடுத்த ஆறு மாதங்களில் நூற்றுக்கும் மேற்பட்டவர்கள் சல்வா ஜுதுமால் கொல்லப்பட்டனர். இதுபற்றி ஆறு பத்திரிக்கைச் செய்திகளை மாவோயிஸ்ட்டுகள் தந்தபோதும் எவரும் பிரசுரிக்க வில்லை. தேஷ்பந்து ஏடு மட்டும் இதுபற்றி ஒரு செய்தியை வெளியிட்டது.

இரண்டு மனித உரிமையாளர்கள் குழு ஆய்வு நடத்தவந்தன. ஒன்றில் டாக்டர்.பினாயக் சென்னும் இருந்தார். பின்னர் அவருக்கு மாவோயிஸ்ட் தொடர்பு என்று சிறையில் தள்ளினர். நமது பிரதமரோ இந்தியாவின் பாதுகாப்புக்கான பெரும் எதிரி மாவோயிஸ்ட்டுகள் என்றார்.

ஜனவரியில் சல்வா ஜுதும் தனது கவனத்தைத் தண்டிவாடா பக்கம் திருப்பினர். போலீஸ் உயர் அதிகாரி பி.ரதோர் ஒவ்வொரு கிராமத்திலும் சல்வா ஜுதுமின் தலைவராக யார் இருக்கலாம் என்று தேர்வு செய்தார். இவர்களுக்கான ஒரு கூட்டம் ராய்பூரில் நடைபெற்றது. அதில் சல்வா ஜுதுமில் சேர வேண்டும் அல்லது அதன் விளைவுகளை அனுபவிக்க வேண்டும் என எச்சரிக்கப் பட்டனர்.

அரசு அனைத்து வழிகளிலும் தனது பலத்தை அதிகப்படுத்திக் கொள்ள முயன்றது. நான் போலீசால் தாக்கப்பட்ட ஆதிவாசி ஆசிரியர், கிராம சுகாதார ஊழியர் ஆகியோரைச் சந்தித்த

போது, போலீஸ் தங்களை கிராமத்தில் எவ்வித வேலையும் செய்யக்கூடாதெனத் தடுத்ததாகக் கூறினர். அப்படி வேலை எதுவும் செய்யாமல் ஆசிரியர் என்ற பெயரில் சம்பளம் பெற்றவர் மதுகர் ராவ் எனும் சோடி தேவா. தண்டிவாடாவில் தேர்ந்தெடுக்கப்பட்டவர் சோயம் முகா, இவர் ஒரு பள்ளி ஆசிரியர். ஒரு வகுப்பும் எடுக்காமல் சம்பளம் வாங்குபவர். அவருடைய தந்தை ஒரு காங்கிரஸ் சட்டமன்ற உறுப்பினர். இவர் உயர் ஆதிவாசி இனத்தைச் சேர்ந்தவர். இவருக்கு கங்க பள்ளியில் நூற்றுக்கணக்கான ஏக்கர் நிலம் உண்டு. இவரே 2006 ஜனவரியில் தண்டிவாடாவில் முதல் சல்வா ஜுடும் ஊர்வலத்தை நடத்தியவர்.

கல்வி, மருத்துவம், ரேசன் என அனைத்துமே மாவோயிஸ்ட்டுகளுக்கு எதிரான ஆயுதங்களாக்கப்பட்டன. தண்டிவாடா பீஷபூர் இடையே 7 லட்சம் மக்கள் வாழ்கின்றனர். முகாம்களில் 57,000 பேர் உள்ளதாக அரசுக் குறிப்பு சொல்கிறது. ஆனால் 7 லட்சம் மக்களின் ரேசனும் தரப்படாமல் முகாம்களுக்கே திருப்பிவிடப்படுகிறது.

தண்டிவாடாவின் ஆட்சியர் கோண்டாவில் உள்ள 340 கிராமங்களில் 140 கிராமத்தினர் சல்வா ஜுடுமில் சேர்ந்துவிட்டனர் என்கிறார். இந்த 140 கிராமத்திலும் உள்ளவர்களில் பாதிப்பேரே முகாம்களுக்குச் சென்றுள்ளனர். எனினும் அப்பகுதியின் 55 ரேசன் கடைகளில் 48 மூடப்பட்டுவிட்டன. மொத்தம் 5100 குவிண்டால் தானியத்தில் ஏழு ரேசன் கடைகளுக்கும் போக மீதம் 4500 குவிண்டால் முகாம்களுக்கே தரப்படுகிறது. இந்திராவதி ஆற்றின் மறுபக்கம் மாவோயிஸ்ட் கட்டுப்பாட்டில் உள்ள பகுதிகளில் ரேசன் கடைகள் திறக்கப்படவேயில்லை.

அப்பகுதி சட்டமன்ற உறுப்பினர் கவாசி லட்ச்மா கோண்டா பகுதியின் 338 பள்ளிகள் சல்வா ஜுடும் வரவின் பின் மூடப்பட்டு விட்டன என்றார். பள்ளி, மருத்துவமனை, ரேசன் என அனைத்தும் நிறுத்தப்பட்ட பின் மக்கள் முகாமிற்கு வருவதுதவிர வேறு வழி யில்லை என்பதுதான் அரசின் யுக்தி.

மாவோயிஸ்ட்டுகள் இதற்குத் தக்க பதிலடி தர முடிவு செய்தனர். இரண்டாவது பசுமை வேட்டையின் பின் 2006 ஜனவரியில் நக்சல்பாரிகள் கங்கலூரல் முகாமைத் தாக்கினர். அதில் 9 SPO க்கள் கொல்லப்பட்டனர். பின் பிப்ரவரி 6ல் பத்து

நாகா வீரர்களை கோட்டச்செருவில் தாக்கிக் கொன்றனர்.

பிப்ரவரி 26 அன்று கோண்டாவில் நடைபெற்ற சல்வா ஜுதும் கூட்டத்தில் மகேந்திர கர்மா கலந்துகொண்டார். பின் நடைபெற்ற ஊர்வலத்தில் வழியிலிருந்த கிராமங்களின் குடிசைகள் எரிக்கப்பட்டன. மாவோயிஸ்ட்டுகள் தாக்க முடிவு செய்தனர். எனினும் சரியான பாடம் கற்பிக்க நிறைய வெடிகுண்டுகள் தேவையென்று கருதினர். எனவே முதலில் சுரங்க அலுவலகத்தைத் தாக்கி 20 டன் ஜெலட்டினைக் கொள்ளையடித்தனர். இது பல மாதங்களுக்குப் போதுமானது. பிப்ரவரி 28 அன்று சல்வா ஜுதும் ஊர்வலம் முடித்துத் திரும்பிய லாரி தகர்க்கப்பட்டது. 35 பேர் கொல்லப்பட்டனர்.

மார்ச்சில் சல்வா ஜுதும் பசகுடா எனும் புதிய பகுதிக்குச் சென்று, வழக்கம் போல் கிராமத்தினரை மிரட்டி, முகாம்களுக்கு ஓட்டி வந்தனர். மூன்று நாட்கள் பின் மாவோயிஸ்ட்டுகள் அம்முகாமைத் தாக்கினர். போலீஸ் எதிர்த்துப் போரிடவில்லை. எனினும் மூன்று பேர் இறந்தனர். பசகுடா வசதிவாய்ந்த வணிகர்கள் வாழும் ஊர். எனவே தாக்குதலின் பின் பெரும்பகுதியினர் பக்கத்து நகரங்களுக்கு ஓடிவிட்டனர். ஏழைகள் மட்டுமே ஊரில் மிஞ்சி இருந்தனர்.

அடுத்து மாவோயிஸ்ட்டுகள் இன்ஜராம் முகாமைத் தாக்கினர். அவர்களின் தாக்குதலின் உச்சத்தில் அதிர்ந்துபோன அரசு பஞ்சாப் கலவரத்தை அடக்கிய கே.பி.எஸ்.கில்லை உதவிக்கு அழைத்தது. 2006 ஏப்ரல் 16 அன்று கில் வந்தார். அவருக்கு வரவேற்பளிக்கும் வகையில் 16 காலை 60 தோழர்கள் சதீஷ்கர் ஆயுதப்படையின் முகாமை பட்டப்பகலில் தாக்கினர். ஒன்பது வீரர்கள் செத்தனர். 54 ஆயுதங்களை எடுத்துச் சென்றனர். காயம்பட்டுக்கிடந்த வீரர்களை கவனிக்க மருத்துவர்கள் மாலையே வந்து சேர்ந்தனர். சதீஷ்கர் மாநிலப் போலீசின் வீரத்திற்கு ஒரு பேரிடி. நக்சல்பாரிகள் அத்தாக்குதல் முழுதையும் படம்பிடித்து, ஊடகங்களுக்கு அனுப்பிவைத்தனர்.

கில் வருகை சல்வா ஜுதுமிற்கு முக்கியம் வாய்ந்தது. மகேந்திர கர்மா தோர்னபால் பகுதியில் ஒரு வாரம் சுற்றுப் பயணம் மேற்கொண்டார். அப்போது மாவோயிஸ்ட்டுகள் முர்கினார் போலீஸ் ஸ்டேசன் மீது துப்பாக்கித் தாக்குதல் நடத்தினர். கர்மா 80 பைக்குகள் 10 கார்களில் 200 சல்வா ஜுதும் வீரர்களுடன்

ஆர்லம்பள்ளி சென்றார். ராம்புவன் குஷ்வாகாவும், தோர்னபால் போலீஸ் அதிகாரியும் கர்மாவுடன் ஜீப்பில் சென்றனர்.

கர்மா ஆர்லம்பள்ளியில் இறங்கி பூமி பூஜை செய்துதரத் துவங்கினார். அப்போது ஒரு கிராமத்து ஆள் தனது துப்பாக்கியால் கர்மாவைச் சுட முயன்றான். அது வெடிக்கவில்லை. அவனைப் பிடித்து சாகும் வரை அடித்தனர். கர்மாவின் கருணையால் அவனை விட்டுவிட்டனர். கர்மாவை நான் சந்தித்த போதெல்லாம் அவர் என்னை கௌரவமாகவே நடத்தினார் என்பது ஒப்புக்கொள்ள வேண்டும். அதே வேளையில் மாவோயிஸ்ட்டுகள் முர்கினாரைத் தாக்கிய செய்தி வந்தது. உடனே அனைத்தையும் அப்படியே நிறுத்திவிட்டு கர்மா திரும்பிவிட்டார்.

ஈராபூர் முகாமிலிருந்து 150 சல்வா ஜூதும் ஆட்கள் இரண்டு வாகனங்களில் புறப்பட்டனர். முதல் குழு கங்கபள்ளிக்கும், இரண்டாவது குழு நேந்ராவுக்கும் சென்றன. அங்கு வீடுகளை எரித்து ஒவ்வொரு ஊரிலும் மூன்று ஆட்களைக் கொன்றனர். ஏழுபேரைப் பிடித்துச் சென்றனர். அடுத்த 4 நாட்களில் 5 பேரை அடித்துக் கொன்றனர்.

முர்கினார் படுகொலைகளுக்கு மாவோயிஸ்ட்டுகளைப் பழிவாங்கத் துடித்தனர். இஞ்சிராம், கோண்டா, ஈராபோர் என்ற மூன்று சல்வா ஜூதும் முகாம்களிலிருந்து ஏப்ரல் 22 அன்று புறப்பட்ட குழுக்கள் கோர்கா, அடேகாடா, எனப் பனிரெண்டு கிராமங்களைத் தாக்கி, தீவைத்துக் கொளுத்தினர். மக்கள் காட்டுக்குள் ஓடி ஒளிந்தனர். நீலமடுகு கிராமத்தில் மாத்வி ராமா என்ற 12 வயதுச் சிறுவன், துண்டு துண்டாக வெட்டப்பட்டுக் கிடந்தான். கேரபாட் கிராமத்தில் ஒரு கிழவர் வெட்டப்பட்டுக்கிடந்தார். கோட்டச் சேறு கிராமத்தில் ஒரு முன்னாள் பஞ்சாயத்துத் தலைவரின் தந்தை மாட்கம் ஹங்கா கொல்லப்பட்டார்.

40,000 மக்கள் சாலையோர முகாம்களுக்குக் கொண்டு செல்லப்பட்டனர். அவர்கள் சாப்பிட்டுவிட்டு, சல்வா ஜூதும் ஊர்வலங்களுக்குச் செல்வதே வேலை. கர்மாவின் கூட்டங்களை நான் பார்த்துள்ளேன். மாவோயிஸ்ட் ஆதரவாளர்கள் யாராவது இருக்கிறார்களா என்பதை அறிந்து வரிசையில் நிறுத்தப்பட்டு எச்சரிக்கப்படுவர்.

கூட்ட வெறியில் மக்கள் வன்முறைக்குத் தள்ளப்படுகின்றனர்.

பத்திரிக்கைகள் சல்வா ஜுதம் நடத்தும் வன்முறைகளைப் பற்றிப் பேசுவதே இல்லை. நான் அவற்றைப் பதிவு செய்து வெளிப்படுத்துவதை எனது சக பத்திரிக்கை நண்பர்களும் விரும்புவதில்லை. நக்சல்பாரிகள் பத்திரிக்கையாளர்களைத் தொடு வதில்லை. ஆனால் சல்வா ஜுதும் ஆட்கள் போலீஸ் துணை இருப்பதால் துள்ளுவர். மிரட்டுவர். ஹிந்சாட் ஏட்டின் நிருபர் அப்சல்கான் அவர்களின் தவறுகளை எழுதியதாக அவரை அடித்தனர். அவர் பல நாட்கள் எங்கோ ஓடி ஒளிந்தார்.

மாவோயிஸ்ட்டுகள் 50 தோழர்கள், 300 கிராம மக்களுடன் இஞ்சிராம் முகாமை 28 ஏப்ரல் அதிகாலையில் தாக்கினர். 6 SPOக்கள் கொல்லப்பட்டனர். நாகா வீரர்கள் சண்டையில் கலந்து கொள்ளவில்லை. அதே வாரத்தில் விட்டுச் சென்ற பொருட்களை எடுக்க வந்த மக்களை நக்சல்பாரிகள் பிடித்து வைத்தனர். இம் மோதலில் ஒன்பது எஸ்.பி.ஓக்களும், இரண்டு கிராமத்தினரும் கொல்லப்பட்டனர். மக்கள் முன் எஸ்.பி.ஓக்கள் விசாரிக்கப்பட்டனர். அவர்கள் மாட்கம் போடியா என்பவரைக் கழுத்தை அறுத்துக் கொன்றதாகவும், பல கிராமங்களை எரித்ததாகவும் ஒப்புக் கொண்டனர்.

பிடிபட்டவர்களைச் சிறுநீர் குடிக்கச் செய்ததாகக் கூறிய குற்றச்சாட்டை நக்சல்பாரிகள் பொய் என்கின்றனர். தேவை யானால் மன்னிப்புக் கேட்கவும் தயார் என்கின்றனர். சல்வா ஜுதும் மீதான மக்களின் அச்சத்தைப் போக்கவும், தமது பலத்தைக் காட்டவும் வேறு வழியில்லை என்றனர்.

மக்கள் மெல்ல சல்வா ஜுதும் நிர்பந்தங்களை ஏற்க மறுக்கும் துணிவு பெற்றனர். 2006 ஜுனில் அவர்கள் மடெட் நகரில் ஊர்வலம் நடத்த முயன்றது தோற்கடிக்கப்பட்டது. மகேந்திர கர்மா போலீஸ் ஸ்டேசனில் ஓடி ஒளிய வேண்டியதானது. இதன் பின் சல்வா ஜுதும் போபால் பட்டிணத்தில் நுழையும் திட்டமும் கைவிடப்பட்டது. எனினும் சல்வா ஜுதும் பலவீனமடைவதைப் பத்திரிக்கைகள் வெளியிடவில்லை .

தமது முந்திய தாக்குதல்களால் மனத்துணிவு பெற்ற மாவோயிஸ்ட்டுகள் ஜுலை 16 அன்று பெரிய தாக்குதலை நடத்தினர். 110 தோழர்கள் மற்றும் 500 கிராம மக்கள் ஈராபோர் முகாமைத் தாக்கினர். ஒரு வாரத்திற்கும் மேலாக முகாமின் செயல்பாடுகள், பாதுகாப்பு ஆகியவற்றைக் கண்காணித்து அதில்

120 சி.ஆர்.பி.எப். மற்றும் 40 போலீஸ்காரர்கள் உள்ளதாக அறிந்தனர். அனைவரையும் முகாமைக் காலி செய்யும்படி எச்சரித்த பின்னர் முகாமைத் தீயிட்டனர். இரவு 11 மணி துவங்கிய தாக்குதல் 1.20 வரைத் தொடர்ந்தது.

ஒரு பெண்ணும் அவளது குழந்தையும் மட்டும் எப்படியோ தவறி முகாமிற்குள்ளிருந்து எரிந்து போயினர். மாவோயிஸ்ட்டுகள் தங்கள் தவறுக்காக மன்னிப்புக் கேட்டனர். அப்பெண் எப்படி எல்லோரையும் வெளியே அனுப்பிய பின்னும் உள்ளே இருந்தார் என்பது எவருக்கும் தெரியவில்லை. தாக்குதலை நடத்தி முடித்துப் பல மணி நேரம் பின்னரே பாதுகாப்புப் படை வந்தது. 36 எஸ்.பி.ஓக்கள் கொல்லப்பட்டனர். ஆறு பேர் கைதிகளாக்கி இழுத்துச் செல்லப்பட்டனர்.

ஈராபோர் தாக்குதலின் போது வெளியே அனுப்பிய பலர் தப்பித்து ஓடிவிட்டனர். அதில் இருவரைப் பின் ஆந்திராவில் சந்தித்தேன். ஐந்து நாட்கள் பின்னர் 21 ஜுலையன்று அரசு ஹெலிகாப்டரிலிருந்து சில பாதுகாப்புப் படை வீரர்களை ராகாட் கட்டாவில் இறக்கிச் சென்றனர். நாக வீரர்கள் சிலரும், சி.ஆர்.பி.எப் வீரர்கள் சிலரும் துப்பாக்கிச் சூடு நடத்தினர். மூன்று கிராமத்தினர் கொல்லப்பட்டனர். ஒருவர் காயமடைந்தார். இருவரை அவர்கள் சிறைப்பிடித்துச் சென்றனர். ஒருவரைப் பறக்கும் ஹெலிகாப்டரில் இருந்து வெளியே வீசினர். சபரி ஆற்றில் விழுந்த அவர் பின் நீந்தித் தப்பித்தார்.

ஜுலை 27 அன்று சி.ஆர்.பி.எப் வீரர்கள் சல்வா ஜுதும் எஸ்.பி.ஓ க்களை ஹெலிகாப்டரில் ஜெல்லூரில் கொண்டு வந்து இறக்கினர். அவர்கள் கிராமத்தை எரித்தனர். ஒரு முதியவரைப் பிடித்துத் தீயில் தள்ளினர். அவர்கள் திரும்பும் போது சுர்பன் குடாவில் ஒரு விவசாயி தனது குடிசையை எரித்ததற்காக ஒரு சி.ஆர்.பி.எப் வீரரைத் தனது கோடாலியால் வெட்டினார். இதன் பின் ஹெலிகாப்டர் தாக்குதல் நின்றது. சில நாட்கள் பின் ஒரு ஹெலிகாப்டர் பண்டரபள்ளி கிராமத்தில் இறங்கி கட்சி உறுப்பினரின் தந்தை கன்னய்யா என்பவரைக் கைது செய்தனர். அவர் ஒன்பது மாதங்கள் பின் சல்வா ஜுதும் முகாமிலிருந்து விடுவிக்கப்பட்டார். அது கிட்டத்தட்ட ஒரு சிறை போன்றதே என்பதால்தான் 'விடுவிக்கப்பட்டார்' என்கிறேன். முகாமிற்கு சென்றவர்கள் வெளியே வர அஞ்சினர். அதற்கு நக்சல் பயமா? அல்லது சல்வா ஜுதும் காரணமா என்பதை தெளிவாகச் சொல்ல

முடியவில்லை. எப்படியாயினும் மக்கள் தம் சுதந்திரத்தைப் பறிகொடுத்தவர்களாகவே வாழ்ந்தனர்.

நாட்கள் ஆக ஆக வன்முறை தலைவிரித்தாடிய கிராமங் களுக்குள் நுழையவே முடியாதபடிச் செய்துவிட்டனர். போலீசார் நிகழ்த்திய பல வன்முறை நிகழ்வுகள் பற்றிச் சரியான தகவல் எதுவும் கிடைக்கவில்லை. எனினும் கேள்விப்பட்டவற்றைப் பதிவு செய்து, பின் அவற்றைச் சரிபார்த்துக் கொள்ளலாம் என்று முடிவு செய்தேன்.

ரத்த வெறியாட்டத்தின் பின் போலித்தனமான அமைதி நிலவியது. சின்னச் சின்ன கிராமங்களில் சிறுசிறு குழுக்களின் வன்முறை, வெறியாட்டங்கள் தொடர்ந்தன. தாக்குதல்கள், இழப்புகள், கொலைகள் பற்றிய செய்திகள் முடிவின்றி வந்து கொண்டே இருந்தன. அவற்றை நான் பதிவு செய்துகொண்டே இருந்தேன். அவை நம்ப முடியாதபடி நீண்டதாக இருந்தது. எப்படியும் ஏதாவது ஒரு கிராமத்தில் நடந்த வன்முறை வெறியாட்டங்கள், சோகங்கள் பற்றி முழுமையாகப் பதிவு செய்ய வேண்டுமென முடிவு செய்தேன். அதுவே சல்வா ஜுதும் எவ்விதம் செயல்பட்டது என்பதற்கான பதிவாக இருக்கும்.

நான் முதலில் டாகிலோட் பற்றி சுராஜ் மூலம் கேட்டேன். அங்கு அவ்வளவு வன்முறை இல்லை. மக்கள் வீடுகளை விட்டு ஓடவில்லை. எனினும் அது ஒன்பது முறை தாக்கப்பட்டது. சல்வா ஜுதும் துவங்கியபோது மழைக்காலம். இந்திராவதி கரை புரண்டு ஓடியது. ஆற்றைக் கடப்பது முடியாதது. நவம்பரில் முதல் தாக்குதல் நடந்தது. துங்கா, பெட்ரா என இரண்டு கிராமத்தினர் பெரிய வன்முறையிலிருந்து தப்பினர். புட்ரு, துக்ரு என இருவர் கொல்லப்பட்டனர். பல நூறு குடிசைகள் எரிக்கப்பட்டன.

மகேந்திர கர்மா தனது சகோதரன் போடியா கொல்லப்பட்ட தற்குப் பழிவாங்கத் துடித்தார். மாவோயிஸ்ட்டுகள் ஏழு ஆண்டுகள் முன் அவனை கொன்றதற்காக ஒரு கூட்டத்தை டாகி லோட்டில் அமைச்சர் ராம்விசர் நேடம் முன்னிலையில் 2006 ஜனவரி 8 அன்று நடத்த கர்மா ஏற்பாடுகள் செய்தார்.

கட்சி தொடர் வன்முறைத் தாக்குதலில் பலவீனமாக இருந்தது. தம்மிடமிருந்த உணவுப் பொருட்களை சல்வா ஜுதும் அழித்து விடக் கூடாதென, மாவோயிஸ்ட்டுகள் ஒளித்துவைத்தனர். கூட்டத்தன்று 500 போலீஸ்காரர்களும் 1500 சல்வா ஜுதும்

உறுப்பினர்களும், மாவட்ட ஆட்சியர், உயர்போலீஸ் அதிகாரிகள் என அனைவரும் குவிக்கப்பட்டனர். அவர்கள் திரளும் வழியில் உள்ள கிராமங்களை எரித்தனர். சிலர் கொல்லப்பட்டனர்.

மாவோயிஸ்ட்டுகள் கண்ணி வெடி வைத்தனர். பல சல்வா ஜூதும் எஸ்.பி.ஓக்கள் அடிபட்டனர். மகேந்திர கர்மாவும், அமைச்சரும் வந்திறங்கிய ஹெலிகாப்டர் தளத்தின் அருகில் மாவோயிஸ்ட்டுகள் வைத்த கண்ணி வெடியில் சி.ஆர்.பி.எப் ஜவான் கால்கள் இழந்தார். கூட்டத்தை ரத்து செய்து அமைச்சர் திரும்ப நேர்ந்தது. எனினும் தொடர்ந்து பல கிராமங்களைத் தீயிட்டு எரிக்கத் தூண்டினார்.

2007 பிப்ரவரி 8 அன்று பத்து போலீஸ்காரர்கள் கண்ணி வெடியால் கொல்லப்பட்டனர். மறுநாள் போலீஸ்காரர்கள், சி.ஆர்.பி.எப், நாகா வீரர்கள், எஸ்.பி.ஓக்கள் என 300 பேர் ஆற்றைக் கடந்து, கிராமங்களைத் தாக்கினர். டாகிலோட் வனப் பகுதியில் காய்கள் பறித்துக் கொண்டிருந்த 18 பெண்களைப் பிடித்துச் சென்றனர். அதில் நான்கு இளம் பெண்களை மட்டும் வைத்துக் கொண்டு மற்றவர்களை அனுப்பிவிட்டனர். அவர்கள் கற்பழிக்கப்பட்டு, கொல்லப்பட்டனர். அவர்கள் திரும்பும் வழியில் பல கிராமங்களை எரித்தனர். மூவரைக் கொலை செய்தனர்.

அப்பகுதியில் இருந்த 30 மாவோயிஸ்ட்டுகள், அவர்களைத் தாக்கினர். எனினும் தோழரை பலி கொடுக்க நேர்ந்தது.

மறுநாள் போலீஸ் கடத்திச் சென்று கற்பழித்துக் கொன்ற பெண்களுக்கு ராணுவ உடையணிவித்து என்கவுண்டரில் கொலை செய்யப்பட்டனர் என்று பத்திரிக்கையாளர்களிடம் காட்டினர். மற்ற இரு பெண்களின் உடல்களையும் இந்திராவதி ஆற்றின் கரையில் வீசிச் சென்றனர்.

பிப்ரவரி 21 அன்று போலீஸ் நான்காம் முறையாக டாகிலோட்டைத் தாக்கினர். ஐந்து கிராமத்தினர் கொல்லப்பட்டனர். பாண்டு என்பவரைச் செத்தவர் என்று விட்டுச் சென்றனர். ஆனால் அவர் உயிர் பிழைத்து நடந்த விபரங்களைக் கூறினார். மார்ச்சில் போலீஸ் உயர் அதிகாரி விஷ்வராஜன் ஓர்சாவுக்கு ஹெலிகாப்டரில் வந்து இறங்கினார். ஏப்ரல் 15ல் ஐந்தாம் முறையாகத் தாக்குதல் நடத்தி டாகிலோட்டைக் கைப்பற்றத் திட்டமிட்டார். மூன்று உயர் போலீஸ் அதிகாரிகள் மூன்று முனைகளிலிருந்து தாக்கி டாகிலோடைச் சுற்றி வளைத்துவிடத்

திட்டமிட்டனர். மாவோயிஸ்ட்டுகள் நாராயண்பூர் குழுவைத் தாக்கி இவரைக் கொன்றனர். காயம்பட்டவர்களை எடுத்துச் செல்ல ஹெலிகாப்டர் வர வேண்டியிருந்தது. அது மீதமுள்ளவர்களின் மனநிலையைப் பாதித்தது. எனவே ஒட்டுமொத்தக் குழுக்களும் ஏப்ரல் 16 அன்று திரும்பின. மொத்தத்தில் அவர்களின் பெரிய திட்டம் தவிடுபொடியானது.

ஆறாவது தாக்குதல் டிசம்பர் 8 அன்று நடந்தது. மணிராம் என்பவர் கொல்லப்பட்டார். முன்னி என்ற பெண் காயம்பட்டாள். தாக்குதல்களின் பின் போலீஸ்காரர்கள் ஆற்றைக் கடந்து வருகிறார்களா என்பதைக் கண்காணிக்க ஆற்றங்கரையில் ஒரு குழு எப்போதும் வைக்கப்பட்டது. 2009 ஜனவரி 23 அன்று அத் தகைய குழுவைப் போலீசார் திடீரெனத் தாக்கி ஐந்து பேரைக் கொன்றனர்.

எட்டாவது தாக்குதலை 90 போலீஸ்காரர்களும், 70 எஸ்.பி.ஓக் களும் 2009 மே 3 அன்று நடத்தினர். மோட்டி, சோனா எனும் இரண்டு பெண்கள் கற்பழிக்கப்பட்டனர். பகடா, உட்லா என இரு கிராமங்கள் தாக்கப்பட்டன. எனது இந்தப் பதிவுகள் நம்பப்படுமா, பயனுண்டா என்ற ஐயம் எனக்குள் எழுந்தது. நிகழ்வுகளின் தொடர் கொடுமைகள் மனதை மரத்துப் போகச் செய்தன. மரணங்களும், கற்பழிப்புகளும் வெறும் எண்ணிக்கையாகிப் போயின. பலவற்றை நேரில் சென்று பார்த்துப் பதிவு செய்ய முடியவில்லை. 2010 பிப்ரவரி 3 அன்று கடைசித் தாக்குதல் நடைபெற்றது. அதில் 14 கிராமத்தவரைப் பிடித்துச் சென்றனர். 7 பேர் கொல்லப்பட்டனர். ஒரு கிராமத்தில் 29 மரணங்கள். அப்படி ஒரு கொலை நடந்தது பற்றி எந்தப் பத்திரிக்கையும் பேசவில்லை.

2006ல் சல்வா ஜுதும் வேகமிழந்தது. மாறாக கோலபள்ளிக்கு நகர்ந்தது. இது டாடா இரும்புக் கனிமம் வெட்டக் குறிவைத்த இடம். சுண்ணம் நாகேஷ் இப்பகுதியில் பணமும் வலிமையும் கொண்ட மகேந்திர கர்மா போன்ற தலைவர். அவரை வளைத்துப் பிடித்தனர். இவர் முன்பு மாவோயிஸ்ட்டுகளுக்கு நண்பராக இருந்தவர். மேல் ஜாதிப் பணக்காரர் உறவிருந்தால் கிராமத்தையே அடக்கிவிடலாம் என்பது அரசின் திட்டம்.

நான் முன்னர் சேனல் 4 தொலைக்காட்சிக்கு ஆவணப்படம் எடுப்பதற்காக இப்பகுதியில் சல்வா ஜுதும், மாவோயிஸ்ட் என

அனைவரையும் சந்தித்திருக்கிறேன். நான் இங்கு நடப்பனவற்றை சக ஊடகத் தோழர்களிடம் சொன்ன போது, எவரும் நம்ப மறுத்தனர். என்னை மாவோயிஸ்ட் ஆதரவாளர் என்றே நினைத் தனர்.

சல்வா ஜுதும் 548 பேரைக் கொன்றது, 99 பெண்களைக் கற்பழித்தது என்று உச்ச நீதிமன்றத்தில் பொது ஆர்வ வழக்குத் தொடரப்பட்டது. உச்ச நீதிமன்றம் தேசிய மனித உரிமை ஆணையம் இதுபற்றி விசாரித்து பதில்தர உத்தரவிட்டது. சில கொலைகள் நடந்தன. கற்பழிப்பேதும் நடக்கவில்லை என அறிக்கை கொடுக்கப்பட்டது.

புஷ்பக் எனும் கிராமத்தில் 20 பெண்கள் கற்பழிக்கப்பட்டதாகப் பொது ஆர்வ வழக்கில் கூறியிருந்தனர். இந்த கிராமத்தை நக்சல்பாரிகள் உதவியின்றி எட்டுவது சிரமமானது. நானாக இதுபற்றி ஆய்வு செய்ய முடிவு செய்தேன். தால்பேரு நதியின் மறு கரையில் புஷ்பக் உள்ளது. ஆற்றைக் கடக்கும் பாலம் கடுமையாக பாதுகாப்புப் படையால் காவல் காக்கப்பட்டு வருகிறது. பாகிஸ்தானியப் பகுதிக்கு செல்வது போல உள்ள அக்கிராமத்திற்குச் செல்ல முயல்வது ஆபத்தானது என எச்சரித்தார்கள். இந்திராவதி நதியும், அதன் 20 உப நதிகளும் மாவோயிஸ்ட் நாட்டின் எல்லைகள். அதைத் தாண்டி உள்ளே போவது ஆபத்தானது என்று எச்சரித்தவர் ஒரு போலீஸ் அதிகாரியே. மாநில அரசு மாநிலத்தின் 40 விழுக்காடுப் பகுதியையே ஆள்கிறது. மற்ற பகுதியை ஆள்வது மாவோயிஸ்ட்டுகளே என்று அரசே ஒப்புக் கொள்கிறது. மாவோயிஸ்ட் நாடு விடுதலைப் புலிகள் நாடு போலத் தனி தடை முகாம் கொண்டதல்ல. எனவே எது அவர்கள் நாடு என்று அறியப்படாமல் பிடிபடலாம்.

ராய்பூர் போலீஸ் உயர் அதிகாரியின் உதவியைத் தொலைபேசி மூலம் பெற்றேன். அவர் எனது பாதுகாப்பான பயணத்திற்கு உதவுவதாகக் கூறினார். ஆனால் பாலத்தில் காவலிலிருந்த காவலர் இவை எதுவும் பயன்தராது, யாரையும் கடக்க அனுமதிக்கக் கூடாது என்பது உத்தரவு என்றார்.

இரவு அங்குள்ள பள்ளி விடுதியில் தங்கினேன். அந்தப் பள்ளிச் சிறுவர்கள் எப்படி குறுக்கு வழியில் ஆற்றைக் கடந்து அக்கரைக்குச் செல்வது என்று ஒளிந்து விளையாடும் குழந்தைகள் விளையாட்டுப்போல் சொல்லித் தந்தனர். அது நிச்சயம்

பாதுகாப்பானதாகவே இருக்கும். கிராம மக்கள் பயன்படுத்துவது என்பதால் கண்ணிவெடியெதுவும் வைக்கப்பட்டிருக்காது. அதி காலை புறப்பட்டு புஷ்பக் சென்றடைந்தேன். நான்தான் தேசிய மனிதவுரிமைக் குழு உறுப்பினர்களுக்கு அடுத்து அப்பகுதியில் நுழைந்த முதல் வெளியாள். ஆனால் நுழைந்தவுடன் கைது செய்யப்பட்டேன்.

என்னைச் சிறை வைத்த வீடு நால்வர் வசிக்கும் குடும்பம். அவர்களது மொழி தெரியாத காரணத்தால் அவர்களுடன் உரையாட முடியவில்லை. என்னைக் காவல்காத்த மனிதர்தான் எனக்கு மொழி பெயர்ப்பாளர். மாவோயிஸ்ட்டுகளுக்குத் தெரியாமல் உள்ளே செல்லவோ, திரும்பிப் போகவோ முடியாது. ஒரு வாரம் ஓடியது. விசா இல்லாமல் பாகிஸ்தானுள் நுழைந்து கைதானது போலத்தான். புஷ்பக்கில் பள்ளி இல்லை. மருத்துவமனை இல்லை. மின்சாரம் இல்லை. எல்லா வீடுகளும் இடிபட்ட நிலையிலேயே இருந்தன. தூரத்தில் தெரிந்த பைலாடிலா நகரத்தில் இரவு மினுமினுக்கும் விளக்கொளி மட்டுமே எனக்கும் என் தாய்நாடு இந்தியாவுக்கும் உள்ள மானசீக உறவுப்பாலம். கொசுவலை உள்ளிருந்து என் தாய்நாட்டின் ஒளியை ரசிப்பேன். இரவு முழுதும் காவலாளி என்னைப் பார்த்தபடி நிற்பான்.

அவன், இக்கட்டிடங்கள் போலீஸ்காரர்கள் வந்தால் தங்க இடமாகி விடக்கூடாது என்பதற்காகவே வெடிவைத்துத் தகர்க்கப் பட்டது என்றான். சல்வா ஜுடும் வராது என்று உறுதியான பின் மக்கள் விவசாயம் செய்யத் துவங்கியிருந்தனர். பயிர் வளர்ந்து நின்றது.

ஒருநாள் தேசிய மனிதவுரிமை ஆணையக் குழுவுடன் சல்வா ஜுடுமின் ஆட்கள் கூட வந்தனர். அவர்கள் தான் கிராமத்துப் பெண்களைக் கற்பழித்தவர்கள், அவர்களைக் கண்டவுடன் அனை வரும் ஓடிவிட்டனர். எங்கள் இருவரை மட்டும் பிடித்தனர் என்றார் ஒரு கிராமத்து ஆள். அவர் நடுக்கத்துடன், யாருமே யாரையும் கற்பழிக்கவில்லை என்று கூறினார். 20 பேர் கற்பழிக்கப்பட்டனர் என்பது சரியான கணக்காக இருந்திருக்கலாம். ஆனால் எட்டு சிறுமியரைப் பிடித்து பலநாட்கள் கற்பழித்தனர். அதில் ஒரு சிறுமி நான் தங்கியிருந்த அந்த வீட்டினரின் மகள் என்பது அதிர்ச்சியாக இருந்தது.

கடைசியில் மாவோயிஸ்ட்டுகள் என்னைத் திரும்பிச் செல்ல

அனுமதித்துவிட்டனர் என்ற செய்தி வந்தது. வேறு வழியின்றித் திரும்பினேன். பாலத்தில் காவல் நின்றவரிடம் என் கதையைச் சொன்னேன். அவர், "நல்ல வேளை உயிருடன் திரும்பி வந்ததற்கு சந்தோசப்படுங்கள், அவர்கள் காட்டுமிராண்டிகள்" என்றார்.

அன்று இந்துப் பண்டிகை நாள். முகாமில் நல்ல விருந்து கொடுத்தனர். நான் உயர் அதிகாரி தாரிவாலைச் சந்திக்க முடியுமா என்று கேட்டேன். அந்த கிராமத்து மக்கள் அதுவரை என்னையே தாரிவால் என்று நினைத்திருந்தனர் என்பது அப்போதுதான் தெரிந்தது. தாரிவால் என்னைப் போலவே கண்ணாடியும், குட்டி தாடியும் வைத்திருப்பார். என்றனர். அவர் ஏற்கனவே வேறு இடத்திற்கு மாறுதலாகிச் சென்றுவிட்டார் என்றனர்.

சதீஷ்கருக்கும், காஷ்மீர் மற்றும் வடகிழக்கு மாநிலத்திற்கும் என்ன வேறுபாடு என்று கேட்டேன்.

"காஷ்மீரில் எதிரியுடன் நேரடியாகச் சண்டை, இங்கு காடுகளுக் குள் சண்டை. நக்சல்பாரிகள் ஆயுதங்களைக் கையாள்வதில் மன் னர்கள். மாவோயிஸ்ட்டுகளுடன் ஆதிவாசி மக்களும் நிற்கிறார் கள்" என்றார்.

"சரி, இதற்குத் தீர்வுதான் என்ன"

"ராணுவத்தால் தீர்வு காண முடியாது. அடர்ந்து பரந்த காட்டில் எப்படி அவர்களைச் சுற்றி வளைப்பது? அரசு உருவாக்கிய தொல்லை இது. இங்கு பணியாற்றுபவர்கள் அனை வரும் இம்மக்களுக்கு அன்னியரே. அவர்கள் மக்களுக்காக அன்றி, முதலாளிகளுக்காக வேலை செய்கிறார்கள். இவர்கள் நாள் முழுதும் அலைந்து, பொறுக்கி விற்கும் புளிக்கு கிலோவுக்கு 2, 3 ரூபாய். கடையில் வாங்கும் போது 30, 40 ரூபாய். CRPF இல்லாமல் மாநிலப் போலீசால் இவர்களைச் சமாளிக்கவே முடியாது. அரசியல், பொருளாதார நிர்வாகம் அனைத்தையும் இணைத்து மக்களுடன் இணைந்தே தீர்வு காண முடியும்"

இந்தக் குரல் இந்திய அரசின் காதுகளை எட்டுமா?

ஆதிவாசி மக்கள் மாவோயிஸ்ட்டுகள் சல்வா ஜுதும் இரண்டின் இடையே இருதலைக் கொல்லி எறும்பு போலத் தவிக்க நேர்ந்தது. சாலையோர முகாம்களுக்கு இழுத்துச் செல்ல அரசு கூலிப்படை சல்வா ஜுதும் வந்தது. முகாமில் தங்கியிருப்போரை

மாவோயிஸ்ட்டுகள் தாக்கினர்.

2007ல் சல்வா ஜுடும் வேகமிழந்தது. மார்ச் மாதத்தில் போலீஸ் பசகுடா எனும் கிராமத்தின் மீது தாக்குதல் நடத்தினர். கிராம மக்கள் நக்சல்பாரிகளின் உதவியைக் கேட்கவும் தயங்கினர். கஞ்டால் ராசு எனும் அந்த கிராமத்தவரைச் சந்தித்தேன். அவர் தனது பெற்றோரும், சகோதரியும் தாக்கப்பட்டதையும், சகோதரியைக் கற்பழித்துக் கொலை செய்ததையும் கூறி அழுதார். அந்தத் தாக்குதலில் நான்கு கிராமத்தினர் கொல்லப்பட்டனர். அதன் பின் கிராம மக்கள் அனைவரும் ஐந்து நாட்கள் நடந்து ஆந்திரா போய்ப் பிழைக்க முடிவு செய்தனர். ஒரு கர்ப்பிணிப் பெண் வழியிலேயே ஒரு ஆண் குழந்தையைப் பெற்றெடுத்தாள். ஆதி ராமுடு எனப் பெயரிட்டனர்.

இது போலப் பல கிராமங்களின் ஆயிரக்கணக்கான ஆதிவாசி மக்கள் ஆந்திராவுக்கு ஓடினர். அவர்களின் தற்காலிகக் குடிசைகள் கூட எரிக்கப்பட்டன. ஆந்திர அரசும், அவர்கள் வருகையை விரும்பவில்லை. அவர்கள் சின்னச் சின்ன காட்டுப் பகுதிகளில் தானியம் விதைத்து உணவுக்காக விளைவித்த பயிர்களைக் கூட வனத்துறையினர் அழித்தனர். பிறந்த மண்ணோ இதை விட மோசமாக உயிர் கொல்வதாக இருந்தது. தமக்கென வாழ ஓர் இடமில்லாமல் அகதிகள் போல அலையும் நிலையற்ற வாழ்வானது.

மே 15 மாவோயிஸ்ட்டுகள் சல்வா ஜுடும் சவப்பெட்டிக்குக் கடைசி ஆணியை அடித்தனர். ராணி போட்லியில் 50 போலீஸ் காரர்கள் கொல்லப்பட்டனர். இதில் 39 பேர் சல்வா ஜுடும் எஸ்.பி.ஓக்கள். அவர்கள் ஒரு பெண்கள் விடுதியில் தங்கியிருந்த போது மாவோயிஸ்ட்டுகள் தாக்கினர். அதில் தாங்கள் ஆறு தோழர்களை இழந்ததாகக் கூறினர்.

இதற்குப் பழிவாங்கும் வகையில் போலீஸ் போன்ஜீர், சந்தோஷ்பூர் எனும் இரு கிராமங்களைத் தாக்கி 12 கிராமத்தினரைக் கொன்றனர். மறுநாள் நான் சந்தோஷ்பூர் சென்றேன். மக்கள் பயந்துபோய் ஊரையே காலி செய்து கொண்டிருந்தனர். நான் கிராமத்தினரைச் சந்தித்துப் பேசியதை எழுதியபோது, போலீசார் அதை மறுத்தனர். நான் குறிப்பிட்டவர்கள் துப்பாக்கிச் சூட்டில் இறந்ததாகக் கூறினர்.

பின் CCN தொலைக்காட்சியின் செய்தியாளர் சந்தோஷ்பூரில்

குழுத் தலைவரையும், ஒரு கிராமச் சேவையாளரையும் சந்தித்துப் பேட்டியெடுத்தார். அவர்கள் தாங்கள் கிராமத்தைத் தாக்கியபோது பார்த்தவற்றை அப்படியே கூறினர். கிராம சேவையாளரைத் துப்பாக்கி முனையில் மிரட்டி அந்தப் பேட்டி எடுக்கப்பட்டது எனப் போலீசார் மீண்டும் கூறினர். இதனால் ஏற்பட்ட பெரும் எழுச்சி காரணமாக அரசு ஒரு விசாரணை நடத்துவது தேவையானது. ஆனால் ஒரு ஒப்பனை விசாரணை நடத்தப்பட்டு, சுட்டது உண்மையென்றும், ஆனால் சுட்டவர்கள் யார் என்பதை கண்டுபிடிக்க முடியவில்லை என்று முடித்தனர்.

2007 மே மாதம் டாக்டர். பினாயக் சென் கைது செய்யப் பட்டார். சந்தோஷ்பூர், போன்ஜீர் வன்முறைகளை வெளிப்படுத்தி யதே அவரது கைதிற்குக் காரணம் என்று கூறப்பட்டது.

கம்யூனிஸ்ட் கட்சி 2007 மே மாதத்தில் 40,000 பேர் கொண்ட மகத்தான சல்வா ஜுதும் எதிர்ப்பு ஊர்வலத்தை ஆந்திராவின் சேர்லாவில் நடத்தினர்.

எனது ஆவணப் படத்தை நான் சேனல் 4 க்கு அனுப்பினேன். அதன் பிரதியை சதீஷ்கரின் முக்கிய நாளேடு ஒன்றுக்கும் தந்தேன். மிகுந்த இன்னல்கள் நடுவே, அவர்கள் ஒப்புக் கொண்டது போலத் தனது நாளேட்டில் வெளியிட்டனர். சல்வா ஜுதுமின் அத்துமீறல் வன்முறைகள் வெளிச்சத்திற்கு வந்தது. செய்தி வெளியான காலை சதீஷ்கர் போலீசின் தலைவர் ஓ.பி.ரதூருக்கு மாரடைப்பு என்று மருத்துவமனையில் அனுமதிக்கப்பட்டார். எப்போதும் நடக்கும் நாடகம் நடத்தப்பட்டது.

சல்வா ஜுதும் ஆதிவாசி மக்கள் வெறுக்கும் அரசு ஆதரவு பெற்ற வன்முறைக் கும்பல் என்ற கெட்ட பெயரைப் பெற்றது. அதேவேளையில் மாவோயிஸ்ட்டுகள் மீதான ஆதரவு வளர்ந்தது. தண்டிவாடாவில் கம்யூனிஸ்ட் கட்சி சல்வா ஜுதும் எதிர்ப்பு ஊர்வலத்தை நடத்தியது. மகேந்திர கர்மாவின் சொந்த ஊரில் 50,000 மக்கள் திரண்ட ஊர்வலம் பெரிய எச்சரிக்கையானது.

ஜுலை 9 அன்று சி.ஆர்.பி.எப் துணையுடன் சல்வா ஜுதும் இர்ராபூரில் ஒரு பேரணி நடத்தியது. வழியிலிருந்த கிராமங்களை எரித்தனர். கோம்பாட் கிராமத்திலிருந்து தப்பி ஓடி, ரேகாட் கட்டா என்ற ஊரில் பேசிக் கொண்டிருந்த தோழர் ராமண்ணா குழுவினரை சல்வா ஜுதும், சி.ஆர்.பி.எப் குழு சுற்றி வளைத் தனர். மறைவதற்கு இடமில்லாமல் மாட்டிய அவர்களில்

24 பேர் களத்திலேயே சுட்டு வீழ்த்தப்பட்டனர். நூலா என்ற இளம் தோழர் சல்வா ஜுதும் அராஜகவாதிகள் மீது கொண்ட கோபத்தால், துப்பாக்கிக் குண்டுகள் தீர்ந்து போனபின், கத்தியுடன் அவர்களைக் குத்த ஓடினர். அவரும் சுட்டுக் கொல்லப்பட்டார்.

மாவோயிஸ்ட்டுகளின் ஒவ்வொரு வெற்றியும், அவர்களுக்கு நம்பிக்கையையும், மக்களது ஆதரவையும் கூட்டியது. ஜனவரி 29 அன்று டாட்மேட்லா என்ற கிராமத்தில் 11 போலீஸ்காரர்கள் கொல்லப்பட்டனர். இரண்டு மாதங்கள் பின் பாண்டே என்ற கிராமத்தில் 10 மிசோ ராணுவ வீரர்கள் கொல்லப்பட்டனர். நவம்பரில் டோங்குடாவில் 11 போலீஸ்காரர்கள் , பட்டிகுடாவில் 12 வீரர்கள் எனப் பட்டியல் நீண்டு கொண்டே போனது.

இந்தியக் கம்யூனிஸ்ட் கட்சி மாவட்டத் தலைநகரம் ஜக்தல்பூரில் ஒன்றரை லட்சம் மக்கள் கொண்ட மாபெரும் சல்வா ஜுதும் எதிர்ப்பு ஊர்வலத்தை நடத்தியது.

இந்த ஊர்வலம் சல்வா ஜுதுமிற்கு எதிரான மக்களின் முக்கியத்துவம் வாய்ந்தது. இது இடதுசாரிகளின் வலிமையைக் காட்டியதுடன், கம்யூனிஸ்ட் கட்சி மாவோயிஸ்ட் பிளவின் துவக்கமுமானது. இதுவரை கம்யூனிஸ்ட் கட்சியின் தலைமையில் நடைபெற்ற சல்வா ஜுதும் எதிர்ப்பு நிகழ்வுகள் இனி மக்கள் இடம் பெயர்வுக்கு எதிரான முன்னணி என்ற பெயரிலேயே நடக்க வேண்டுமென்றனர் மாவோயிஸ்ட்டுகள். இதற்கு எதிர்ப்புத் தெரிவித்த கம்யூனிஸ்ட் கட்சி தனது தோழர்களையும் பங்கேற் பதைத் தடுத்தது. அவர்கள் எண்ணிக்கை வெறும் 10,000 மட்டுமே என்றனர் மாவோயிஸ்ட்டுகள். அந்தத் தொகுதியில் சி.பி.ஐ பெற்ற வாக்குகள் 80,000 என்றனர்.

2007 இறுதிக்குள் 80 விழுக்காட்டினர் சல்வா ஜுதும் முகாமிலிருந்து வெளியேறி விட்டனர். சல்வா ஜுதுமில் மகேந்திர கர்மாவுக்கு அடுத்த தலைவரான அஜய் சிங் இதைக் கூறினார். அதற்கு முன் அவர் மாவோயிஸ்ட்டுகளுக்கு அரிசி அனுப்பிக் கொண்டிருந்தவர் தான். சல்வா ஜுதும் பங்கேற்பின் பின் வசதி பெற்று காண்ட்ராக்டராகிப் பெரிய பங்களா கட்டிவிட்டார். "அரசு எங்களுக்கு அனைத்து உதவிகளும் தருவோம் என்று உறுதி சொன்னது. இப்போது கைவிட்டுவிட்டது" என்று புலம்புகிறார்.

சல்வா ஜுதுமால் பெரிய லாபம் பெற்ற மற்றொரு நபர் சுண்ணம் நாகேஷ். வீடு, கார் என வசதியோடு வலம் வருகிறார்.

ஒன்பது கிலோ மீட்டர் தொலைவு சாலை அமைக்க 18 கோடி பெற்றுக் கொண்ட புத்திசாலி அவர். முகாமுக்குக் கொண்டு வரப்பட்ட பலர் நக்சல்பாரிகளிடம் மன்னிப்புக் கேட்டுக்கொண்டு, ஊருக்குத் திரும்பிவிட்டனர். சிலர் மட்டும் என்ன செய்வது என்பது புரியாமல் தவித்து வருகின்றனர். நாகேஷ் முகாமிற்கு வந்த ரேசன் பொருட்களை விற்றுக் காசாக்கி வருகிறார்.

மாவோயிஸ்ட்டுகளின் தாக்குதல் பட்டியலில் உள்ள இருபது சல்வா ஜுதும் தலைவர்களில் சுண்ணம் பெயரும் உண்டு. இதில் ஒன்பது பேரின் கணக்கு ஏற்கனவே தீர்க்கப்பட்டுவிட்டது. மற்றவர்கள் காத்திருப்புப் பட்டியலில் உள்ளனர்.

நக்சல்பாரிகளின் ஆள் சேர்ப்பு தொடர்ந்து நடக்கிறது. 2005ல் இரண்டாவது அணியை உருவாக்கிவிடத் திட்டமிட்டனர். 2006ல் ஏழு அணிகளை உருவாக்கிவிட்டனர்.

டாடாவும், எஸ்ஸாரும் சுரங்கத்திற்கு தேர்வு செய்துள்ள பைலாடிலாவில் தான் சல்வா ஜுதும் தமது முதல் தாக்குதலை நடத்தினர். அங்கு மட்டும் 500 இளைஞர்கள் மாவோயிஸ்ட்டுகளிடம் சேர்ந்துள்ளனர். 2006 பிப்ரவரியில் 6000 பேர் கொண்ட கோயா பூம்கல் அணி என்ற ஒன்றை உருவாக்கிவிட்டனர். அது இப்போது இரண்டு மடங்கு ஆகியிருக்கக் கூடும்.

நான் கிராமத்தவர் எவரைச் சந்தித்தாலும் கேட்கும் கேள்வி "உங்களில் எத்தனைபேர் கட்சியின் முழு நேர ஊழியராக உள்ளீர்கள்" என்பதே. சல்வா ஜுதும் வருகைக்கு முன்னிருந்த முழு நேர ஊழியர்களைவிட மூன்று மடங்கு அதிகமானவர்கள் கட்சிக்குள் வந்துள்ளனர்.

சல்வா ஜுதும் வந்த பின் 996 பழங்குடியினர் கொல்லப் பட்டுள்ளனர். 200 பேர் அடையாளம் காண முடியாமல் மறைந்துள்ளனர். இறந்தவர்களில் 200 பேர் சங்கத்தின் உறுப் பினர்கள். மீதமுள்ளவர்கள் அப்பாவி மக்களே. 200 வீடுகளும் 200 கிராமங்களும் தீக்கிரையாக்கப்பட்டுள்ளன.

"நாங்கள் எங்களை மக்கள் போராட்டக் குழு என்று அழைத்துக் கொண்ட போதும், உண்மையில் எங்களை அந்தப் பெயருக்குப் பொருத்தமானவர்களாக்கி, மக்களைப் பெருமளவில் எங்களுடன் கொண்டு வந்து சேர்த்தது சல்வா ஜுதுமே" என்றார் வாசு. சோனு ஒரு பத்திரிக்கையில், "நன்றி சல்வா ஜுதும்" என்ற

தலைப்பில் ஒரு கட்டுரையே எழுதினார்.

சல்வா ஜுதுமில் சேரும் முன்னர் பல எஸ்.பி.ஓக்கள் மாவோயிஸ்ட் குழுவில் இருந்தோம் என்கின்றனர். ஆனால் மாவோயிஸ்ட்டுகள் மாட்கம் முட்ராஜ் என்பவர் மட்டுமே சல்வா ஜுதுமில் சேரும் முன் தளபதியாக இருந்தார் என்கின்றனர். அதுவும் அவர் முழுமையான அங்கீகாரம் பெற்றவரில்லை என் கின்றனர்.

சிங்காரம் கிராமத்தில் சல்வா ஜுதுமினர் 19 கிராம மக்களைக் கொன்றனர். மாட்கம் தான் ஒவ்வொருவராய்க் காட்டிக் கொடுத்துக் கொல்ல உதவினான் என்கின்றனர்.

மாட்கம்மை நான் சந்தித்துப் பேச வேண்டுமெனப் பெரிதும் முயன்றேன். தண்டிவாடாவின் போலீஸ் அதிகாரி ராகுல் சர்மாவைச் சந்தித்து எனது விருப்பத்தைக் கூறினேன். பக்கத்து ஊருக்குச் சென்றிருப்பதாகவும், அழைத்துவரச் சொல்வதாகவும் சொன்னார். அவர் வரும் வரைத் தேநீர் பருகியபடி பேசிக் கொண்டிருந்தோம். "இந்த ஆதிவாசிகள் ஆசைகள் பெரிதும் இல்லாதவர்கள். நம்மைப் போல பேராசை பிடித்தவர்களாக இருந்தால் சரி செய்துவிடுவது சுலபம். அல்லது நாம் படைகளை அனுப்புவதற்குப் பதில் இலவசத் தொலைக்காட்சி கொடுத்து விட்டால், அவர்கள் சிந்திக்க மாட்டார்கள், பிரச்சினைகளை எளிதில் தீர்த்துவிடலாம்" என்று சிரித்தபடி கூறினார்.

எனது குரு ஜான் ரிட்டி லத்தின் அமெரிக்க நாடுகள் பற்றிய சிறந்த அறிஞர். அவர் சொல்வார் "அமெரிக்கப் படைகள் பல வருடங்களில் சாதிக்க முடியாததை தொலைக்காட்சி சில நாட் களில் செய்து முடித்து விட்டது. லத்தீன் அமெரிக்க மக்களின் தொன்மைக் கலாச்சாரம் அழிக்கப்பட்டது. ஒற்றுமையும், போரிடும் வலிமையும் அழிந்து போனது" என்றார்.

கோண்டி பேராசிரியர் ஹீராலால் சுக்லா இந்திய உளவுத்துறைக்கு அறிவுரை கூறும் போது, "பழங்குடி மக்களை சோம்பலின்றி எப்போதும் ஏதாவது ஒன்றில் ஈடுபடச் செய்ய வேண்டும், எனவே ஒரு பண்பாட்டுக் கல்லூரியை பஸ்தரில் துவங்குங்கள். அவர்கள் தன்னப் போல மாவோயிஸ்ட் கலாச்சாரத்திலிருந்து விடுபட்டு விடுவார்கள்" என்றது நினைவுக்கு வந்தது. ஆனால் யாருமே நியாயமான தீர்வைக் கூறவில்லை. அநீதிகள் மலிந்த சமூகத்தில், நீதி வழங்குவதே பிரச்சினைகளுக்கான நிரந்தரத் தீர்வாகும்.

மாட்கம் வந்து சேர்ந்தான். ஒல்லியான மனிதன். சர்மா என்னைப் பேட்டி காண மகிழ்ச்சியுடன் அனுமதித்தார். அவனு டன் இரண்டு எஸ்.பி.ஓக்கள் உடனிருந்தனர். அதில் ஒருவன் கிசேசி நந்தா, சிங்காரம் தாக்குதலில் முன்னின்றவன்.

நான் மாட்கமிடம் அவன் மாவோயிஸ்ட்டுகளை விட்டு விலகியது ஏன் என்று கேட்டேன்.

“அவர்கள் சரியாகச் சம்பளம் தரவில்லை. நான் வேலை செய்து சம்பாதிக்காவிட்டால் வீட்டில் திட்டுவிழும். நான் வேலை செய்யாவிட்டால் தாதாக்கள் திட்டுவார்கள்” என்றான்.

நான் அவனது தந்தையை மறைகுண்டடம் முகாமில் சந்தித்ததைச் சொல்லவில்லை. அவர்தன் பிள்ளை பலரைக் கொன்றான் என்ற செய்தி கேட்ட நாள் முதல் புத்தி தடுமாற்றத்துடன் வாழ்ந்து வருகிறார்.

“என் ஊர்ப்பகுதியில் போலீஸ் இல்லை. மாவோயிஸ்ட்டுகளே உள்ளனர். பின் சல்வா ஜுடும் வந்தார்கள். அவர்கள் காசு கொடுத்தார்கள். அவர்களுடன் சேர்ந்தேன்” என்றான்.

“மாவோயிஸ்ட்டுகள் தாங்கள் எதற்காகப் போராடுவதாகச் சொன்னார்கள்?” என்று கேட்டேன். “அரசு சரியில்லை மோசம், மக்கள் கஷ்டப்படுகிறார்கள். இதற்கு மாற்றாக மாவோவின் அரசைக் கொண்டு வருவோம். போலீசின் உளவாளியாக இல்லாத எவரையும் அவர்கள் கொல்லமாட்டார்கள். ஆனால் ஐந்து ஏக்கருக்கு மேல் நிலம் வைத்திருந்தால் உனக்கு ஆபத்து வரலாம்” என்றான்.

“பின் ஏன் அத்தனை அப்பாவிகளை சிங்காரத்தில் கொன் றாய்?”

“அவர்கள் அப்பாவிகள் அல்ல, சைடி கட்சியில் முக்கிய பதவி வகிப்பவள். அவர்கள் கட்சிக் கூட்டத்தை அங்கு நடத்திக் கொண்டிருந்தார்கள். நாங்கள் சுட்டதில் சில அப்பாவிகளும் கொல்லப்பட்டிருக்கலாம்”.

“நீ ஒருவன் தான் மாவோயிஸ்ட்டு பக்கமிருந்து கட்சி மாறிய வனா?”

“ஆம், நான் மட்டுமே துப்பாக்கியுடன் சல்வா ஜுடுமிடம்

சரணடைந்தேன். இனி நிறையப் பேர் சரணடைவார்கள்" என்றான் நம்பிக்கையுடன்.

அடுத்து கிச்சி நந்தாவை ஏன் சல்வா ஜுடுமில் சேர்ந்தான் என்று கேட்டேன். அவன் சிங்காரம் தாக்குதலில் முன் நின்றவன்.

"எனது சகோதரன் கட்ராம் பீமாவை மாவோயிஸ்ட்டுகள் 2004ல் கொன்றார்கள். அவன் கிராமத் தலைவனாக இருந்தான். அவனைக் கொன்ற பின் நான் பயந்து ஓரிசா ஓடிவிட்டேன். அங்கு டிரைவராக வேலை செய்து வந்தேன். சல்வா ஜுடும் ஆரம்பித்த பின் சோயாம் ஈர்ரா என்னை டோர்னபால் முகாமுக்கு அழைத்துச் சென்றான். டி.ஜி.பி.ரதூர் தான் என்னை சல்வா ஜுடுமில் சேர்த்தார்" என்றான்.

அடுத்து பூபேந்தா கோலி, பார்க்கச் சிறுவன் போலிருந்தான். "ஒரு நாள் போலீஸ் எனது கிராமத்திற்கு வந்தது. அவர்கள் வழி கேட்டார்கள். காட்டினேன். பின் நானும் நக்சல் எதிரிகள் பட்டி யலில் சேர்க்கப்பட்டேன். பின் இவர்களுடன் சேருவது தவிர வேறு வழியில்லை".

அவர்கள் என்னுடன் இயல்பாகப் பழகினர். சாதாரண உடையில் நின்ற போலீஸ்காரர்களையும் அறிமுகம் செய்து வைத் தனர். அதில் ஒருவன் பஸ்தரைச் சேர்ந்த பழங்குடி இளைஞன். "நாங்கள் மாவோயிஸ்ட்டுகளுக்கு நன்றி சொல்ல வேண்டும். இப்போது எங்களுக்கு வேலை, சம்பளம் எல்லாம் கிடைத்துள்ளது. அவர்கள் எங்களை அடிமைகள் போல் நடத்தினர். எதிர்த்துப் பேசினால் சுட்டுவிடுவர். அதனால் தான் அவர்களுக்கு எதிராகச் சேர்ந்துள்ளேன்" என்றான்.

மற்றொருவன் "மாவோயிஸ்ட்டுகளுக்கு மட்டும்தான் மனித வுரிமை பேசுவீர்களா? எங்களுக்கு மனிதவுரிமை இல்லையா?" என்று கேட்டான். புகைப்படம் எடுக்கலாமா என்று கேட்டதற்கு கிட்சே மட்டுமே முன்வந்தான்.

அவர்கள் தேநீர் சாப்பிட அழைத்தனர். வழியில் அன்று விடுதலையாகும் மாவோயிஸ்ட்டுகள் பற்றிப் பேசிக் கொண்டனர். கிட்சி "மாவோயிஸ்ட் நாய்களுக்கு வாதாடிய தாயோலி வக்கில் பெயர் என்ன? குறித்து வைத்துக் கொள். அது போன்ற நாய்களைச் சுட்டுத் தள்ளவேண்டும்" என்று தனது டைரியில் குறித்துள்ள

சில வக்கீல்கள் பெயர்களைக் காட்டினான். பயிற்சியில்லாத வெறியூட்டப்பட்ட இளைஞர்கள் எத்தனை முட்டாள்தனமாகச் செயல்படுவார்கள் என்பதற்கு இது நல்ல உதாரணமானது.

மாட்கம் இப்போது திருமணமாகி ஒரு குழந்தைக்குத் தகப்பனாகிவிட்டான். அவன் அவ்வப்போது என்னை சந்திப்பான். தனது பதவி உயர்வு பற்றிக் கூறி மகிழ்ந்தான். இப்போது முறைப்படி போலீசாகிவிட்டான். எஸ்.பி.ஓ வாக இருந்தபோது ரூ.1500 சம்பளம் பெற்றவன் இப்போது 9000 வாங்குகிறான். சுக்மா சிறைச்சாலைக்குள் அவனுக்கு அரசுக் குடியிருப்பு தரப்பட்டுள்ளது. மகிழ்ச்சியாக வாழ்ந்து வருகிறான்.

மாட்கம் போன்ற எஸ்.பி.ஓக்கள் நல்ல பயிற்சி தந்தால் நல்ல பாதுகாப்புப் படையினராகலாம். ஆனால் பஸ்தரில் சல்வா ஜூதும் நடத்திய அட்டகாசத்திற்கு அது என்ன தீர்வு தர முடியும்? அவர்கள் இப்படி எத்தனை காலம் வாழ முடியும்?

8
ராணுவ வீரன்

தண்டகாரண்யா நாட்டின் கிழக்குப் பகுதியில் உள்ள மாவோயிஸ்ட் முகாமிற்கு வாசுவைக் காணச் சென்றேன். இது போத்காட் அணை அருகே உள்ளது. இந்த இடத்தை சாலையிலிருந்து அரைநாள் நடந்து சென்றால் கிராமத்தின் அருகில் அடையலாம். எவ்வித ஆபத்தும் நெருங்கிவிட முடியாதபடி உள்ளது எனவும் எளிதில் தப்பிவிடலாம் எனவும் வாசு கூறினார்.

அந்த வீட்டில் ஒரு துளசி மாடமிருந்தது. அதில் ஒரு விளக்கு ஏற்றப்பட்டுள்ளது. பக்கத்து வீட்டில் ஒரு இந்தியப் பாட்டு உரக்க ஒலித்துக் கொண்டிருந்தது. இந்து மதம் போல இந்தி சினிமாவும் காட்டுப் பகுதியை ஆக்கிரமித்து வருகிறது.

வீட்டின் முன்புறம் ஒரு ஆழ்குழாய்க் கிணறு இருந்தது. அதில் சிலர் துணி துவைத்துக் கொண்டிருந்தனர். ஒரு மனிதனும், வேறு சிலரும் அருகிலிந்து மதில் சுவரில் அமர்ந்திருந்தனர். "அது ராஜண்ணா, அவர் ஆயுதம் தயாரிப்பவர்" என்றார் வாசு.

அவருடன் பேச வேண்டும் என்ற விருப்பம் எனக்கு உண்டு. எந்த ராணுவம் தனது ஆயுதம் தயாரிப்புப் பற்றிய உண்மையைப் பகிர்ந்து கொள்ளும்? எனவே அதுபற்றி நேரடியாக பேசத் தயங்கினேன். சில நாட்கள் அவர்களுடன் தங்கி அவர்களின் அவரை வாசு என்றே அழைக்கலாம்

வேலையைப் புரிந்து கொள்ள நினைத்தேன்.

இரவு உறங்கும் போது ராஜண்ணாவுடன் எப்படிச் பேசுவது என்பது பற்றிச் சிந்தித்தேன். காலை விழித்தபோது வெளியே காலை உணவுக்கான ஏற்பாடுகள் நடந்து கொண்டிருந்தது. வாசுவும், ராஜண்ணாவும் உடற்பயிற்சிக்குச் சென்றிருந்தனர். ராஜண்ணா நக்சல் குழுவுடன் பொருந்தாதவராகச் சற்று முதுமையுடன் காணப்பட்டார். சற்று நரைத்த தலை, கனமான மூக்குக் கண்ணாடி என ஒரு பேராசிரியரைப் போலத் தோன்றினார். ராணுவ உடை, தோளில் தொங்கிய இயந்திரத் துப்பாக்கி என விசித்திரமான இணைப்புகளுடன் இருந்தார்.

ராஜண்ணா பேசத் துவங்கினார். "என் தகப்பனார் ஒரு தச்சர். எளிய குடும்பம், படிக்கும் போது நான் வேலை செய்து சம்பாதித்தேன். ஒரு புறம் வறுமை, மறுபுறம் செல்வச் செழிப்பும் இருப்பதைக் கண்டு மனம் நொந்தேன். கல்கத்தாவின் ஒரு ஆயுதத் தொழிற்சாலைக்கு வேலைக்குச் சென்றேன். அங்கும் ஏற்றத் தாழ்வுகள் என்னை வாட்டியது. 1969ல் நடைபெற்ற தெலுங்கானா விடுதலை இயக்கமே எனது அரசியல் வாழ்வின் முதல் பக்கம். என் வீட்டின் அருகிலிருந்த ஒரு ரசாயனப் பட்டம் பெற்ற இளைஞர் குண்டுகள் செய்வதைப் பார்த்தேன். பின் அவருக்கு உதவி செய்யத் துவங்கினேன். படிப்பு முடித்த பின் பல தொழிற்சாலைகளில் வேலை செய்தேன். எங்கும் நிரந்தர வேலை கிடைக்கவில்லை. தொழிற்சங்க ஆர்வம் எனது எல்லா வேலையையும் நிரந்தரமற்ற தாக்கியது. என் அப்பா இறந்தார். குடும்பத்தைக் காப்பது முக்கியம். எனவே தொழிற்சங்க ஈடுபாட்டை நிறுத்து என்றார் அம்மா.

அது நக்சல்பாரிகள் வங்கத்தில் ஒடுக்கப்பட்ட காலம். சாரு மஜூம்தார் மரணத்தின் பின் கொண்டபள்ளி சீத்தாராமையா ஆந்திராவில் கட்சியை உருவாக்க முயன்று கொண்டிருந்தார். அவர் மாவோ போன்ற தீர்க்கதரிசனமுள்ள தலைவர். தன்னம்பிக் கையும், கடின உழைப்பும் கொண்ட தலைவர்.

கே.எஸ் கரீம்நகர் பகுதியில் லட்சதிபெட்டாவில் ஒரு நிலம் வாங்கிப் பயிர் செய்யத் துவங்கினார். அது நிலப்பிரபுத்துவத்திற்கு எதிரான போரின் துவக்கம். பின் சதீஸ்கரில் ரான்டைகாவில் ஒரு நிலத்தை வாங்கினார். இவ்விரு பகுதிகளின் நடுவில் உள்ள காட்டைப் பாதுகாப்பான பகுதியாக மாற்றுவது அவரது

திட்டம். 1972ல் ஒரு நிலச் சுவான்தாரைக் கொன்றனர். இதற்காக பொம்மையா, கிஸ்டகுடா என இரு தோழர்கள் மூன்றாண்டுகள் பின் தூக்கிலிடப்பட்டனர். 1979 ல் நில முதலாளிகளின் கைக்கூலிகள் தோழர்கள் போசெட்டி, லட்சுமி ராஜன் என இருவரைக் கொன்றனர். கட்சி பலம் பெறும் வரை எந்த எதிர்வினையும் கூடாதென கே.எஸ் கட்டளையிட்டார். கே.எஸ்ஸால் உணர்வு பெற்ற நான் கட்சியின் அமைப்பாளராகச் செயலாற்றினேன்.

“மத்திய பிரதேசம் பால்காட்டில் போலீஸ் நடத்திய தாக்குதலில் நாங்கள் இருவரும் எங்கள் பெற்றோரை இழந்தோம். எனவே நாங்கள் இருவரும் திருமணம் செய்து கொள்ள முடிவு செய்தோம்” என்றார் பத்மா.

“பெண்கள் தான் எங்கள் இயக்கத்தின் மூல சக்தியாக உள்ளார்கள். உங்களுக்கு மார்ச்சீலைப் போராட்டம் தெரியுமா?, அதுதான் பல பெண்களை எமது இயக்கத்திற்குக் கொண்டுவந்தது” என்றார் ராஜண்ணா.

பத்மா விளக்கமாகக் கூறினார். “1980ல் எங்கள் பழங்குடிப் பெண்கள் ஜாக்கெட் அணியத் துவங்கினர். திருமணமாகிக் கணவன் வீடு சென்றவுடன், பெண் ஜாக்கெட் அணியக் கூடாது என்பது எங்களது நெடுங்காலச் சம்பிரதாயம். பெண்கள் இதை விரும்பவில்லை. கட்சி பெண்களின் நியாயத்தை ஆதரித்தது.

நான் கட்சியில் சேர அது காரணமல்ல, எனது பெற்றோர் எனக்குத் திருமணம் செய்து அனுப்பவே நினைத்தனர். கட்சியில் சேருவதை ஆதரிக்கவில்லை. ஒருநாள் ஒரு வனக் காவலன் என் கண்முன் எனது தகப்பனை வீடு கட்ட ஒரு மரத்தை வெட்டினார் என்பதற்காக அடித்தான். அதுதான் என்னைக் கட்சியில் சேரத் தூண்டியது. எனது இரு சகோதரர்கள் போலீசில் உள்ளார்கள். நான் அவர்களை போலீசிலிருந்து விலகச் சொன்னேன். அவர்கள் கட்சியில் சேரவில்லை, விவசாயம் செய்யத் துவங்கினர். அதற்காகப் போலீசார் அவர்களைத் துன்புறுத்தினர். கிராமத்தில் இனியும் வாழ முடியாது என்ற நிலை உண்டானது. அம்மா பிறந்த மண்ணை விட்டுப் பிரியமாட்டேன் என்ற உறுதியுடன் தங்கிவிட்டார். நான் கட்சியில் சேர்ந்தபின் எனது சகோதரனைச் சிறையிலிட்டுத் துன்புறுத்தினர். வீட்டை உறவுகளைப் பிரிந்து 20 ஆண்டுகள் ஓடிவிட்டது. என் கிராமத்தில், போலீஸ்

நிரந்தரமாகவே குடியிருக்கிறது. சென்ற ஆண்டு ஒரு ரகசிய இடத்தில் என் அம்மாவையும் சகோதரனையும் சந்தித்தேன். இனி எப்போதோ?"

"வனத்துறையினர் இளம் பெண்களைத் துன்புறுத்துவது வனப்பகுதியில் சர்வ சாதாரணம், விறகு பொறுக்கப் போனாலும் அதற்கு விலையாக உடலைத் தர வேண்டும். சந்தைக்குப் போய்த் திரும்புவது கூட ஆபாத்தானது. கற்பழிப்புகள் வனத்துறையின் கடமை போலானது" என்ற பத்மா தொடர்ந்தார்..

"காட்டில் மூங்கில் வெட்ட வனத்துறையினர் கூப்பிட்டால், மறுக்காமல் போகவேண்டும். நாள் முழுதும் வேலை செய்தால் ஒரு ரூபாய் கூலி தருவார்கள். கணக்கு எழுதுவது எத்தனையோ? தட்டிக் கேட்க முடியாது. கட்சி வந்தபின் தான் எங்கள் உழைப்புக்கான கூலி உறுதி செய்யப்பட்டது.

நான் எட்டு தாக்குதல்களில் பங்கேற்றுள்ளேன். அதில் ஐந்து தோழர்கள் செத்துள்ளனர். நான் மரணத்தை அத்தனை நெருக்க மாகப் பார்த்ததில்லை. வாய்விட்டு அழுதுள்ளேன். கட்சி என்னை சோமரூவைத் திருமணம் செய்துகொள்கிறாயா என்று கேட்டது. நான் சரி என்றேன்".

ராஜண்ணா தனது பையில் தேடி சோமரூவின் பழைய புகைப்படம் ஒன்றை எடுத்துக் காட்டினார். "சோமுரூ எனது நல்ல நண்பன்" என்றார் ராஜண்ணா, ராஜண்ணாவின் கையில் இரண்டு படங்கள் இருந்தன. ஒன்று சேகுவேரா, மற்றது ஒரு தெலுங்குக் கவிஞர் படம். இவைதான் அந்தப் பேராசிரியரின் மொத்தச் சொத்தும்.

ராஜண்ணா தனது கதையைத் தொடர்ந்தார், "நான் பத்தாவது வரை மட்டுமே படித்துள்ளேன். ஆனால் ஆங்கிலம் பேசவும், படிக்கவும் முடியும். எனது குடும்பத் தொழிலான தச்சுத் தொழில் ஆயுதங்களைச் சிறப்பாகச் செய்யக் கைகொடுக்கிறது. பீஹாரின் முன்கெரில் ஆயுதம் செய்வது குடிசைத் தொழில். இந்திய நேபாள எல்லை ஆயுதம் கடத்தும் முக்கியப் பகுதியாகும். இந்த மெசின்கன் கூட ஒரு குடிசைத் தயாரிப்பே".

நாங்கள் இத்தனை முக்கிய ரகசியச் செய்திகளைப் பகிர்ந்து கொண்டிருந்தபோதும், சுற்றிலும் பல தோழர்கள் இருந்தார்கள். எனக்குப் பெரும் சந்தேகம் உண்டானது. உண்மையைத்தான்

சொல்கிறார்களா? அல்லது கதையா? நான் மாங்காய் ஊறுகாயைச் சுவைத்தபடி அவர்களின் அனுபவங்களைக் கேட்டேன்.

"1987ல் தான் முதல் ஏ.கே.47 கட்சிக்கு அறிமுகமானது. அப்போது ஒரு ஏ.கே.47 ஒன்றரை லட்சம் ரூபாய்க்கு வாங்கினோம். ஆனால் அதன் உண்மை விலை 5 லட்சம். சர்வதேச ஆயுத வணிகம் என்பதற்கு பல நூறு கோடி ரூபாய் தேவைப்படும். காஷ்மீரிலும், வடகிழக்கிலும் உள்ள குழுக்கள் எங்களது கஞ் சத்தனமான செலவைக் கண்டு ஆச்சரியப்படுவார்கள்".

"நக்சல்பாரிகள் எங்கிருந்து வெடிகுண்டுகள் பெறுகிறார்கள்?"

"இதற்கென வியாபாரிகள் உண்டு. போலீஸ்காரர்களும் விற்பதுண்டு. ஆனால் போலீஸ்காரர்கள் பேராசைக்காரர்கள். வியாபாரிகளை விட அதிக விலை கேட்பார்கள். ஒவ்வொரு ஸ்டேசனிலிருந்தும் குண்டுகள் கிடைக்கும். இந்தியா ஏ.கே.47 போன்ற ஆயுதங்களைத் தயாரிப்பதில்லை. வெளிநாடுகளிலிருந்தே இன்றும் இறக்குமதி செய்கின்றனர். 12 ஃபோர் ரகத் துப்பாக்கி போன்றவற்றைச் சில கம்பெனிகள் தயார் செய்கின்றன. .303 எஸ்.எல்.ஆர் ஸ்டென்கன் போன்றவை பூனா, காட்கி தொழிற் சாலைகளில் தயாரிக்கப்படுகின்றன. துப்பாக்கிக் குண்டுகளுக்கே பெரிய தேவை உள்ளது. எஸ்.பி.சௌபேவும், 28 போலீஸ்காரர்களும் கொல்லப்பட்ட மான்பூர் தாக்குதலில் மட்டும் 120 தோட்டாக்கள் மூன்றரை மணி நேரத்தில் பயன்படுத்தப்பட்டன. ஒவ்வொரு தோட்டாவும் 150–200 விலையாகிறது. எங்கள் தோட்டாக்கள் தேவையில் நாலில் ஒரு பகுதியை மட்டுமே விலை கொடுத்து வாங்குகிறோம். மீதம் 75 சதம் போலீசின் கொடையே!"

"உங்களுக்காக அனுப்பப்பட்ட ராக்கெட் லான்சர் சென்னை யில் பிடிபட்டதல்லவா?"

"ஆம். மது என்பவன் பிடிபட்டான். அவன் அரசு சாட்சியாக மாறிவிட்டான். 1995 முதல் எங்களுடன் இருந்தவன். எங்கள் ரூர்கெலா, போபால் தொழிற்சாலைகள் தகர்க்கப்பட்டன. அங்கு .303 ஸ்டென்கன் போன்றவை தயாரிக்கப்பட்டுக் காட்டில் பயன் படுத்தப்பட்டன. சில ராக்கெட் லான்சர்களையும் காட்டுக்கு அனுப்பினோம். மது கைது செய்யப்பட்டது கட்சிக்கு ஒரு பேரடி".

"ராக்கெட் லான்சரைப் பயன்படுத்த எப்படிப் பயிற்சி

தருகிறீர்கள்?"

"அதற்கு நிறையப் பயிற்சியும் பொறுமையும் தேவை. போர்தான் கொரில்லாவின் பயிற்சிக்களம் என்பார் மாவோ. கிஷ்டெனர் காட்டில் ஒரு ராக்கெட் லான்சரை முதல் முறையாக 2006ல் பயிற்சித்துப் பார்த்தோம். அது தோல்வியானது. மறுநாள் பரிசோதித்தபோது அது தூரத்திலிருந்த போலீஸ் முகாமின் சமையலறையைத் தாக்கியது. இரண்டு பேர் காயமடைந்தனர். எனவே அம் முயற்சியைக் கைவிட்டோம்".

"2005ல் தௌலா போலீஸ் ஸ்டேசனை பீரங்கி குண்டு மூலம் தாக்க முயற்சித்தோம். மன்னர்கால பீரங்கி போன்றது. அதுவும் தோல்வி கண்டது. இதில் நான்கு தோழர்களை இழந்தோம். இந்த இரு தோல்விகளும் எங்களுக்கு நல்ல பாடமானது. பின் தண்ணீர்க் குழாய்களைக் கொண்டு புதிய பரிசோதனை துவங்கினோம். தூக்கிச் செல்லக்கூடிய அது விரைவில் பயன்பாட்டுக்கு வந்தது. டோப் என்று பெயரிட்டோம். மிகச் சிறப்பாகப் பயன்பட்டது. சல்வா ஜுதும் வருகைக்குப் பின் நிறைய இளைஞர்கள் சேர்ந்தனர். அனைவருக்கும் ஆயுதம் தேவைப்பட்டது. டோப்பை இயக்க மூன்று பேர் கொண்ட குழு தேவைப்பட்டது.

இந்தச் சின்ன பீரங்கிகள் பெரிய புகையைக் கிளப்பின. 100 மீட்டர் தொலைவுக்கு எதையும் காணமுடியாத அளவு அடர்த்தி யான புகை எழுந்தது. இது தப்புவதற்கான புகைத் திரையாகவும் உதவியது. 10 துப்பாக்கிகளின் வலிமை கொண்டதாக இருந்தது. ஒன்று தயாரிக்க 15 நாட்கள் தேவை. தனக்கு தேவையான பொருட்களும், ஆட்களும் இருந்தால் தன்னால் தினமும் பீரங்கி களைத்தயார் செய்ய முடியும்" என்றார் ராஜண்ணா பெருமையுடன். ராஜண்ணா காஷ்மீர், வடகிழக்கு, விடுதலைப்புலிகள் என அனைத்துப் போராளிகளையும் சந்தித்திருக்கிறார். அவர்கள் புத்தம் புதிய ஆயுதங்களையே பயன்படுத்துகின்றனர். ஆனால் சதீஸ்கரில் புதிய பளபளப்பான ஆயுதங்களையே பார்க்க முடியாது. இவற்றை உற்பத்தி செய்யும் தொழிற்சாலைகள் கூட மின்சாரம், நவீன இயந்திரங்கள் எதுவுமற்றவையே. குறைவான வசதி, குறைவான நிதி இவற்றுடன் தான் பலம் வாய்ந்த அரசை எதிர்கொள்ள வேண்டியுள்ளது".

"தானியங்கி ஆயுதங்கள் உற்பத்தி செய்கிறீர்களா?"

"இல்லை. அதற்கான வசதிகள் இல்லை. எங்களிடம் உள்ள

தானியங்கி ஆயுதங்கள் யாவும் விலைக்கு வாங்கியது அல்லது பறிமுதல் செய்யப்பட்டது. தொடர் தோட்டா தரும் மேகசின்கள் நாங்கள் தயாரிக்க முடியாது. ஒற்றைத் தோட்டாக்களே முடியும். வெடி குண்டுகள் செய்ய அதற்கான அச்சுகள் இல்லை. குழாய் போன்றவற்றையே பயன்படுத்துகிறோம். இந்திய ராணுவம் பயன்படுத்தும் எம்.36 ரக கிரானைட்டுகளை செய்ய முடியும். ஆனால் சற்ற கனமானதாக இருக்கும்"

"ராஜ்நன்ட்கான் தொழிற்சாலை மூடப்பட்டுவிட்டதல்லவா?"

"ஆம். அது நீண்ட நாட்களாகச் செயல்பட்டது. ஒரு நாள் திடீரென அக்கிராமத் தலைவன் காணாமல் போனான். அவன் போலீஸ் உளவாளியாகியிருக்கக் கூடுமென நினைத்து, தொழிற்சாலையின் மதிப்பு மிக்க இயந்திரங்களை அவசர அவசரமாகக் காலி செய்தோம், போலீஸ் வந்தபோது, மதிப்பற்ற சில பொருட்களே இருந்தன.

நாங்கள் துப்பாக்கி ரிப்பேர் செய்வதில் விற்பன்னர்கள். எந்தத் துப்பாக்கியானாலும், எத்தனை மோசமான நிலையில் இருந்தாலும் சரிசெய்து விடுவோம். சமீபத்தல் ஜபல்பூர் ஆயுதத் தொழிற்சாலை பொன்விழாக் கொண்டாடியது. அதில் ஜபல்பூர் ஆயுதத் தொழிற்சாலை எந்தத் துப்பாக்கியையும் சீர்படுத்தும் திறமை கொண்டது எனப் பெருமையுடன் கூறினர். ஆனால் நாங்கள் பத்து வருடங்களாக, காட்டின் நடுவில் அதைச் செய்து கொண்டிருக்கிறோம்". பட்டப் படிப்பின்றி, அத்தனை தடைகளையும் வென்று ராஜண்ணா ஒரு பெரிய ஆயுதத் தொழிற் சாலையை உருவாக்கி ஆதிவாசி இளைஞர்களைப் பயிற்றுவித்து நடத்திக் கொண்டிருப்பது வியப்பளித்தது.

"சாலை வெடிகளில் பெருமளவு போலீஸ் வீரர்கள் கொல்லப் படுகின்றனர். ஆனால் அதற்கான ஜெலட்டின் வந்த வாகனம் சதீஸ்கர் ஜார்கண்ட் எல்லையில் பிடிபட்டுவிட்டதாகப் படித் தேன்.."

"ஆம், பல வழிகளில் ஜெலட்டின் வருகிறது. அதில் ஒன்று பிடிபட்டது. அவ்வளவுதான். இப்போது மேம்படுத்தப்பட்ட வெடிப் பொருள்கள் உள்ளன. அதைக் கொண்டு எளிதாகப் பயன்படுத்த முடியும்".

"எஸ்ஸாரின் என்.எம்.டி.சி. சுரங்கத்தில் நீங்கள் தாக்கியதில்

நிறைய வெடி மருந்து கிடைத்திருக்குமல்லவா?"

"ஆனால் அதை வெடிக்கச் செய்ய டிடனேட்டர் தேவை. அவை ஹைதராபாத்தில் மட்டுமே செய்யப்படுகிறது. ஜெலட்டின் என்பது ஈரமான மாவு போல. டிடனேட்டர் இருந்தால்தான் வெடிக்கச் செய்ய முடியும். நாங்கள் சில சுரங்கங்களை எங்கள் பகுதியில் இயங்க அனுமதித்துள்ளது, அவர்கள் எங்கள் தேவைக்கான ஜெலட்டின், டிடனேட்டர் கொடுக்க வேண்டுமென்ற ஒப்பந்த அடிப்படையிலேயே.

சில நேரங்களில் தொழில்நுட்பக் குறைபாடு காரணமாக தோல்வி ஏற்பட்டுவிடுகிறது. இதைச் சரிசெய்ய மான்பூர் சுரங்கத்தில் பணியாற்றும் சில தொழில் நுட்ப நிபுணர்களையும், ஒரு லாரி ஜெலட்டினையும் கடத்தினோம். அவர்கள் எங்களது கண்ணிவெடிகளில் உள்ள குறைகளைச் சுட்டிக்காட்டினார்கள். உயர்தர ஜெலட்டினை நடுவில் வைத்து, தரம் குறைந்ததைச் சுற்றிலும் வைக்க வேண்டும். ஈரம் படாமல் சுற்ற வேண்டுமென்ற அவர்களின் அறிவுரை பயனுள்ளதாக இருந்தது".

வியப்பூட்டும் நுணுக்கங்கள் மற்றும் தகவல்கள்.

"எங்களது புதிய தொழில்நுட்பப் பயன்பாடு வாக்கிடாக்கியை தூரத்தில் பதித்துள்ள குண்டை வெடிக்கப் பயன்படுத்துவது. சந்திரபாபு நாயுடு இந்திய டிடனேட்டர் கம்பெனி தாமதமாகச் செயல்படும் டிடனேட்டர்களைத் தயாரிக்க வேண்டுமென்றார். இவை எங்களுக்குப் பயன்படாது. நொடிப் பொழுதில் வெடிக்கச் செய்யும் யுக்திதான் எங்களுக்குத் தேவை. இவை இரண்டுமே விலைக்குக் கிடைக்கிறது. எதைத் தேர்ந்தெடுப்பது என்பதை முடிவு செய்ய வேண்டும்".

"நீங்கள் ஆர்.டி.எக்ஸ் பயன்படுத்துவீர்களா?"

"ஆர்.டி.எக்ஸ் வாங்கச் சர்வதேச ஆயுத வியாபாரிகள் உறவு வேண்டும். காஷ்மீர், வடகிழக்குக் குழுக்களுக்கு அது உள்ளது. எங்களுக்கு இல்லை. அரசு டி.என்.டி யைப் பயன்படுத்துகிறது. ஆர்.டி.எக்ஸ் TNTயைப் போலப் பத்துமடங்கு சக்தி கொண்டது".

பி.பி.சியில் இலங்கை பற்றிய செய்தி வந்தது. எனவே எங்கள் பேச்சு பிரபாகரன் பக்கம் திரும்பியது. "தாணு ராஜிவ் காந்தி

கொலைக்கு ஆர்.டி.எக்ஸ் பயன்படுத்தினாள். அவள் T.N.T. பயன்படுத்த நினைத்திருந்தால் அது போலப் பத்து மடங்கு வெடிபொருளை எடுத்துச் சென்றிருக்க வேண்டும். எளிதாகப் பிடிபட்டிருப்பாள். பிரபாகரன் மீது எனக்கு மரியாதை உண்டு. ஆனால் அவரது முறைகள் சரியென்று ஒப்புக் கொள்ளமாட்டேன். எல்.டி.டி.இ விழுந்ததில் தோழர்களுக்கு மன வருத்தம் உண்டு. ஸ்ரீலங்கா நிலை வேறு. நமது சூழல் வேறு. எல்.டி.டி.இ தன்னை ஒரு முறைப்படியான ராணுவம் போல் கருதிக் கொண்டு செயல்பட்டது. அதற்கு ஒரு நிலையான தளம் இருந்தது. நிலையான தளம் கொண்ட படையை குண்டு வீசித் தாக்குவது எளிது. பஸ்தர் ஒரு கொரில்லாப் பகுதி. முறையான ராணுவம், கொரில்லாப் படையை அத்தனை எளிதாக அழித்துவிட முடியாது. கொரில்லாக்கள் அனுகூலமான இடத்தில் தாக்கி மறைவார்கள்".

"ஆதிவாசிகள் நல்ல போராளிகளா?"

"அப்படிச் சொல்ல முடியாது. நாகாக்கள் தீவிரப் போராளிகள். வெடிமருந்துகள் எளிதாகக் கிடைக்கிறது. முன்பு எல்.டி.டி.ஈ யிலிருந்த சில தோழர்கள் எம்முடன் உள்ளனர். அவர்கள் சாதாரண வெடி மருந்துடன் சல்பர் கலந்து எப்படி பலம் வாய்ந்த வெடியைத் தயாரிக்க முடியும் என்பதைக் கற்றுத் தந்தனர்".

"பஸ்தர் பழங்குடிகளின் போர்க்குணம் எப்படி மாறு பட்டது?"

"கோயாக்கள் சாதனை புரியும் சாகச உணர்வு கொண்டவர்கள். டோர்லாக்கள் படித்து நவீன வாழ்வில் ஒதுங்கத் துவங்கி விட்டனர்".

ராஜண்ணாவிடம் ஒரு தெலுங்கு கட்சிப் பத்திரிக்கை இருந்தது. அதில் பதுங்குகுழிகள் அமைப்பது பற்றிய ஜெர்மன் கட்டுரையின் மொழிபெயர்ப்பு இருந்தது. நான் அபூஜ்மட்டில் நிரந்தரப் பதுங்கு குழிகள் அமைத்துள்ளார்களா என்று கேட்டேன்.

"இல்லை. விரைவில் அமைக்க வேண்டிய அவசியம் உள்ளது. பாதுகாப்புக்காக கண்ணி வெடிகள் பதிப்பதும் ராணுவம் தாக்க வரும் போது அவசியமாகிறது. ஆனால் அதைச் சில நிமிடங்களில் செய்து விடலாம். இந்திய ராணுவம் மாவோயிஸ்ட்டுகளுடனான மோதல் என்பது முடிவில்லை. ஆனால் அது காடுகளுக்கு

வெளியேதான் நடக்கும். எனவே கட்சியை நகரங்களில் வளர்க்கத் தேவை உள்ளது. வெளியே நாங்கள் நடத்தும் போருக்கு, குறிப்பாக நந்திகிராமம் போன்றவற்றிற்கு, காடுகளிலிருந்து ஆதரவு தரப்பட வேண்டும்".

ஒரு விசில் ஒலி கேட்டது. மதிய உணவு நேரம். அதைத் தொடர்ந்து ஓய்வு. பின்னரே பேச்சைத் தொடர முடியும்.

பின் ராணிபோட்லி தாக்குதல் பற்றிப் பேசினோம். "தாக்கு தலுக்கு முன் தேவையான தகவல்களைச் சேகரிக்க வேண்டி யிருந்தது. இதற்கு மூன்று மாதங்கள் தயாரிப்புத் தேவை யாயிருந்தது. அது மிகப் பெரிய தாக்குதல். 55 போலீஸ்காரர்கள் அதில் கொல்லப்பட்டனர். அப்போது போலீஸ் பெண்கள் விடுதியில் தங்கி இருந்தனர். ஆனால் பொதுமக்கள் யாரும் தாக்கப்படவில்லை. இதனால் அம்மக்கள் எமக்கு உதவுவதாகக் கூறினர்".

ராஜண்ணாவின் கூற்று வியப்பாக இல்லை. வனத்துறையின் கடைநிலை ஊழியரையும் கண்டு அஞ்சி ஓடிய பஸ்தர் பழங்குடி மக்கள் இன்று போலீசைத் தாக்கி, ஆயுதம் பறிக்கும் தைரியசாலிகளாக மாறியுள்ளது அதைவிடப் பெரும் வியப்பு. ஒரு முறை சிலர் போலீசில் சரணடைந்து தமது .303 துப்பாக்கியைக் கொடுத்துவிட்டு, அங்கிருந்த மிசின் கண்களை எடுத்து வந்து விட்டதாகப் பத்திரிக்கையில் படித்தேன். ஆனால் ராஜண்ணா "இது போலீஸ் பரப்பிய பொய்த்தகவல்" என்றார். உளவுதான் போரின் வெற்றிக்குப் பெரிதும் உதவுவது. போலீஸ் எங்களுக்குள் சில உளவாளிகளைப் புகுத்த முயன்றது. ஆந்திர போலீஸ் சதீஷ்கர் போலீசை விட புத்திசாலிகளாக இருந்தனர். இவர் அமெரிக்கப் போலீசிடம் பயிற்சி பெற்றிருந்தனர். வியட்நாம், மலேயாவில் அமெரிக்கர்கள் பெற்ற அனுபவம் இந்தியப் போலீஸ் மாவோயிஸ்ட்டுகளை ஒழிக்கப் பயன்படுகிறது. இந்த யுக்தி வடகிழக்கிலும், காஷ்மீரிலும் பயன்படுத்தப்படுகிறது. இதைச் சமாளிப்பது பற்றி மாவோயிஸ்ட் மத்தியக் குழு தீவிரமாக ஆலோசித்து வருகிறது.

ராணுவ நடவடிக்கை, தேவைப் பொருட்கள் சேகரிப்பு, வினி யோகம், ஆயுத வணிகம் எனப் பல பிரிவுகள் செயல்படுகின்றன. உயர்மட்டக்குழு ஆண்டுக்கு மூன்றுமுறை சந்திக்கும். மத்திய ராணுவக் குழுவே பெரிய தாக்குதல் பற்றி முடிவெடுக்கும்".

“ஆந்திராவில் மாவோயிஸ்ட்டுகள் மீண்டும் தலையெடுக்க வாய்ப்புள்ளதா?”

“ஆந்திரா ஆழமான புரட்சிப் போக்குக் கொண்டது. அரசு அடக்குமுறை தற்காலிகமாக மக்கள் எழுச்சியை அடக்கி வைத்துள்ளது. சுத்தமாக அழிக்கப்பட்ட எமது இயக்கம் மீண்டும் உயிர் பெற ஐந்தாண்டுகள் ஆகக் கூடும். புதிய தலைமை உருவாகும். இயக்கம் சோர்வுறலாம். ஆனால் சாகாது. மீண்டும் உயிர்த்தெழும்”.

ராஜண்ணாவின் மன உறுதியும், நம்பிக்கையும் அவரது குரலில் ஒலித்தது. ஆந்திராவின் புதிய சூழலுக்கு ஏற்ப இயக்கம் புதிய வடிவம் பெற வேண்டும். ஆந்திராவில் நூற்றுக்கும் குறைவான நக்சல்பாரிகளே உள்ளனர். அவர்களும் சிதறிக் கிடக்கிறார்கள் என்கிறது அரசு. ராஜண்ணா போன்ற நூறு தலைவர்கள் கிடைத்து விட்டால் மக்கள் இயக்கம் புத்தெழுச்சி பெறும்.

மாலை கிராமத்தில் ஒரு கூட்டம் இருந்தது. முதலில் ராஜண்ணா பேசினார். எல்லோரும் வரிசையாகப் பள்ளி மாணவர்கள் போல நின்றனர். ஆர்.வி. 1, ஆர்.வி.2 எனக் குறிப்பிட்டார். அது திடீர் தாக்குதல் நிகழ்ந்தால் மக்கள் மீண்டும் கூடும் இடத்தின் சங்கேதக் குறிப்பு என்று என்னிடம் சொன்னார். “இது கட்சியின் வலிமையான தளமல்ல. எனவே மிகுந்த எச்சரிக்கையுடன் செயல் படுவது அவசியம். Reassemble venue 1ல் தாக்குதல் நடந்த 24 மணிநேரத்தில் கூட வேண்டும். Reassemble venue 2 ல் அடுத்த மூன்றாம் நாளுக்குள் கூட வேண்டும் என்று விளக்கம் தந்தார்.

நாங்கள் பயணித்த போது வழியில் ஒரு பள்ளியைப் பார்த் தோம். “இதில் ஆசிரியர் எவரும் இல்லை. பள்ளி என்ற போர்வையில் ராணுவத்தினர் தங்கும் முகாம். இது வகுப்பறை கள் போல் இல்லாமல், இதன் ஜன்னல் அமைப்புகள் உள்ளிருந்து எந்தத் திசையிலும் சுடுவதற்கு ஏற்றதாக வடிவமைக்கப் பட்டிருக்கின்றன”.

கூட்டத்தில் ராஜண்ணா போத்காட் அணை கட்டப்படுவதை எதிர்த்துப்பேசினார். அவர் பேச்சைக்கேட்டுக்கொண்டிருந்தவர்கள் ராஜாவால் நூறாண்டுகள் முன் கொண்டுவரப்பட்ட ஒரிசா பிராமணர்கள். அவர்களுக்கு நூற்றுக்கணக்கான ஏக்கர் நிலம் இருந்தது. “நாங்கள் பணக்கார நில உடைமையாளர்களையும் இணைத்துப் புதிய ஜனநாயகப் புரட்சியை மேற்கொள்ள

முயல்கிறோம். நாங்கள் பெரிய ஜமீன்தார்களுக்கும், அவர்களின் சுரண்டல்களுக்குமே எதிரானவர்கள்" என்றார்.

புதிய ஜனநாயகப் புரட்சி என்பது சோசலிசம் நோக்கிய முதல் பயணம், இது கம்யூனிசம் நோக்கித் தொடரும், ஆனால் எனக்குப் பணக்கார நிலவுடைமையாளர் என்பதற்கும், ஜமீன்தார் என்பதற்கும் என்ன வேறுபாடு என்பது புரியவில்லை.

"ஜமீன்தார் என்பவர் நிலத்தில் இறங்கிப் பயிரிடாத நிலவுடைமையாளர், பணக்கார நிலவுடைமையாளர் என்பவர் பண்ணைக் கூலிகளுடன் தானும் வேலை செய்பவர். எங்களை எதிர்த்து வந்த பணக்கார நிலவுடைமையாளர்கள் இப்போது எங்களை ஆதரித்து, எங்கள் உதவியை நாடி வருகின்றனர். அவர்களும் அணை கட்டுவதை எதிர்த்து மக்களுடன் சேர்ந்து போராடுகின்றனர்".

தூரத்தில் மேளதாள சத்தம் கேட்டது. கல்யாணமாக இருக்கலாம். நமது கவனம் வேறெங்கும் சிதறக்கூடாது என்றார் ராஜண்ணா. பின்இரவு வரை கூட்டம் நடைபெற்றது. நான் இடையிலேயே தூங்கிப் போய்விட்டேன். "நாம் ஓய்வெடுக்கும் முன் சிறிது தூரம் நடந்து போயாக வேண்டும். சாதாரணமாக கூட்டம் முடித்த இடத்தில் நாங்கள் ஓய்வெடுப்பதில்லை. ஏனெனில் கூட்டத்திற்கு வந்த யாராவது போலீசுக்குத் தகவல் கொடுத்துவிட்டால் ஆபத்து என்பதால் வேறு ஒரு இடத்திற்குச் சென்று விடுவோம்" என்றார் ராஜண்ணா.

சின்ன டார்ச் லைட்டை மட்டும் வைத்துக் கொண்டு காட்டில் நடந்து போய்ச் சேர்ந்தோம். என் தூக்கம் முற்றாகக் கலைந்து போனது. எனவே, "நீங்கள் எப்படி ராணுவ அணியை உருவாக்குகிறீர்கள்?" என்று கேட்டேன்.

"ராணுவக் கம்பெனி என்பது 75 உறுப்பினர்கள் கொண்டது. எங்களிடம் 3800 சீருடை ராணுவ வீரர்கள் உள்ளனர். பெரும் பாலானவர்கள் ஆயுதம் வைத்திருப்பவர்கள் இல்லை. தகவல், பொருட்கள் விநியோகமே இவர்களின் வேலை. கிராமங்களில் ஆயிரக் கணக்கான வீரர்கள் உண்டு. அவர்கள் பாரம்பரிய ஆயுதங்கள் வைத்திருப்பார்கள். பெட்டாலியன் இன்னும் உருவாக்க முடியவில்லை. அது அடுத்த சவால்".

நாங்கள் பெரிய எண்ணிக்கை கொண்ட கம்பெனியாக

கிராமங்களுக்குச் செல்லும் போது, எங்களுக்கு உணவு முதலிய உதவியை அளிப்பது 25 விழுக்காடு என்றால் சிறு எண்ணிக்கை கொண்ட ப்ளடூனாகச் செல்லும்போது 75 விழுக்காடு ஆதரவு கிடைக்கிறது. எனவே மக்களுக்கும் பெரும் சுமையாக இல்லாமல் சிறு ப்ளடூன்களாகச் செல்வதே நல்லது என முடிவு செய்தோம்.

நேபாளத்தில் ஒவ்வொரு மாவோயிஸ்ட்டுக்கும் மாதம் ரூ. 100 சம்பளம் போலத் தருகிறார்கள். ஆனால் இங்கு தரப்படுவதில்லை. ஆனால் தனிப்பட்ட தேவைகளும், வசதிகளும் தரப்படாவிட்டால் அது புரட்சிக்கே தடையாகிறது. கட்சி, தோழர்களின் உணவு, சோப்பு, எண்ணெய், ஆடை ஆகியவற்றிற்காக மாதம் 480 செலவிடுகிறது. மாதம் ஒரு முறை மாமிசம் வழங்கப்படுகிறது.

மத்தியதர வர்க்கத்தின் உதவியின்றி புரட்சி சாத்தியமில்லை. தண்டகாரண்யாவில் மோசமான வறுமை இல்லாதபடிச் செய்துவிட்டோம். அதற்காக அவர்கள் மத்தியதர வர்க்க நிலையை எட்டிவிட்டார்கள் என்று கூற முடியாது. கட்சியின் தலையீடு அவர்களின் வாழ்க்கைத் தரத்தை ஓரளவு உயர்த்தியுள்ளது. மக்கள் காடுகளைத் தங்கள் தேவைக்குப் பயன்படுத்தவும், உழுவதற்கு நிலமும் கிடைத்துள்ளது. ஒரு மஹுவா மரம் ஆண்டுக்கு ரூ.5000 வருமானம் தருகிறது. பட்டினி என்பது இல்லை. பஸ்தர் பழங்குடி மக்கள் கையில் காசு மிச்சமுள்ளது. வாழ்க்கைத் தரம் உயர்ந்துள்ளது. எனவே பெற்றோர் நன்றியுடன் தமது பிள்ளைகளைக் கட்சியில் சேர அனுமதிக்கிறார்கள். இதனால் நிலத்தைப் பயன்படுத்தும் மனிதர் எண்ணிக்கை குறைகிறது.

பஸ்தரில் இனிப் போராட்டம் என்பது பழங்குடி மக்களின் சுய ஆட்சி உரிமைக்கான போராக வேண்டும். தண்டகாரண்யா தமது வாழ்வு, எதிர்காலம் பற்றி வெளியார் தலையீடு இன்றித் தாமாகவே முடிவெடுக்க வேண்டும். அரசு சட்டம் ஐந்தாவது ஷெட்யூல்ட் இந்த உரிமையை ஏட்டளவில் தந்துள்ளது. நாங்கள் அதைச் செயலாக்க முயல்கிறோம்.

சல்வா ஜுதும் பழங்குடி மக்களின் மனசாட்சியைத் தட்டி எழுப்பியுள்ளது. எனவே அது நெடுநாட்கள் இங்கு தாக்குப்பிடிக்க முடியாது. இளைய தலைமுறை லட்சியத்துடன் போராடத் தயாராக உள்ளது. பழங்குடி மக்களின் சுதேசி உரிமைக்கான போராட்டமான நமது போராட்டத்தை மாற்ற வேண்டுமென்பதை எமது தோழர்கள் சிலர் ஏற்க மறுக்கின்றனர். அதனால் வர்க்கப்

போராட்டம் நின்று போகும் என்கின்றனர். ஆனால் சுதேசியப் போராட்டமே வர்க்கப் போராட்டத்தின் முன்னோடி எனக் கருதுகிறேன். எப்படி புதிய ஜனநாயகப் புரட்சி என்பது சோசலிசத்திற்கான முன்னோடியோ, அது போன்றதே".

"நக்சல் போராட்டத் தலைமையைப் பழங்குடிகளே ஏற்கும் வாய்ப்பு உண்டா?" என்பது எனது கேள்வி.

"அது நிச்சயம் முடியாது. அவர்களில் சிறந்தவர்களை நாங்கள் முன்னிலைப்படுத்த முடியும். ஆனால் அவர்களுக்கும் வெளியுலக நிகழ்வுகள் தெரியாது. அதன் அழுத்தம், சதி ஆகியவற்றை அவர்கள் அறியார்கள். நாங்கள் எதிர்பார்க்காத ஒரு புரட்சிகர மாற்றம் அங்கு நிகழ்ந்தால் உண்டு".

"பேச்சு வார்த்தை மூலம் தீர்வு காண முடியுமா?"

"பேச்சால் தீர்வு வராது. ஆட்சி அதிகாரத்தைப் பெறுவதற்கான போரில், பேச்சு என்ன சாதிக்கும்? ஆந்திராவில் நடந்த பேச்சு வார்த்தையில் நிலச் சீர்திருத்தத்தை வேண்டினோம். அதற்குத் தீர்வு சொல்லாமல் கைது செய்யப்பட்ட தோழர்களுக்கு மறு வாழ்வு தருகிறோம் என்று மக்களை திசை திருப்புகிறார்கள். ஹைதராபாத்தில் அரசு நிலத்தை ஏமாற்றி வைத்துள்ளனர், எண்பது பேர் பட்டியலைத் தந்தோம். அதில் ஒன்றைக் கூட அரசு எடுக்கவில்லை. இதில் பேச என்ன உள்ளது?

எங்களது 2007 காங்கிரஸ் மாநாட்டில் எனது இக்கருத்தைப் பெரும்பான்மையினர் ஏற்காமல், வீணான பேச்சு என்று ஒதுக்கினர். காங்கிரஸ் என்பது எங்கள் கட்சியின் தலைமையானதாகும். அதில் எடுக்கும் முடிவுகளை யாரும் மாற்ற முடியாது. அடுத்த காங்கிரஸில்தான் மாற்றம் வர வேண்டும். தனிநபர் கருத்து கட்சி முடிவுக்குக் கட்டுப்பட்டது. அதுவே கட்சிக் கட்டுப்பாடு".

இரவு அமைதியாக இருந்தது. ராஜண்ணாவின் பேச்சைக் கேட்டபடித் தூங்கிவிட்டேன். ராஜண்ணா எளிமையும், உண்மையும் கொண்ட தலைவராக இருப்பது எனக்கு வியப்பாக இருந்தது. தலைவர் என்பவர் புத்திசாலித்தனமான வார்த்தை ஜாலக்காரர்களாக உள்ளதையே பார்க்கிறோம். அவரது உரை யாடல் அர்த்த முள்ளதாகவும், உண்மையானதாகவும், பயனுள்ள தாகவும் இருந்தது.

ராஜண்ணா எங்கு போய் நிற்பார்? நான் அவருடன் பேசியவற்றில் நான் குழம்பிப் போயுள்ளேன் என்று நினைத்தாரோ என்னவோ, "இது ஒரு சிக்கலான போராட்டம். ராணுவ பலமே எல்லாவற்றிலும் முக்கியமானது என்றும் சொல்லிவிட முடியாது" என்றார்.

9

தொடர்கிறது தண்டகாரண்யம்

திரும்பி வந்தபின் எனது குறிப்பேட்டை புரட்டிப் புரட்டிப் பார்க்கிறேன். என் ஐயங்களைக் கேட்டுச் சரி செய்து கொள்ள அதில் எந்தத் தொலைபேசி எண்ணுமில்லை.

நக்சல்பாரிகளின் கூட்டம் 2010ல் அபூஜ்மட்டில் நடப்பதாகக் கேள்விப்பட்டேன். புதிய இளம் தலைவர்கள் வருவார்கள். சந்திக்க வேண்டும். கட்சிக்குப் புதிய இலக்கு என்ன என்பதைத் தெரிந்து கொள்ள வேண்டும். வாசுவுடன் கொஞ்ச நேரம் இருக்க வேண்டும் என்று விரும்பினேன். ஆனால் அவர் என்னை அவரைப் பார், இவரைப் பார் என்று அனுப்பினார். ஆகவே அவருடன் முழுமையாக நேரத்தைக் கழிக்க முடியவே இல்லை.

அபூஜ்மட்டுக்குள் நுழைய அரசு அனுமதி அவசியம் என்றிருந் ததைத் தளர்த்தி, அரசு அனுமதி வழங்கியுள்ளது. அங்கு ராணுவம் பயிற்சி மையம் அமைக்கப் பரந்த நிலம் வழங்கப்பட்டுள்ளது. முன்னர் எந்தப் போலீஸ்காரரையும் அங்கு காண முடியாது. எங்கோ ஒரு போலீஸ் ஸ்டேசன் இருந்தது.

தமது பச்சை வேட்டையின் இடையில் அரசு அபூஜ்மட்டைத் திறந்துவிட்டது பெரும் வியப்பு. நான் மோடி ராவண் என்ற பழங்குடி அறிஞரை அங்கு சந்தித்தேன். கோண்டி மொழி அறிஞர்

அவர். ராவண், அசுரர் அரசன், அவரது உருவ பொம்மையை இந்துக்கள் தசராவில் எரிப்பார்கள். விசித்திரமான பெயர் ராவண்.

அவரிடம் பேசியபோது, "என் பெயரின் பின்னால் ஒரு கதையே உள்ளது. எனக்கு மோடி ராம் என்றே பெயரிட்டனர். அது எமது மரபு அடையாளத்தையே சிதைத்த பெயரென்று நான் நினைத்தேன். எங்களால் போற்றப்படும் ராவணன் இந்துக் கடவுளான ராமனால் கொல்லப்பட்டான். எனவே என் பெயரை நான் மோடி ராவண் என்று மாற்றிக் கொண்டேன்" என்றார்.

"ஒரு நாகரிக சமூகம் மற்றொரு சமூகத்தினரால் போற்றப்படும் ஒருவரை எரித்து மகிழ்வது என்ன நாகரிகம்? இது வலதுசாரித் தீவிரவாதமே. 1920ல் இடதுசாரித் தீவிரவாதம் பிறந்தது.. இந்திய வரலாறு இதுவரை இந்த இரண்டின் இடையே உதைபட்டுக் கொண்டுள்ளது.

தண்டகாரண்யாவில் இன்று நடப்பது தொடர்ச்சியான இரு இன மோதலே".

சல்வா ஜுடும் துவங்கப்பட்ட மறுவருடம் தண்டகாரண்யாவில் ராவணன் பொம்மை எரிக்கப்பட்டது. அதற்கு மகேந்திர கர்மா சிறப்பு விருந்தாளி. "ஆதிவாசிகளை நகர்ப்புற இந்துப் பார்வையில் பார்க்கவும், புரிந்து கொள்ளவும் முயல்கிறீர்கள். அப்போது இன்று நடக்கும் தண்டகாரண்யா மோதல் தவிர்க்க முடி யாததே" என்றார் மோடி ராவண்.

அபூஜ்மட் என்பதற்குப் பொருள் புரியாத மேட்டுபூமி. அடர்ந்த காடுகளில் வாழும் ஆதிவாசி மக்கள் நாகரிகத்தின் நிழல் கூடப்படாதவர்கள். ஆனால், கோண்டி மொழியில் அபூஜ் என்றால் சால் மரம். மடா என்றால் காடு. சால்மரங்கள் அடர்ந்த காடு என்று பொருள். வங்கத்தில் சால்போனி என்ற ஒரு பகுதி உண்டு.

"1956ல் இந்தியா மொழிவாரியாகப் பிரிக்கப்பட்ட போதே, கோண்டி மொழி பேசும் மக்களுக்கான தண்டகாரண்யா மாநிலம் பிரித்துத் தரப்பட்டிருக்க வேண்டும். இப்போது கோண்டி தொன்மையான மொழி. மொஹஞ்சதாரோ ஹரப்பா எழுத்து வடிவத்துடன் தொடர்புடையது அது. கோண்டி மொழி மறைந்து போகுமானால், இந்தியாவின் தொன்மை மரபுச்

செல்வம் அழிந்து போகும். இதை கணக்கெடுப்புக் காட்டுகிறது. கோண்டி மொழியில் கற்பிக்கும் பள்ளி சதீஷ்கரில் இல்லை. இந்தியே கல்வி மொழியாக உள்ளது. அரசின் அகில இந்திய வானொலி கோடிக்கணக்கான மக்கள் பேசும் கோண்டியில் செய்தி வாசிப்பதே இல்லை. பேசாத இந்தியிலும், ஆங்கிலத்திலும் தான் வாசிக்கின்றன" என்றார் ராவண்.

மாவோயிஸ்ட்டுகள் ஒருங்கிணைக்கப்பட்ட தண்டகாரண் யாவை உருவாக்க வேண்டுமென்று கோருகின்றனர். கோண்டி அரசு மொழியாக்கப்பட வேண்டுமென்கின்றனர். ஆனால் கோண்டி மொழியையே புரிந்து கொள்ள முடியாதவர்கள் இதை முடிவு செய்கிறார்கள்.

அபூஜ்மட் சதீஷ்கரின் நாராயண்பூர் மாவட்டத்தில் உள்ளது. இதன் கனிம வளத்தை இந்திய நிலவியல் துறை மிக உன்னத மானது என்று அளவிட்ட போதும், மாநில நிர்வாகம் இதன் நில அளவைகளை இன்னும் செய்து முடிக்கவில்லை. உலகின் இரண்டாவது மிக அடர்ந்த காடு இங்கு உள்ளது. 4000 சதுர கிலோ மீட்டர் பரப்புள்ள இக்காடுகளில் 16000 பழங்குடி மக்கள் வசிக்கின்றனர். 237 கிராமங்கள் உள்ளன. இவற்றில் பல சதீஸ்கரிலும் சில மகாராஷ்டிர மாநிலத்திலும் உள்ளன. எனினும் ராஜ்மன் மாவோயிஸ்ட் செயலாளர் 480 கிராமங்கள் உள்ளதாகக் கூறுகிறார். இந்திய அரசே தனது நிர்வாக ஆளுமை இப்பகுதியில் தோல்வியுற்றுள்ளது என ஒப்புக் கொள்கையில், நாம் மாவோயிஸ்ட்டுகள் சொல்வதை ஏற்க வேண்டியுள்ளது.

அபூஜ்மட்டில் 120 பஞ்சாயத்துக்கள் உள்ளன. ஆனால் அவற்றின் அரசுச் செயலாளர்கள் வேறு எங்கோ வசிக்கின்றனர். கிராம நிர்வாகிகளில் 80 விழுக்காட்டினர் அந்தந்த கிராமங்களில் வாழ்பவர்களாக இல்லை. ஒவ்வொரு பஞ்சாயத்துக்கும் ரூ.58 லட்சம் வளர்ச்சி நிதி ஒதுக்கப்படுகிறது. ஆனால் அவை முறையாகச் செலவிடப் படுவதில்லை. பள்ளிகள் உண்டு, ஆசிரியர்கள் வரமாட்டார்கள், மருத்துவமனைகள் உண்டு. ஆனால் செயல்படாது. வயிற்றுப் போக்கால் மட்டும் ஆண்டுக்கு 200 பேர் உயிரிழப்பதாக மாவோயிஸ்ட்டுகள் கூறுகிறார்கள். ரேசன் பெற 30 - 40 கிலோ மீட்டர் நடந்தாக வேண்டும். 250 கிராமங்கள் இதுவரை, முறையான மின்சாரத்தைக் காணவில்லை. ஆழ்குழாய்க் கிணறுகள் உண்டு. அதற்கான குழாய் செயலாற்றாது. 150 கிராமங்களிலேயே சாலை வசதிகள் உண்டு. மக்கள் தமது

சிறிய நிலத்தில் பயிரிட்டும், பக்கத்து கிராமங்களில் கூலி வேலை செய்தும் வாழ்கின்றனர். கட்சியின் உறுப்பினர்களாக 800 பேர் உள்ளனர்.

சதீஷ்கர் பகுதி அபூஜ்மட்டில் ராமகிருஷ்ணா மடம் நடத்தும் பள்ளி, மருத்துவமனைகளே உண்டு. மகாராஷ்டிரப் பகுதியில் பாபா ஆம்தேயின் சேவா சமிதி இத்தகைய பணிகளைச் செய் கிறது. இவற்றை முழுமையாக சுற்றி பார்க்க வேண்டும்.

நாராயண்பூரில் உள்ள ராமகிருஷ்ணா மடத்தின் தலைமை இடத்தைச் சுற்றிப் பார்த்தேன். மருத்துவம், கல்வி இரு துறை களிலும் துறவிகள் ஆற்றிவரும் ஒப்பற்ற பணிகள் வியப்பூட்டுவதாக இருந்தன. அறைகள் தூய்மையாக இருந்தன. அறையில் வைக்கப் பட்டிருந்த சுவாமி ஆத்மானந்தாவின் புத்தகத்தைப் புரட்டி னேன்.

“அபூஜ்மட் முதன் முதலாக வந்த போது அதன் வறுமை எனக்கு வியப்பூட்டியது. அவர்களுக்கு எதையும் சொல்லத் தோன்றவில்லை. கடைசியில் ஒருவர் போலீசும், வனத்துறையும் எங்கள் கிராமத்துள் நுழைந்து தொல்லை தராமலிருந்தால் போதும். அடுத்து எங்களுக்குத் தேவையான பொருட்களை வாங்கவும், வனம்படு பொருட்களை விற்கவும், நகரம் நோக்கி நீண்ட தூரம் நடக்க வேண்டும். அதற்கு பேருந்து வசதி செய்தால் போதுமென்றனர். நாங்கள் பள்ளி, மருத்துவமனை கட்டியதுடன் கூடவே ஒரு நியாயவிலைக் கடையையும் கட்டினோம்” என்று பதிவு செய்துள்ளார்.

சுவாமியின் புரிதலும், மாவோயிஸ்ட்டுகளின் பணியும் முரண் பட்டதாக இல்லை. பள்ளி மாணவர்கள் பிரார்த்தனையுடன் நாளைத் துவங்குகின்றனர். முற்றிலும் அரசு உதவியில் நடக்கும் அப்பள்ளியில் சமய சார்பற்ற நிலைக்குப் பதில் ஒரு மதப் பிரார்த் தனை தவறல்லவா என்ற கேள்வியை நான் கேட்கவில்லை.

எனது மாவோயிஸ்ட் வழிகாட்டி, ராமுவை சந்திக்க மடத்திலிருந்து சற்று தொலைவில் உள்ள நக்சலைட் பகுதிக்கு அழைத்துச் செல்ல வேண்டும். அதற்குச் செல்லும் பாதையில் ஒரு இளைஞரிடம் வழி கேட்டேன். அவர் ஒரு பள்ளி ஆசிரியர். எம்.ஏ படித்தவர். இந்தி ஓரளவு பேசுகிறார். பக்கத்து நகரத்திலிருந்து பைக்கில் தினமும் பள்ளிக்கு வந்து போகிறார். அவர் எனது தோற்றத்தைக் கொண்டு ஒரு மாவோயிஸ்ட் என்றே கருதினார்.

“நான் சென்ற ஆண்டுதான் சேர்ந்தேன். எட்டு வகுப்புகளுக்கு நான் ஒருவனே ஆசிரியர்.”

“கோண்ட் மொழி தெரியாமல் எப்படிப் பாடம் நடத்து கிறீர்கள்?”

“மொழி ஒரு பெரிய பிரச்சினைதான். முக்கிய சாலையருகே பள்ளியிருந்தும், மாணவர்களுக்கு இந்தி தெரியவில்லை“ என்று குறைபட்டார். அவருடைய மனதில் நான் யார் என்ற குழப்பம் பெரிதாக இருந்தது. “தோழர்கள் மிகவும் உதவியாக உள்ளார்கள்” என்று கூறி என் முகத்தைப் பார்த்தார். “அவர்கள் குழந்தைகளுக்கு விளையாட மைதானம் செய்து தருவதாகக் கூறியுள்ளனர்“ என்றார்.

“நீங்கள் தோழர்களைப் பார்த்துள்ளீர்களா?”

“ஆம்” என்று தலையாட்டிய அவர் “அவர்களைக் கண்டால் பயம்” என்றார். “அவர்கள் ஆசிரியர்களுக்குத் தொல்லை கொடுத்துள்ளார்களா?” என்று கேட்டேன். அவர் பதிலேதும் கூறவில்லை.

ராமு வீட்டிலில்லை. அறுவடைக்குப் போயுள்ளதாகச் சொன் னார்கள். “அறுவடை நம் பக்கம் நடக்கவே இல்லை. ஆனால் தசராவுக்கு புத்தரிசி போட்டுப் பொங்க வேண்டும். இவர்கள் உள்ளூர் நெல்லைப் பயிரிட்டிருப்பார்கள்” என்றார்.

சற்று நேரத்தில் ராமு வந்தார். அவர் இந்தி பேச அறியாதவர். அவருடன் பேசாமல் நடந்தேன். முதலில் மூன்று பையன்களைச் சந்தித்தோம். அவர்களில் ரமேஷ் என்பவன் மட்டும் இந்தியில் பேசினான். அவன் கம்பெனியின் ப்ளடூன் கமேண்டர். அவன் சற்று வசதியான கிராமத்திலிருந்து வந்தவன். அங்கு அரசு மேல்நிலைப்பள்ளி உண்டு. ஆனால் அவன் மூன்றாவது வரையே படித்துள்ளான். மாவோயிஸ்ட்டுகளின் கலை நிகழ்ச்சிகளால் உணர்வு பெற்றுக் கட்சியில் சேர்ந்தான். அதற்காகப் போலீஸ் அவனது குடும்பத்திற்கே தொல்லை கொடுத்தது. போலீஸ் வந்தால் பயந்து காட்டிற்குள் ஓடி ஒளிவோம். நான்தான் நான்கு சகோதரர்களில் மூத்தவன். எனக்கு 2000ல் வயது பதினாறு ஆனது. கட்சியின் முழு நேர ஊழியனாக பணியாற்றுகிறேன்”.

2006ல் கட்சியின் தோழியர் ஒருவரையே திருமணம் செய்து

கொண்டான். அவரும் தண்டிவாடா படையின் ஒரு பிரிவில் உறுப்பினர். தண்டிவாடாவில் 12 கம்பெனிகள், 30 ப்ளடூன்கள் உண்டு. ஒரு கம்பெனியை நிர்வகிக்க ஆண்டுக்கு 4 லட்சம் தேவை. ஒவ்வொன்றிலும் 60 - 70 வீரர்கள் உண்டு. ப்ளடூனில் 20 30 வீரர்கள் உண்டு. ஒவ்வொரு ஆண்டும் புதிதாக 50 - 60 பேர் சேருவார்கள்.

வழியில் சில குழந்தைகளை ஒரு மூதாட்டி அழைத்து வந்து கொண்டிருந்தார். குழந்தைகள் பயந்தவர்கள் போல் காணப் பட்டனர். ரமேஷ் கைகளை ஆட்டி ஒரு குரல் கொடுத்தார். ஏன் அவர்கள் பயப்பட்டனர் என்று கேட்டேன். "நாம் சாதாரண உடையில் உலவி வருவதால் போலீஸ்காரர்களோ என்று பயந்து விட்டனர். பின் என்னைப் பார்த்ததும் புரிந்து கொண்டனர்" என்றார். இங்கு எல்லாம் தலைகீழாக உள்ளது.

இரவு ஒரு கூடத்தில் தங்கினோம். இரவு கணப்பு முன் மக்கள் கூடி அரட்டையடித்துக் கொண்டு கூடை முடைந்து கொண்டிருந்தனர். சமையல் வேலையில் சிலர் ஈடுபட்டிருந்தனர். அந்த பட்பூர் கிராமத்தில் ஒரு ஆரம்பப்பள்ளி உள்ளது. அது ஒரே ஒரு ஆசிரியருடன் பத்தாண்டுகளாக நடக்கிறது. ஆசிரியர் ஆண்டுக்கு இரண்டு மூன்று முறைதான் வருவார். சுதந்திர தினம், குடியரசு தினம் கொண்டாட வருவார். எந்தப் பையனும் ஐந்தாவது தேறியதில்லை. எழுதப் படிக்கத் தெரியாது. இதுதான் தண்டிவாடாவின் கல்வி நிலை.

கிராமத்தில் 36 குடும்பங்களில் 56 குடும்பங்களுக்கே ரேசன் அட்டை இல்லை. கடைசியாக மூன்று மாதங்கள் முன் ரேசன் வாங்கினார்களாம். அவர்களுக்கான ரேசன் கடைக்கு 40 கிலோ மீட்டர் நடந்தாக வேண்டும். ஒருநாள் முழுதும் நடந்து போனாலும் சமயத்தில் ஸ்டாக் தீர்ந்தது என்று விரட்டி விடுவார்களாம்.

கிராமத்தின் பஞ்சாயத்துச் செயலர் சியாம் சிங் மூன்று வருடங்களில் சென்ற மாதம்தான் வந்து பார்த்தாராம். மருத்துவமனை பக்கத்து கிராமத்தில் உண்டு. பத்துப் பேர் பணியாற்றுவதாகக் கணக்கு. ஒரே ஒரு டாக்டர் மட்டும் எப்போதாவது பக்கத்து ஊர் கோண்டாகானிலிருந்து வருவார். தனக்கு மாற்றல் பெற லஞ்சம் தரப் பணமில்லாததால்தான் இங்கு இருப்பதாகக் கூறுவாராம்.

ராமகிருஷ்ண மடம் 5 பள்ளிகளை நடத்துகிறது. மாவோயிஸ்ட்டு

கள் 2005 ல் ஒரு பள்ளி துவங்கினார்கள். அவர்களால் அதை நன்கு நடத்த முடியவில்லை. புரட்சிக்காரர்களுக்கு பள்ளி நடத்த வராது என்பதை அவர்களே ஒப்புக் கொண்டனர். அரசுப் பள்ளியில் 25 மாணவர்களுக்கு 8 ஆசிரியர்கள். ஆனால் பள்ளியை நடத்துவது கூலிக்கு வேலை செய்யும் சமையல்காரர் ஒருவரே.

கணப்பு நெருப்பைச் சுற்றிக் கதை பேசிக் கொண்டிருந்தனர். சுக்ராம் “பள்ளிக்கு வரும் ஆசிரியர்களை மூவர்ண ஆசிரியர்கள் என்போம். ஏனெனில் அவர்கள் கொடியேற்றும் இரு நாட்கள் மட்டுமே பள்ளிக்கு வருவர். தோழர்கள் வந்த பின் நாங்கள் அவர்களைக் கொடியேற்ற அனுமதிப்பதில்லை. மாறாக கருப்புக் கொடியே ஏற்றுகிறோம். ஆசிரியர்கள் வசிக்க ஒரு குடிசையைக் கூட தோழர்கள் கட்டித் தந்தனர். பரிட்சை எழுத மாணவர்களைக் கூட்டிப் போக ஒரு ஆசிரியர் வந்தார். ஆனால் ஒரு மாணவர் கூடத் தேறவில்லை” என்றார்.

மேலும் “ஜுன் முதல் நவம்பர் வரை பயிர் வளரும் காலம். அது மிகவும் சோதனைக் காலம். உண்பதற்கு உணவு கிடைக்காது. ரேசன் உணவு அரிது. எனவே காட்டில் கிடைக்கும், காய், கிழங்குதான் உணவு. கூடை முடைந்து விற்றால் கொஞசம் காசு கிடைக்கும். நெல்லிக்காய் விற்றால் கொஞ்சம் காசு கிடைக்கும். அதில் அரிசி வாங்கலாம். பீடி இலை பறிப்பது மாவோயிஸ்ட் டுகள் தடையால் நின்று போனது. யாரையும் அபூஜ்மட்டிற்குள் அனுமதிப்பது ஆபத்தானது என்பதால் வருமானம் கிடைக்கா விட்டாலும் பரவாயில்லை என்று மாவோயிஸ்ட்டுகள் தடை செய்துவிட்டனர்.” என்றார் சுக்ராம்.

நான் விருந்தினராக வந்துள்ள காரணத்தால் இரவு உணவுக்குச் சூடாக சாதம் தயாராகிக் கொண்டிருந்தது. சுக்ராம் சமையலைக் கவனித்துக் கொண்டே பக்கத்து கிராமத்தில் நிலமும், மாடுகளும் கொடுத்தது போல தோழர்கள் தமது கிராமத்தில் தரவில்லை என்று குறை சொன்னான். ஆனால் வனத்துறை அட்டகாசம் நின்றதால், தேவையான மூங்கில் வெட்டிக் கூடை செய்ய முடிகிறது. அதற்குத் தோழர்களுக்கு நன்றி சொல்ல வேண்டுமென்றார்.

சற்று தூரத்தில் சில சிறுவர்களும், சிறுமிகளும் எழுதிக் கொண்டும், பாடிக் கொண்டும் இருப்பதைக் கண்டேன். திருமண மாகாத சிறுவர், சிறுமியரை இரவு தனியாக ஒரு கூடத்தில் உறங்கச் செய்வது பழக்கம். ஆனால் தோழர்கள் வருகைக்குப் பின்

பெண் குழந்தைகள் படிப்பு முடிந்ததும் தமது வீட்டுக்குப் போய்ப் படுப்பதும், சிறுவர்கள் கூடத்தில் படுப்பதும் பழக்கமானது.

சுக்ராம் எனது பையில் துப்பாக்கி உள்ளதா என்பதை அறிவதில் ஆர்வமாக இருந்தார். நான் என் பையைத் திறந்து காட்டினேன். சில புத்தகங்களும், துணிகளும் தவிர துப்பாக்கி ஏதுமில்லாதது அவருக்குச் சற்று ஏமாற்றமே.

சுக்ராமிடம் தோழர்களை ஏன் மக்கள் ஆதரிக்கிறார்கள் என்று கேட்டேன். "அவர்கள் எங்களைப் போலவே இருக்கிறார்கள்" என்றார். இதல் பல செய்திகள் புதைந்து கிடப்பதை உணர்ந் தேன்.

சிறுவர்கள் பாடிய பாடல் புரியாதபடி கடினமாக இருந்தது. புரட்சியைப் புகுத்திய பாடல்கள் எளிதாக அவர்களுள் நுழைய வில்லை. பண்பாட்டைப் புறந்தள்ளிய முன்னேற்றங்கள் அவ்வளவு எளிதாக ஏற்றுக் கொள்ளப்படுவதில்லைதான்.

உணவு தயாரானது. சாப்பிட்டுக் கொண்டே மகேசிடம் பேசினேன். "நான் வீட்டுக்குப் போய் ஐந்து ஆண்டுகளாகிறது. நான் போனால், பின் வீட்டிற்குப் போலீஸ் படையெடுக்கும். மாற்றங்கள் மெதுவாகத்தான் வரும். நகரத்து மக்களும் கட்சியைப் புரிந்து கொண்டு நெருங்கி வருவார்கள். அப்போதுதான் உண்மையான மக்கள் அரசு உருவாகும். இந்திய ராணுவம் மிகவும் வலிமை வாய்ந்தது. ருஷ்யாவிலும், சீனாவிலும் கூடப் பல வரலாற்றுத் தவறுகள் நடந்துள்ளன. அவற்றை நாம் கற்றுத் தெளிய வேண்டும். அதே தவறுகளை நாமும் செய்யக்கூடாது. எனினும், போராட்டம் தொடரும்" என்றார்.

அவரது முதிர்ந்த பேச்சு எனக்கு வியப்பூட்டியது. கட்சியின் பாதை பற்றிய தெளிவான சிந்தனை அந்தக் கடை மட்டத் தோழரிடமும் இருந்தது. தனது அனுபவம், மரபுயாவும் கலந்த சிந்தனை. பக்கத்திலிருந்து பாஸ்கர் பேசினான். "மக்களுக்குச் சேவை செய்வது தான் முக்கியம். போலீசாக இருந்து கூட மக்களுக்கு உதவலாம். போலீஸ் மக்களைத் துன்புறுத்துவது எப்படிச் சரியாகும்?"

பின் சிவாஜி எனும் தோழரை அறிமுகம் செய்தார். இவர் சல்வா ஜுதும் துவக்கப்பட்ட புசால்வய் கிராமத்தைச் சேர்ந்தவர். இவர் 2006ல் கட்சியில் சல்வா ஜுதும் அத்துமீறலை எதிர்த்துச்

சேர்ந்தார். இவருடன் நான்கு ஆண்களும், ஒரு பெண்ணும் கட்சியில் சேர்ந்தனர். சல்வா ஜுதுமில் ஐந்து இளைஞர்கள் சேர்ந்தனர். "உறவினர்கள் என்ற போதும் மக்களுக்கு எதிரான அவர்கள் கொல்லப்படுவர்" என்றார் சிவாஜி.

கட்சியில் ஆதிவாசிகள் நிலை என்ன? கம்பெனி தளபதிகள் 12 பேரில் 11 பேர் ஆதிவாசிகள். ஆனால், செயலாளர்கள் அனை வரும் ஆந்திரர்களே. போரிடுபவர்கள் ஆதிவாசிகள். அவர்களை நிர்வகிப்பவர்கள் ஆந்திர மாவோயிஸ்ட்டுகள் என்பதே நிலைமை.

மறுநாள் அதிகாலை புறப்பட்டோம். நீண்ட நேரம் நடந் தோம். உச்சி வெயிலில் களைத்துப் போய் மரத்தடியில் ஓய்ந்து உறங்கிவிட்டேன். கண் விழித்துப் பார்க்கையில் வாசு என் முன் நொண்டி நொண்டி நடந்து வந்து கொண்டிருந்தார். மாவோயிஸ்ட்டுகள் பூமியில் என் தேடலின் கடைசி கட்டம் இது. இனி என் அனுபவங்களை நூலாக்கிட வேண்டும். வாசுவுடன் அமர்ந்து அதில் விடுபட்ட பகுதிகள் எவை என்பதை அறிந்து முழுமை செய்ய வேண்டும்.

நான் ஜீத் குகா நியோகியைச் சந்தித்ததையும், அவர் தனக்கும் மாவோயிஸ்ட்டுகளுக்கும், வாசுவுக்கும் தொடர்பேதும் இல்லை என்று சொன்னதையும் சொன்னேன். ஆனால் டாக்டர். சென்னுடன் பல நிகழ்ச்சிகளில் கலந்து கொண்டதாகக் அவர் கூறினார் என்றேன்.

"நாங்கள் ஜீத் உதவியுடன் ஒரு சட்டக் குழுவை உண்டாக்க முயன்றோம். ஜன் முக்தி மோர்ச்சா என்ற அமைப்பு உருவாக்கப் பட்டு, அதன் துவக்கக் கூட்டமும் நடைபெற்றது. அதில் டாக்டர். சென்னும் பங்கேற்றார். இதை மறுப்பது அவரது விருப்பம். ஜீத், தான் கட்சி சார்ந்தவர் என்று சொல்லி பீடி முதலாளிகளிடம் பணம் பெறுகிறார். நாங்கள் இது தவறு என்று எச்சரித்தோம்" என்று வாசு கூறினார்.

நான் வெங்கடேஷ் எனும் தெற்கு பஸ்தர் ஆதிவாசித் தலை வரைச் சந்திக்க வேண்டுமென்று வாசுவிடம் கூறினேன். ரமேந்தர் எனும் ஆதிவாசி மாநிலக் குழுவின் உறுப்பினராக உள்ளார். அவரையும் சந்திக்க வேண்டுமென்றேன். அதுபோல சில படித்த தோழர்களையும் சந்திக்க விரும்பினேன். "நாங்கள் படித்த ஆதிவாசி இளைஞர்களை ஈர்க்க முடியவில்லை. தண்டகாரண்யாவில்

ஒரே ஒரு பட்டதாரியான பாஷட்சிங் என்பவர் உறுப்பினராக உள்ளார். அவர் ஆசிரியராக இருந்தவர். தனது ஆசிரியர் தொழிலை விட்டுவிட்டு எங்களுடன் சேர்ந்தார். அவர் போலப் பத்துப் பழங்குடியினர் பள்ளிப்படிப்புடன் எங்களுடன் வந்து சேர்ந்துள்ளனர்".

2005ல் முதல் பச்சை வேட்டையின் போது தாக்கப்பட்ட பைலாடிலாவிற்கு அப்பால் உள்ள சில கிராமங்கள் தாக்கப் பட்டன. நான் அவற்றைக் காண விரும்பினேன். வேச்சபால் என்ற கிராமத்தில் ஒரு பாதுகாப்புப் படை வீரர் தலை வெட்டப்பட்டுக் கொல்லப்பட்டதாகப் படித்தேன். மலைப் பகுதியான அதற்குத் தக்க உதவியாளர் இன்றிச் செல்வது கடினம். ஒரே ஒரு சாலை உண்டு. அதுவும் பலத்த பாதுகாப்புள்ளது.

பஸ்தரில் நான் பயணம் சென்ற பகுதிகள் யாவும் சுரங்கம் சார்ந்த மோதல் உள்ளவை. வாசு இப்போது அப்பகுதியின் தலைவர். அங்குதான் டாடாவின் இரும்பாலை வர உள்ளது. கட்சி அதை எதிர்க்கிறது. பைலாடிலாவை பஸ்தரின் சாபம் என்றே சொல்ல வேண்டும். இங்கு 69 விழுக்காடு இரும்பு கொண்ட மிக உயர்ந்த கனிமம் புதைந்துள்ளது. உலக பெரும் முதலைகள் 1900 முதலே இம்மண்ணில் கண் வைத்துள்ளன.

1970ல் கே.எஸ் அரசு இரும்புத் தொழிற்சாலையை பஸ்தருக்கு பதில் விசாகப்பட்டிணத்திற்கு மாற்ற வேண்டுமென்று மிகப் பெரிய போராட்டத்தை நடத்தினார். இதில் என்ன அர்த்தம் உள்ளது என்பது புரியவில்லை. வாசு இதற்கு விளக்கம் தந்தார். "1960 ல் கட்சி இரும்பாலை நாட்டு மக்களுக்கு பெரிதும் தேவைப்படும். ஆனால் இத்தொழில் பஸ்தருக்கு உகந்தது அல்ல என்று கருதியது. அதற்குப் பதில் சிறு தொழில்கள் கிராம மக்களுக்கு அரசால் உருவாக்கப்படுவது பயனுள்ளது என்று கருதியது. பழங்குடி மக்கள் நலன் கருதியே இம் மாற்றம் கூறப்பட்டது" என்றார்.

"எனவே உங்களுக்கு சி.பி.ஐ யுடன் ஒப்புதல் இல்லை. அவர்கள் ராஜாவும், பல போராளிகளும் இணக்கமாக டாடாவை எதிர்க் கின்றனர் அல்லவா?"

"அவர்கள் ஏமாற்றுக்காரர்கள். அவர்கள் மேற்கு வங்கத்தில் டாடாவை எதிர்க்கவில்லை" என்றார் வாசு. ஆனால் சல்வா ஜுடுமின் அத்துமீறல்களை அதிகமாக வெளிப்படுத்திப் போராடியவர் சி.பி.ஐயின் மணிஷ் குஞ்ஜும்தான். சி.பி.ஐ

மாவோயிஸ்ட்டுகளை எதிர்த்தும் பல முயற்சிகளைச் செய்துள்ளது.

நான் வாசுவை இருபது வருடங்களாக அறிவேன். அவரிடம் அவரது தனிப்பட்ட வாழ்வு பற்றிய கேள்வி எதையும் கேட்டதில்லை. அவரை முன்னர் காபி ஹவுசில் சந்தித்த போது தான் மேடக் பகுதியைச் சார்ந்தவன் என்று கூறினார்.

“நான் கரீம் நகர் மாவட்டத்தைச் சேர்ந்தவன். அங்குதான் 1970ல் மாவோயிஸ்ட் இயக்கம் துவங்கியது. கோசா, ராம்ஜி, சோமு போன்றோர் இப்பகுதியை சார்ந்தவர்கள்” என்ற அவர் தனது உண்மைப் பெயரையும் சொன்னார். அதை நம்புவோம்.

அவர் எப்படிக் கட்சியில் சேர்ந்தார்? என்று கேட்டேன்.

“எனது ஊரில் மிக மோசமான ஒரு நிலச் சுவான்தார் இருந்தார். அவரை எதிர்த்து என் பாட்டி போராடினார். அவன் ஊரில் தான் விரும்பிய எந்தப் பெண்ணையும் இழுத்துச் செல்வான். எவரும் எதிர்க்க முடியாது. எனவே நான் என்னை ஒத்த சிறுவர்களைச் சேர்த்து அவனை எதிர்க்க முயன்றோம். கடைசியாக நாங்கள் தாக்கப்பட்டோம்.

மாவோயிஸ்ட் எழுதுவது போன்று ஒரு சுவரில் எழுதினோம். இது ஓரளவு அவனிடம் பயத்தை உண்டாக்கியது. ஆனால் விரைவில் இச்செய்தி மாவோயிஸ்ட்டுகளை எட்டியது. அவர்கள் எங்களைச் சந்திக்க வந்தனர். ஒரு தலித் வீட்டுப் பகுதியில் சந்தித்தோம். ஒரு தலித் இளைஞர் அவர்களுடன் தொடர்பு கொண்டிருந்தார்.

சதீஷ்கருக்கு புதிய தலைநகரம் அமைப்பதற்காக சில கிராமங்களைக் காலி செய்ய வற்புறுத்தினர். அவர்களும் கூட மாவோயிஸ்ட்டுகள் எச்சரிக்கை செய்வது போலச் சுவர் எழுத்தை எழுதினார்கள். ஆனால் அப்போது ராய்பூரில் கட்சி சிதைந்து போனது. இதனால் சிறு பின்னடைவு ஏற்பட்டது.

கட்சி சிதையக் காரணம் சுமித் என்பவரின் துரோகமே. அவர் போலீஸ் அதிகாரியுடன் நேரடியாகத் தொடர்பு கொண்டு பேச போலீஸ் அவனுக்கு செல்போன் தந்திருந்தனர். அவரது பெயரில் வங்கியில் போலீஸ் பணம் செலுத்தி வந்தது. ஸ்டேட் பேங்க் கணக்கையும் கண்டுபிடித்தோம்”.

இதுபற்றி முன்பே அனில் கூறியுள்ளார்.

வாசு ஆர்வத்துடன் பேசினார். "எங்களில் பலர் ஒரு சமயம் கைது செய்யப்பட்டனர். என் மனைவி 10 ஆண்டுகள் சிறை தண்டனை பெற்று இப்போதும் சிறையில் உள்ளார். சல்வா ஜுடும் அட்டகாசங்களைப் படமெடுத்து உலகம் முழுதும் அனுப்பினார் என்பதே அவர் மீதான குற்றச்சாட்டு."

நான் கூட அதன் பிரதியைப் பெற்றுள்ளேன்.

"நான் சிங்கரேணி நிலக்கரிச் சுரங்கப் பகுதியில் கட்சியின் பகுதிநேர ஊழியனாகப் பணியாற்றினேன். அங்கு எனக்கு ஆசிரியர் வேலை கிடைத்தது. பின் 1989ல் கட்சி என்னை முழு நேர ஊழியராக அழைத்தது.

எனக்கு இரண்டு குழந்தைகள், என் மகள் இப்போது பொறியியல் கல்லூரியில் சேர்ந்திருக்கக் கூடும். அவர்கள் என் சகோதரன் வீட்டிலிருந்து படிக்கிறார்கள். நான் அவர்களைச் சந்திக்கும் போது அவர்களிடம் மன்னிப்புக் கேட்க வேண்டும். குழந்தைப் பருவம் முதலே நான் அவர்களுக்கு நல்ல மகிழ்ச்சியான குடும்பச் சூழலைத் தர முடியவில்லை. நான் ஒரு நல்ல தந்தையாக இருக்க முடியவில்லை. எனினும் நான் மனித குலத்தின் நலவாழ்வுக்கான எனது சிறிய பங்கைச் செய்து கொண்டுள்ளேன் என்ற மன நிறைவுள்ளது, அவர்களும் பிற்காலத்தில் எனது பணியை எடுத்துச் செல்ல வேண்டும்" என்றார்.

ஒருமுறை சதீஷ்கர் போலீஸ் அதிகாரி ஒரு மாவோயிஸ்ட் தலைவர் தனது பிள்ளைகளை கான்வென்ட் பள்ளிக்கு அனுப்புகிறார். ஆனால் பழங்குடிகள் பள்ளியை குண்டுவைத்துத் தகர்க்கிறாரே என்று குற்றம் சாட்டினார் என்று கூறினேன்.

"எனது பிள்ளைகள் இதுவரை 12 பள்ளிகளுக்கு மாறிவிட்டனர். தங்கள் பெயரையோ, தந்தையின் பெயரையோ கூட அவர்கள் சொல்லிக் கொள்ள முடியவில்லை. என் பிள்ளைகள் கூடத் தனியார் பள்ளியில் தான் படிக்கிறார்கள்" என்றார்.

"நீங்கள் தான் அந்தத் தலைவர் குட்சா உசண்டியா?" என்று வாசுவிடம் கேட்டேன்.

"சரிதான். சஞ்ஜீவ் என்ற பெயரிலிருந்த அவரை நான் 2004 ல் தான் சந்தித்தேன். ஆனால் போலீஸ் கூட என்னை அவர் என்றே

நினைத்துக் கொண்டுள்ளது. அவ்வளவுதான் நமது போலீசின் புத்திசாலித்தனம்" என்று சிரித்தார்.

"இந்த சஞ்ஜீவ்தான் சந்திரபாபு நாயுடுவின் காரை குண்டு வைத்துத் தகர்க்க முயன்றவரா? அவர் அப்பொழுதே நாயுடுவைச் சுடாமல் விட்டது தனது வாழ்வின் பெருந்தவறு என்று கூறினாரே?"

வாசு "ஆம்" என்றார்.

இதுபற்றி நான் பத்திரிக்கையில் எழுதியது பெரும் விவாதத்தைக் கிளப்பியது. குட்சா உசண்டி கூட அதற்கு பதில் எழுதினார். ஆனால் அவரது பதில் அரை குறையாக நிறுத்தப்பட்டது.

வாசு அது ஏன் என்பதை விளக்கினார். "பின் அவர் எழுதிய இரு பதில்களும் வெளியிடப்படவில்லை. எங்கள் பதில்களை போலீசிடம் காட்டி, அவர்கள் அனுமதித்த பின்னரே பத்திரிக்கை வெளியிட்டது. கடைசி இரு பதில்களையும் போலீஸ் அனுமதிக்கவில்லை என்பதால் அவை பிரசுரிக்கப்படவில்லை. இதுதான் இங்குள்ள பத்திரிக்கை சுதந்திரம், உங்கள் கட்டுரையும் நிறுத்தப்பட்டதற்கு அதுவே காரணம்"

வாசுவுக்கு எங்களை விட ஆழமான தகவல்கள் அனைத்து இடங்களிலுமிருந்தும் கிடைத்துவிடுகிறது. "நாங்கள் பிபிசியின் ஒரு செய்தி தவறு என்று மாற்றான உண்மை செய்தியைக் கூற அனுமதி கேட்டோம். நாங்கள் எங்களை எதிர்த்த ஆதிவாசிகளின் விரல்களை 2009 தேர்தலின் போது வெட்டினோம்" என்று பிபிசி சொன்னது. அப்படி எங்களால் விரல் வெட்டப்பட்டவரைக் காட்ட முடியுமா என்ற எமது சவாலை வெளியிடவுமில்லை. பதில் தரவுமில்லை".

வாசு என்னை இப்போதும் பிபிசியின் பிரதிநிதி என்றே நினைத்துப் பேசியது அவரது தொனியிலிருந்து தெரிந்தது.

பின் எங்கள் பேச்சு கல்வியின் பக்கம் திரும்பியது. "பள்ளிக்குப் பாடம் சொல்லித்தர வராத ஆசிரியர்கள் மேல் ஏன் எவ்வித நடவடிக்கையும் எடுக்கவில்லை?" என்று கேட்டேன்.

"ஆசிரியர்கள் பள்ளிக்கு வந்து கற்பிக்கும் கடமையைச் செய்ய வேண்டுமென்று ஒவ்வொரு ஆண்டும் சுற்றறிக்கை அனுப்புகிறோம். அதை மதிக்காத ஆசிரியரை தண்டித்தால் உங்கள் பத்திரிக்கைகள்

என்ன எழுதும்?" என்று வாசு கேட்டார். நான் அப்படி அவர்கள் வெளியிட்ட நோட்டிசின் பிரதியைக் கேட்டேன்.

அப்போது ஒரு சி.டி கொண்டு வரப்பட்டது. அது எனது பெயரை shu என்று குறிப்பிட்டு, அதன் உள்ளடக்கம் பற்றி ஆங்கிலத்தில் எழுதியிருந்தது. நான் கேட்ட கேள்விகளுக்கான பதில் அது. எனது செல்லப் பெயர் shu என்பது எப்படி இவர்களுக்குத் தெரியும்?

இரவு உணவுக்குப் பின் நீண்ட நேரம் இயக்க செயல்பாடு பற்றிப் பேசினோம். வேறு பல தலைவர்களைச் சந்திக்கவும் ஏற்பாடுகள் செய்வதாக வாசு கூறினார். எப்போது எங்கு செல்வது என்பது பற்றி அவரே முடிவு செய்ய வேண்டும். ஆனால் எங்கு சென்றாலும் அந்தக் கிராம மக்களுடன் பேச முடியும்.

மறுநாள் ஆளுயரப் புற்கள் வளர்ந்த காட்டுப் பகுதியைக் கடந்தோம். இரவுப் பனித்துளி எங்கள் ஆடைகளை ஈரமாக்கியது. ஊர்களின் பெயர்கள் மாற்றப்படுவது, ஒரு பண்பாட்டை மறைப்பதாகும். பைலாடிலா என இப்போது அழைக்கப்படுவதன் பண்டைய கோண்டி பெயர் கோண்டா மெண்டோல் (மாட்டின் உடல்). இப்போது அப்பெயர் மறைந்தே போய்விட்டது. கோண்டி இன மக்களின் தொன்மைப் பெயர் குய். கோண்ந் என்பதன் பொருள் மூளையைத் தோளில் கொண்டவன் என்பதே.

வினோத் என்னை அழைத்துச் சென்று கொண்டிருந்தார். அவரது கிராமம் பைலாடிலா சுரங்கம் மூன்றாம் எண்ணுக்கு 10 கி.மீட்டர் தொலைவில் உள்ளது. இது எஸ்ஸாரின் சுரங்கம். இங்குதான் இரண்டாவது ஜன் ஜாக்ரன் துவங்கியது. நாகா படை தாக்கப்பட்டதும் கிராமம் எரிக்கப்பட்டது. இப்போதும் கடுமையான போலீஸ் பாதுகாப்பு உள்ளது.

"சானு கர்மா, மகேந்திர கர்மாவின் உறவினன். ஒரு பெரிய நிலவுடைமையாளர் மற்றும் கிராம நிர்வாக அதிகாரி. எங்களுக்கு 10 ஏக்கர் நிலம் மட்டுமே இருந்தது. மற்றவர்களுக்கு 5 ஏக்கருக்குக் கீழாகவே நிலம் இருந்தது. சானுவின் நிலத்தில் வேலை செய்ய அழைத்தால் எவரும் மறுக்க முடியாது. கொடுக்கும் கூலியை வாங்கிக் கொள்ள வேண்டும். கணேஷ் உய்கி எனும் மாவோயிஸ்ட் வந்து கூட்டம் நடத்தினார். 5 ஏக்கருக்கு மேல் உள்ளவர்கள் தங்கள் நிலத்தை நிலமற்றவர்களுக்கு வழங்க வேண்டுமென்றார். என் தகப்பனார் உட்படப் பலர் ஒப்புக் கொண்டனர். சானு கர்மா

மறுத்தார். கணேஷ் சானுவைத் தாக்கினர். நிலமற்றவர்களுக்கு நிலம் வழங்கும் மாவோயிஸ்ட்டுகள் செயல் நியாயமானதாகப்பட்டது. எனவே கட்சியில் சேர்ந்தேன்" என்றார் வினோத்.

சானு தனது மகன்களுடன் பராஸ்பால் கிராமத்திற்குக் குடியேறினான். பின் சல்வா ஜுதும் துவங்கப்பட்ட போது அதற்கு முன்னின்று உதவினான். கட்சி சானுவின் நிலத்தை மக்களுக்குப் பிரித்தளித்தது. பின்னர் சல்வா ஜுதும் மீண்டும் கிராமத்தைத் தாக்க வந்தபோது சானுவின் மகன்கள் அதில் முன்னின்றனர். அவர்கள் பத்துக் குடும்பங்களைப் பிடித்து முகாமிற்கு இழுத்துச் சென்றனர். பின்னர் அவர்கள் தப்பிவந்துவிட்டனர்.

வினோத்துடன் அழகிய அந்த மலைகளைக் கடந்து நடந்தோம். கிராமங்களை ஒட்டி விவசாயம் நடந்து கொண்டிருந்தது. இதை மத்திய இந்தியாவின் ஸ்விட்சர்லாந்து எனக் கூறலாம்.

அய்டு ஹீரேபால் கிராமத்தைச் சேர்ந்த இளைஞன். அவன் தனது கதையைச் சொன்னான். "எனது கிராமத்திலும் இத்தகைய சோகக் கதைகள் உண்டு. 12 பேர் சல்வா ஜுதுமால் கொல்லப் பட்டனர். எனது மூத்த சகோதரன் இச்சமி கூட அதில் ஒருவன். சானுவைப் போல மட்கம் கோபா என்ற கொடிய நிலச் சுவான்தார் இருந்தான். அவனுக்கு 60 ஏக்கர் நிலம் உண்டு. 1998ல் கட்சி புகுந்து அவனது நிலத்தையும், வேறு சில அதிக நிலம் கொண்டோரின் நிலங்களையும் நிலமற்ற ஏழைகளுக்குப் பிரித்துத் தந்தனர். மட்கம் முதலில் பெரும் எதிர்ப்பைத் தெரிவித்தான். பின் நிலத்தை விட்டுவிட்டு ஓடிவிட்டான். 2006ல் என்.எம்.சி.டி சுரங்கப் பகுதியில் அவன் தோழர்களால் கொல்லப்பட்டான்.

ஜன் ஜாக்ரன் துவக்கப்பட்டபோது கிராமத்துப் பெரும் நில உடமையாளர்கள் கடுமையாக எதிர்த்துப் போரிட்டனர். 15 முறை கிராமத்தைத் தாக்கினர். 62 வீடுகள் எரிக்கப்பட்டன. அதன் பின் நானும் மற்றும் 15 கிராம இளைஞர்களும் கட்சியின் முழு நேர ஊழியரானோம். அதற்கு முன் வெறும் மூன்று பேரே கட்சியின் ஆதரவாளர்கள்.

நாங்கள் மறுநாள் தங்க வேண்டிய கிராமத்தை எட்டினோம். கிராமத்தில் யாரோ பெரும் கூச்சலிட்டுக் கொண்டிருந்ததைக் கேட்க முடிந்தது. ஒரு பூசாரி நோய்வாய்ப்பட்டுக் கிடந்த ஒரு மனிதனின் பேயை ஓட்ட கத்திக் கொண்டிருந்தார். நான் குடிசைக்குள் நுழைந்து அவரது செயல்பாட்டைக் கவனித்துக்

கொண்டிருந்தேன். மற்றவர்கள் இரவு உணவு தயாரிப்பதில் ஈடு பட்டிருந்தனர்.

இரவு எங்களுடன் வந்த மானஸ் என்ற இளைஞனுடன் பேசினேன். மிகவும் இளையவனான அவன் டிமினார் கிராமத்தைச் சேர்ந்தவன். “சல்வா ஜுடும் எனது ஊரில் நுழைந்த போது நான் ஐந்தாவது படித்துக் கொண்டிருந்தேன். சல்வா ஜுடும் எங்களின் பள்ளியை மூடிவிட்டனர். நான் கட்சியில் சேர்ந்தேன்” என்ற மானஸ் தான் மகேந்திர கர்மாவின் உறவினர் என்று ஒரு அதிர்ச்சியைத் தந்தான். “வேசபால் தாக்கப்பட்ட போது கர்மா 5 ஜீப் மற்றும் பத்து லாரி ஆட்களுடன் வந்தான். எங்கள் வகுப்பினுள் ஏ.கே. 47வுடன் நுழைந்து, என்னைப் பிடித்து சந்தோஷ் எங்கே என்று கேட்டான். நான் தெரியாது என்று கூறினேன். பின் காட்டில் ஓடி ஒளிந்தேன். சல்வா ஜுடும் இரண்டு நாட்கள் கிராமத்தையே சூறையாடினர்.

கர்மாவுடன் அன்று ஆயிரம் பேர் இருந்தனர். அவர்கள் கிராமம் கிராமமாகப் படையெடுத்தனர். மக்கள் காடுகளில் ஓடி ஒளிந்தனர். பத்து நபர்களைப் பிடித்துக் கைகளைக் கட்டிச் சுட்டுக் கொன்றனர். பின் அவர்களின் தலைகளை வெட்டினர். பின்னர் இரண்டு தலைகள் மட்டும் தூரத்தில் சாலையில் வீசப் பட்டிருந்தன. மீதித் தலைகளைக் காணவில்லை”.

இச்சம்பவத்தை நான் முன்னரே கேள்விப்பட்டிருந்தேன்.

இதுதான் சல்வா ஜுடும் நடத்திய முதல் மனித வேட்டை. பத்திரிக்கைகள் பத்து மாவோயிஸ்ட்டுகள் சுட்டுக் கொல்லப் பட்டனர் என்று செய்தி வெளியிட்டன.

“பதினைந்து நாட்கள் பின், சல்வா ஜுடும் மீண்டும் அதிகாலை கிராமங்களைத் தாக்கியது. அப்போது மகேந்திர கர்மா உடன் இல்லை. யாரையும் பிடிக்க முடியாத காரணத்தால் கிராமங்களைச் சூறையாடினர். 110 வீடுகள் எரிக்கப்பட்டன. கால்நடைகள் வெட்டப்பட்டன. பின் கட்சியில் சேர்வதன் மூலமே இக்கொடுமைகளுக்குத் தீர்வு காண முடியும் என்று முடிவு செய்தேன். கர்மாவைக் கொல்வதே என லட்சியம் என்று முடிவு செய்தேன்” என்றான் மானஸ்.

“அவர் உன் பாட்டனார் அல்லவா?”

“மனித வேட்டையாடும் விலங்கிடம் கருணை காட்டக் கூடாது”.

அதற்குள் வினோத் வந்துவிட்டான். மானஸின் கதையை வினோத் தொடர்ந்தான். “மானஸ் கட்சியில் சேரும் போது சிறுவன். இவனைப் பார்த்து வாசு ஏன் குழந்தைகளைச் சேர்க்கிறீர்கள் என்று கோவித்துக் கொண்டார். கர்மாவைக் கொன்று பழிவாங்க வேண்டுமென்று வந்து சேர்பவர்களை எப்படித் தடுப்பது?”

மகேந்திர கர்மாவைக் கொல்ல மாவோயிஸ்ட்டுகள் தயங்குவது ஏன்? என ஆச்சரியப்பட்டேன்.

“உங்கள் குடும்ப உறவில் எத்தனைபேர் கட்சியில் உள்ளனர்?” என மானஸிடம் கேட்டேன்.

“எங்கள் குடும்பத்திலிருந்து மட்டும் ஐந்து பேர் கட்சியில் உள்ளனர். அதனால்தான் நாங்கள் 10 ஏக்கர் வைத்துக்கொள்ள அனுமதிக்கப்பட்டுள்ளோம். பராஸ்பலிலிருந்து ஒன்பது பேர் கட்சியில் சேர்ந்துள்ளார்களாம்”.

பராஸ்பல் மகேந்திர கர்மாவின் கிராமம்.

“கர்மாவின் மருமகன் உங்காதான் முதலில் கட்சியில் சேர்ந்தவன்” என்றான் மானஸ்.

“உங்கா நல்ல கவிஞன், பாடகன். நல்ல தோழனுமான அவன் மாவட்டத் தலைவனாகுமளவு உயர்ந்துள்ளான். அவன் மூன்று முறை மகேந்திர கர்மாவைத் தாக்க முயன்றான். ஆனால் வெற்றி பெறவில்லை. 2009ல் சல்வா ஜுதும் நடத்திய தாக்குதலில் 19 பேர் கொல்லப்பட்டனர். அதில் அவனும் செத்திருக்கக் கூடும். எனினும் எப்படியோ தப்பிவிட்டான். அவன் வயது 25” என்றான் அய்டு.

ஜக்தல்பூர் சிறையில் வைக்கப்பட்டிருந்த நான்கு பெண்கள் கற்பழிக்கப்பட்டனர் என்ற செய்தி பற்றி அவர்களிடம் விசாரித்தேன்.

“அது ஒரு பெரிய தாக்குதலின் பின் நடந்தது. அப்பெண்களைக் கற்பழித்துப் பின் ராணுவ உடை உடுத்தி, அவர்களை மாவோயிஸ்ட்டுகள் என்று காட்டினர். தலைமுடியையும் வெட்டிப்

புது வேடமிட்டனர். இதுதான் இங்குள்ள நிலை. யாரையும் கொல்லுவார்கள். கற்பழிப்பார்கள். பின் மாவோயிஸ்ட் என்று பட்டம் கட்டுவார்கள்".

இப்போது நிலைமை எப்படியுள்ளது? என கேட்டேன்.

"நாங்கள் ஊர்ப்பக்கம் சென்று பல மாதங்களாகிறது. இப்போது எப்படி உள்ளதோ? மக்கள் இன்னும் காடுகளில் ஒளிந்து தான் வாழ்ந்து கொண்டுள்ளார்களாம், விளைந்த பயிர்களை எல்லாம் சல்வா ஜுதும் ஆட்கள் எரித்துவிட்டனர். திரும்பத் திரும்ப தாக்க வருகின்றனர்".

"ஏன் இப்படித் தொடர்ந்து தாக்குகிறார்கள்?"

"எங்களை நிரந்தரமாக விரட்டிவிட்டு நிலத்தை டாடாவுக்குத் தந்துவிட எண்ணம். அரசின் NMDC எங்கள் ஊரிலிருந்து 3 கிலோ மீட்டர் தொலைவில்தான் உள்ளது. நாங்கள் எங்கள் பொருட்களை அங்கு கொண்டுபோய் விற்றுவிட்டு, அரிசி போன்றவற்றை வாங்கி வருவோம். கடந்த 15 ஆண்டுகளில் ஆதிவாசிகள் எவரும் நிரந்தர வேலைவாய்ப்பை மிலிஞிசி யில் பெற்றுவிட முடியவில்லை. இரும்புத் தாதுக் கழிவால் தெளிந்து ஓடிய எங்கள் ஆறு ரத்த ஆறாக மாறியுள்ளது. இதுதான் வளர்ச்சி எங்களுக்குத் தந்த பரிசு. இன்னும் சாலை, மின்சாரம், பள்ளி எதுவும் இல்லை" என்றான் வினோத்.

NMDC கடந்த ஆண்டு 6648 கோடி லாபம் ஈட்டியுள்ளது. சுரங்கத்தின் மக்கள் மீதான பாதிப்பு பற்றிய ஆய்வு ஒன்று 1970 ல் நடத்தப்பட்டது. விவசாயம் கெட்டது. நீர் கெட்டது என்பதுடன் மக்களின் சமூக பண்பாட்டு வாழ்வு சீரழிந்தது. ஆயிரக்கணக்கான ஆதிவாசி மக்கள் உணவு வாய்ப்பிழந்து பட்டினி கிடக்கிறார்கள். தனிநபர் உணவு தானியப் பயன்பாடு 500 கிராமிலிருந்து 150 கிராமமாகக் குறைந்துள்ளது. தினசரி இரண்டு வேளை உணவு மட்டுமே பல குடும்பங்களுக்குக் கிடைக்கிறது என்று ராம் சரண் ஜோசி ஆய்வு கூறுகிறது.

"மந்திரிகள் இவற்றையெல்லாம் படிப்பார்களா? NMDC எங்கள் வாழ்வை அழித்து விட்டது. எங்களைக் கொல்வதுதான் வளர்ச்சியா? அப்படியானால் எங்கள் அழிவுக்குக் காரணமான வற்றை எதிர்ப்பதும், பழிவாங்குவதும் தவறா? இந்த வளர்ச்சி யாருக்காக?" வினோத்தின் கேள்வி.

கோட்டுலில் இரவு ஆட்டம், பாட்டம் எதுவுமில்லை. சில இளை ஞர்களே வந்திருந்தனர். ஹரிலால் சுக்லா பஸ்தரின் வரலாற்றை எழுதும் போது இளைஞர்கள் இரவு தங்கும் இந்த கோட்டுல்கள் பற்றி நிறைய எழுதுவார். 1910ல் எழுந்த பூம்கல் புரட்சிக்குப் பின் அவை பெரிதும் பிரிட்டிஷாரால் அழிக்கப்பட்டன. கோட்டுல் களில் இன்றும் ஒரு அரசியல் மறைந்து உள்ளது.

தகவல் அறியும் சட்டப்படி நான் பெற்ற பதில்:

NMDCயால் மாசு எதுவுமில்லை. இதற்கெனப் போடப்பட்ட வழக்கு பல வருடங்களாக விசாரிக்கப்படவேயில்லை.

இதை அவர்களுடன் பகிர்ந்துகொண்டேன்.

“பஸ்தர் நாட்டுக்கு எவ்வளவு வருமானம் தந்து கொண்டுள்ளது?” வினோத் கேட்டான்.

“எனக்கு சரியான விபரங்கள் தெரியவில்லை ஆனால் சமீபத்தில் முன்னாள் பஸ்தர் சட்டமன்ற உறுப்பினர் மன்குராம் சோதி 1969ல் சட்டமன்றத்தில் பேசியதை படித்திருந்தேன். அதன்படி தினமும் பைலாடிலா பகுதி மட்டும் ஒன்றறைக்கோடி வருமானத்தை அரசுக்குத் தருகிறது. வருடத்திற்கு 600 கோடி வருமானம் தரும் பகுதியின் நலனுக்கு அரசு செலவிடும் தொகை ஆண்டுக்கு 3 கோடியே. தண்டிவாடா பகுதியில் எடுக்கப்படும் இரும்புத்தாது கொண்டு அரசு ஆண்டுக்கு 4000 கோடி வருமானம் பெறுகிறது.

பாசன வசதி செய்வதற்கு ராய்பூருக்கு 9 கோடியும், பைலாஸ் பூருக்கு 11 கோடியும் செலவு செய்யும் அரசு, பஸ்தருக்கு ஒதுக்குவது 28 லட்சம் மட்டுமே. மாவட்டத்தின் 2 விழுக்காடு பகுதி மட்டுமே பாசன வசதி பெற்றுள்ளது. சமீபத்தில் இப்பகுதியில் அரசின் பழங்குடி மக்கள் கொள்கைகுழு இங்கு எவ்வித வளர்ச்சிப் பணியும் கடந்த மூன்று ஐந்தாண்டுத் திட்ட காலங்களிலும் நடக்கவில்லை என ஒப்புக் கொண்டுள்ளது. ஆனால் எங்கிருந்தோ இங்கு வந்தவர்கள் குறுகிய காலத்தில் கோடீஸ்வரர்களாகிவிட்டனர். நாகலாந்து, மிசோரம் போன்ற எழுச்சி இங்கும் விரைவில் வரலாம். இங்கு ஈட்டும் வருமானத்தில் 10 விழுக்காட்டையாவது இப்பகுதியின் வளர்ச்சிக்கு அரசு செலவிட வேண்டும் என பேசியிருந்தார்” என்றேன்.

1969ல் இருந்த அந்நிலையே இப்போதும் நீடிக்கிறது.

மறுநாள் பயணத்தை நினைத்து பேச்சை முடித்துக் கொண்டு உறங்கிப் போனோம். நெடுந்தூரம் நாளை நடக்க வேண்டும்.

மறுநாள் நீண்ட பயணத்தின் பின் மர உச்சியில் ஒரு பெண் சீருடையுடன் கண்காணித்துக் கொண்டிருப்பதைக் கண்டேன். தோழர்களின் பூமிக்கு வந்துவிட்டோம். அப்பெண் ஒரு நீண்ட விசிலை ஒலித்தாள். சற்று நேரத்தில் பச்சைச் சீருடையணிந்த சிலர் எங்களுக்கு லால் சலாம் சொல்லி வரவேற்றனர்.

அங்கு GS என்றழைக்கப்பட்ட முதியவரைச் சந்தித்தேன். அவர்தான் பொதுச் செயலாளர் கணபதி. அவர் கைகுலுக்கினார். செய்தித்தாளில் கண்ட முகம் போலில்லை. இப்போது பெரிதும் மாறிவிட்டார். அரசுக்கும், ஊடகங்களுக்கும் கிடைத்த புகைப்படம் அது ஒன்றுதான் போலும். அரசு தேடும் மிக மோசமான தீவிரவாதி, அமைதியின் எதிரி, நாட்டின் அச்சுறுத்தல் இவர்தான். முதியவர். "இதற்கு முன் ஒரு பத்திரிக்கையாளரை 2000த்தில் சந்தித்தேன் அவ்வளவுதான்" என்று கூறியபடி தேனீர்க் கோப்பையை நீட்டினார். 40 வயதுக்காரரின் உறுதி. ஆனால் வயது என்னவோ 60தை தாண்டியிருக்கும். அவரது கண்கள் எதையோ தேடியபடி சுறுசுறுப்பாக அலைந்து கொண்டிருந்தது.

அவர் அடுத்த இரண்டு நாட்கள் வேறு ஏதோ ஒரு கூட்டத்தை நடத்த வேண்டுமெனப் புறப்பட்டார். காத்திருந்த வேலையற்ற அந்த நாட்கள் மிகவும் சலிப்பூட்டுவன. பின் அவருடன் நீண்ட நேர்காணல் பதிவு செய்தேன். நீண்ட பேச்சு ஆனால் எதையும் அவரிடமிருந்து அவரது விருப்பமின்றிப் பெற்றுவிட முடியாது.

"உங்களது வெற்றிக்கான முன் மாதிரி என்ன?" என்ற எனக்கு அலட்சியமாக, "1917க்கு முன் ருஷ்யப் புரட்சிக்கு முன்மாதிரி எதுவுமிருந்ததா?" என்றார்.

"உங்கள் செங்கொடி செங்கோட்டையில் பறக்கும் போது இந்தப் பழங்குடி மக்கள் என்ன பெறுவார்கள்? அவர்கள் இப் போராட்டத்தால் பெறும் நன்மை என்ன?"

"உலகம் பொதுவுடைமையாக வேண்டும். இந்த மகத்தான லட்சியத்தை அடைய இவர்கள் தமது பங்கைச் செய்கிறார்கள்"

என்றார்.

கடந்த சில காலங்களில் எனது பழங்குடி மக்களுடனான தொடர்புகளின் மூலம், அவர்களின் அரசு குறித்த, தமது தேவைகள் குறித்த எதிர்பார்ப்புகள் மாறியுள்ளன. போராளிகளாக உள்ள அவர்கள் தமக்கு அமைதி, வளர்ச்சி, நவீன வசதிகள் கொண்ட புதுவாழ்வு தமக்கு தேவையெனும் கருத்து வளர்ந்துள்ளது. இவர்களில் பலர் ரயிலைப் பார்த்ததுகூட இல்லை. தமது தலைநகரான ராய்பூரைக் காணாதவர்கள் பலர். இவை பற்றியெல்லாம் கணபதிக்குத் தெரியுமா என்பது எனக்குத் தெரியவில்லை. அவர் தனது கனவு உலகில் வாழ்கிறாரா?

20 மாநிலங்களில் மாவோயிஸ்ட் ஆதிக்கம் உள்ளது என ஒரு அமைச்சரர் கூறியதைச் சுட்டிக்காட்டிய அவர், மற்றொரு அமைச்சர் 2 விழுக்காடு போலீஸ் ஆதிக்கப் பகுதிகளையே மாவோயிஸ்ட்டுகள் ஆக்கிரமித்துள்ளனர் என்பதை அலட்சியமாகச் சிரித்து ஒதுக்குகிறார்.

பல மாவோயிஸ்ட் தலைவர்கள் பழங்குடி மக்களுக்கான சுய ஆட்சியே தமது லட்சியம் என்று கூறுவதையும் அவர் ஏற்கவில்லை. மத்தியக் குழு அதை ஏற்கவில்லை என்று மறுத்தார். எவ்விதமான நியாயமான தீர்வையும் ஏற்கும் மனநிலையில் அவர் இல்லையென்ற தோற்றமே வெளிப்பட்டது. உண்மை நிலையிலிருந்து அவர் விலகி நிற்கிறார் என்பது தெளிவானது.

நான் தங்கியிருந்த முகாமின் அருகில் இருந்த தெளிந்த நீரோடை எனது மகிழ்ச்சியான உரையாடலுக்கான இடமானது. ஒருநாள் என்னை ஒருவர் “சதீஸ்காரி” என்று அழைத்தார். பஸ்தர் பகுதியின் பெரும் பகுதி சதீஷ்கரிலேயே உள்ளது. சதீஷ்கரில் மாவோயிஸ்ட் இயக்கம், பழங்குடிப் பகுதியிலேயே உள்ளது. ஆதிவாசிகள் தவிர வேறு எவரும் பெருமளவில் மாவோயிஸ்ட்டுகளுடன் சேரவில்லை. சமவெளிப் பகுதியில் வாழும் மக்கள் மாவோயிஸ்ட்டுகளைக் கொலைக்கு அஞ்சாத கொடியவர்கள் என்றே கருதினர்.

ஸ்ரீகாந்த் குள்ளமான நடுத்தர வயது மனிதர். மகாராஷ்டிரப் பகுதிக் கட்சியின் தலைமை ஏற்றுள்ளார். கட்சியின் முதல் தெலுங்கு பேசாத உயர்மட்ட உறுப்பினர். பின அவர் கட்சிரோலியின் முதல் தெலுங்கரல்லாத செயலாளரானவர். ஸ்ரீகாந்த் பீடியைப் புகைத்தபடி எங்களுக்கு முன் நடந்தார். கோசாவுக்கு அடுத்து

நான் காணும் புகைக்கும் மாவோயிஸ்ட் இவரே.

அவரது பிறப்பு வளர்ப்பு பற்றிய விபரங்களை மெல்லக் கேட்டேன். ஸ்ரீகாந்த் ராய்பூரில் ஒரு பால்காரர் மகன். அவர் களுக்குச் சில மாடுகளும், 4 ஏக்கர் நிலமும் இருந்தது. அவரது தந்தையும், சகோதரர்களும் பிலாய் உருக்காலையில் பணிபுரிந்து வந்தனர். ஒரு சகோதரர் விவசாயம் பார்த்து வந்தார். ஸ்ரீகாந்த் சதீஷ்கரைப் பற்றியே பெரிதும் பேசினார். பின் அவரை ஏன் சதீஷ்கர் பொறுப்பாளராக்காமல், மகாராஷ்டிரப் பொறுப்பில் விட்டார்கள் என்று கேட்டேன்.

"நான் ரமேசுடன் சதீஷ்கர் பகுதியில் தான் பணியாற்றி வந்தேன். 1985ல் முதன் முதலாக ரமேசை பிலாய் நகரப்பகுதியில் பணியாற்றக் கட்சி அனுப்பியது. 1996ல் அவன் சரணடைந்து தலைமறைவானான். பழங்குடி மக்களுக்கு இந்தி தெரியாது. எனக்கு கோண்டி தெரியாது. எனக்கு மராத்தி தெரியும் என்பதால் நான் கட்சிரோலி பகுதிக்குச் சென்றேன்" என்றார்.

"1982ல் மான்பூரில் ஆதிவாசிகள் பேரணி நடந்தது. நான் மாணவனாக இருந்த காலத்தில் நான் அதைக் கண்டேன். லால் சியாம் சாய் என்ற பழங்குடியினத் தலைவர் பனாபரஸ் பகுதியில் ஒரு ஜமீன்தாராக இருந்தவர் என்று அறிந்தேன். அனைத்துத் தலைவர்களும் அப்பாவிப் பழங்குடி மக்களை ஏமாற்றுகின்றனர் என்று அவர் கூறினார். மக்கள் போர்க்குழு மட்டுமே மக்களுக் காக உண்மையுடன் உழைக்கிறது. எனவே மான்பூர் பகுதியில் அவர்களுக்கு உதவ வேண்டுமென என்னை அவர் கேட்டுக் கொண்டார்.

1983ல் நான் மக்கள் போர்க்குழுவின் கலைக்குழுவினரை சங்கர் குகா நியோகியின் வீட்டில் சந்தித்தேன். அச்சந்திப்பே எனது வாழ்க்கைப் பாதையை மாற்றியது. நான் கல்லூரிப் படிப்பை விட்டேன். சிம்ப்லெக்ஸ் கம்பெனியில் வேலைக்குச் சேர்ந்தேன். அக்கம்பெனிதான் பின்னாளில் நியோகியின் கொலைக்குக் காரணமாக இருந்தது. அப்போது எனது சம்பளம் 400. எனக்கு தொழிலாளர் திறனை கணிக்கும் வேலை. அங்கு நிலை இன்று வரை மாறவில்லை. தானோ கட்சியோ கூட இந்த நிலையை மாற்ற முடியவில்லை என்பது கசப்பான உண்மை.

நாங்கள் பழங்குடி மக்கள் இல்லாத நகர்ப்புற மக்களிடமோ, அவர்கள் பிரச்சினைகள் பற்றியோ பெரிதாக கவனம்

செலுத்தவில்லை. இது ஒரு பெரும் தவறே" என்று ஸ்ரீகாந்த் ஒப்புக் கொண்டார். சதீஷ்கரில் மாறிமாறி அதிர்ச்சிகள் உண்டாயின. நான் சென்றபின் வாசு சிறப்பாகப் பணியாற்றினார். அவரும் போக வேண்டியானது. ஆனால் ஐந்தாண்டு காலம் தந்தால் சதீஷ்கரின் சமவெளிப் பகுதியில் பெரும் மாற்றத்தைக் கொண்டுவந்து விடுவோம்" என்றார்.

"ஒரு ஆதரவாளர் கூட இல்லாத போது இப்படிப் பேசுவது வீண் பேச்சல்லவா?" நான் கேட்டேன்.

"இது தற்காலிகப் பின்னடைவு. கட்சிரோலியில் எனது குழு சிறப்பாக வேலை செய்து வருகிறது. முதலமைச்சரின் மாவட்டமான கவார்தாவில் நாங்கள் தீவிரமாக வேலை செய்து வருகிறோம். பத்திரிக்கைகள் பெரிய தாக்குதல் எதுவும் நாங்கள் நடத்தாததால் எங்களைப் பற்றி எதுவும் எழுதவில்லை. அவ்வளவே" என்றார்.

"கோபண்ணாவும், நானும் மான்பூரில் 2004 டிசம்பரில் ஆய்வு செய்தோம். அங்கு நடத்திய தாக்குதலில் எஸ்.பி.சௌபேவும், 28 போலீஸ்காரர்களும் கொல்லப்பட்டனர். எனவே எங்கள் செயல்பாட்டின் வெற்றியை ஐந்தாண்டுகளில் நீங்கள் காணலாம். 2006ல் தம்டாரி மாவட்டத்தில் கோபண்ணா கைதானதால் எங்கள் வேகம் தடைபட்டுப்போனது. அங்கும் 13 போலீஸ்காரர்களைக் கொன்றோம்.

சதீஷ்கர் மக்கள் மனதுக்குள் குமுறிக் கொண்டுள்ளனர். நில உரிமைக்கான போராட்டம் நடக்கிறது. 1970ல் ஒரு நில சுவான் பாரத்பாராவில் கொல்லப்பட்டார். அதற்குப் பழிவாங்கும் வகையில் நிலச்சுவான்களால் பிலாஸ்பூரில் ஒரு தலைவர் கொல்லப்பட்டார். 1960 ல் தம்டாரி மாவட்டத்தில் சிவப்புத் தொப்பி இயக்கம் சுக்ராம் நாகே தலைமையில் நடைபெற்றது. நிலங்கள் மீட்கப்பட்டு, புதிதாக 60 கிராமங்கள் உருவாக்கப்பட்டன. சுக்ராம் சிறையில் கொல்லப்பட்டார். வழக்குகள் இன்னும் நடந்துகொண்டுள்ளன. கங்லா மஞ்ஜி என்பவர் தலைமையில் நில மீட்புப் போராட்டம் நடந்தது. கோண்ட்வனாவிற்குத் தனி மாநில உரிமை தர வேண்டுமெனப் போராடினர்.

சதீஷ்கரில் விவசாயிகள் தற்கொலை அதிகம் நடக்கிறது. தினமும் நான்கு விவசாயிகள் தற்கொலை செய்து கொள்கிறார்கள். ஏன் மக்கள் மாவோயிஸ்ட்டுகள் பக்கம் வரவில்லை.? இது நாங்கள்

இப்பகுதியில் சரியாக வேலை செய்யாததன் விளைவே. இதைச் சரி செய்ய வேண்டும். தற்கொலை செய்துகொள்ளும் ஒவ்வொரு விவசாயியும் புதைக்கப்பட்ட கண்ணி வெடியை ஒத்தவர்களே.

நகர்ப்புறங்களிலிருந்து வரும் வியாபாரிகளும், தரகர்களும் அப்பாவி விவசாயிகளைக் கொள்ளையடிக்கிறார்கள். 1997ல் குப்தா சேட் எனும் வியாபாரி விவசாயிகளுக்கு 500 ரூபாய் பணம் கொடுத்து வங்கியில் கடன் வாங்க அவர்களின் கையெழுத்தைப் பெற்றுக் கொண்டான். அதில் 25 விழுக்காடு மானியமாக அவன் பெற்றான். கடைசியில் வங்கிக் கடனைத் திரும்பச் செலுத்தாத காரணத்தால் விவசாயிகள் மீது வழக்குப் போட்டனர். குப்தா ஓடிவிட்டான். பத்திரிக்கைகள் எதுவும் இதுபற்றி எழுதவில்லை.

மகாராஷ்டிராவில் திடீரென ஏன் போலீஸ் மீது தாக்குதல்கள் அதிகரித்துள்ளது என்று கேட்டேன்.

“கடந்த இரண்டாண்டுகள் போலி என்கவுண்டரில் போலீசார் கட்சிரோலியில் 34 பேரைக் கொன்றுள்ளனர். நாங்கள் இதற்கு பதிலடி தந்தாக வேண்டியுள்ளது. நிகழ்வின் பின்னணி பற்றியும் பத்திரிக்கைகள் ஆய்வு செய்து எழுத வேண்டும்.

1991 - 94 க்குள் போலீஸ் 80 பேரைக் கொன்றுள்ளது. இதை அமைதியுடன் பார்த்துக் கொண்டிருக்க முடியாது. பதிலடிக்குப் பின் போலீஸ் அடங்கியது. மார்கனாரில் நாங்கள் 15 போலீஸ் கார்ர்களைக் கொன்றது பற்றி பத்திரிக்கைகள் எழுதின. அத்தாக்குதலுக்கு முன் பல நாட்கள் அந்த கிராமத்தில் நாங்கள் தங்கியிருந்தோம். மக்கள் ஏன் போலீசுக்குத் தெரிவிக்கவில்லை?

அதுபோல எஸ்.பி. சௌபேவைத் தாக்கிய போதும் அப்பகுதியில் பல நாட்கள் முகாமிட்டிருந்தோம். மக்களுக்குத் தெரியும். எனினும் மக்கள் எங்களைக் காட்டிக் கொடுக்கவில்லை. பத்திரிக்கையாளர்கள் இதைப் பற்றி நேரில் சென்று ஆய்வு நடத்தி உண்மையை வெளியிட வேண்டும். மக்கள் எங்களைப் பாதுகாப்பதும், உதவுவதும் ஏன்? நாங்கள் வரண்டு கிடந்த அப்பகுதியில் வெட்டிய குளத்தால், விவசாயம் நடக்கிறது. வரட்சியால் நகர்ப்புறங்களுக்கு வேலை தேடிச் சென்ற மக்கள் கிராமங்களுக்குத் திரும்பியுள்ளனர். இவற்றைப் பத்திரிக்கைகள் பொருட்படுத்துவதில்லை.

ஸ்ரீகாந்தின் குடும்பம் பற்றி அறிய விரும்பினேன். “அவர்கள்

என்னைப் பைத்தியம் என்று கருதினர். 1983ல் நான் என் வீட்டுக்குச் சென்றபோது ஒரு பூசாரியிடம் அழைத்துச் சென்று பேய் ஓட்ட மந்திரம் போட்டனர். என் பெற்றோர் இறந்துவிட்டனர். எனக்கு என் குடும்பத்துடன் அனைத்துத் தொடர்புகளும் விட்டுப் போனது. நான் ஒரு ஆதிவாசிப் பெண்ணைத் திருமணம் செய்து கொண்டுள்ளேன்" என்றார்.

எங்களருகில் ஒருவர் தனது ஏ.கே.47 துப்பாக்கியைச் சுத்தம் செய்து கொண்டிருந்தார். அவரது ஒரு பகுதி முகமே சிதைந்து போயிருந்தது. "எஸ்.பி சௌபேயைத் தாக்கிய போது தாக்கிய குண்டால் அவரது ஒரு பக்க முகமே சிதைந்து போனது" என்றார் ஸ்ரீகாந்த்.

அடுத்து நான் தெற்கு பஸ்தர் பகுதியின் செயலாளர் வெங்கடேசைச் சந்திக்கச் சென்றேன். குள்ளமான திடகாத்திரமான அவர் கோண்டியில் பேசத் துவங்கினார். நான் கேட்டுக் கொண்ட தற்கு இணங்க இந்தியில் தட்டுத் தடுமாறி உரையாடினார்.

"நீங்கள் மிசோரமின் பழங்குடிப் போராளி லாங் டெங்கா போல தண்டகாரண்யாவின் முதலமைச்சராவீர்களா?" என்று கேட்டேன்.

வெங்கடேஷ் தான் புதிய தலைமுறை ஆதிவாசிகளின் முதல் மாவோயிஸ்ட் தலைவர். ஆந்திராவிலிருந்து வந்த மாவோயிஸ்ட்டு கள் தொகை குறைந்து பழங்குடி வீரர்கள் எண்ணிக்கை அதிக ரித்து வருகிறது. அவர்களிலிருந்து புதிய தலைவர்கள் உருவாக வேண்டும்.

2007ல் வெங்கடேஷ் வட்டாரச் செயலாளரானார். மற்றொரு பழங்குடி இளைஞர் திவாகர் கட்சிரோலியின் செயலாளரானார். ஆனால் அவர் தற்கொலை செய்துகொண்டார். மாவோயிஸ்ட்டு களே அவர் போலீசில் சரணடைய முன்வந்ததால் கொன்று விட்டனர் என்று போலீஸ் சொல்கிறது.

வெங்கடேஷ் தன்னைப் பற்றிச் சொன்னர். "எங்கள் பகுதியில் பள்ளி இருந்தது. ஆசிரியர் இல்லை. எனவே சரியாகப் படிக்கமுடியவில்லை. பிட்மெல் எனும் கிராமத்தில் பிறந்தேன். வனத்துறையினர் அடிக்கடி எங்களைத் துன்புறுத்துவர். எங்களிடம் உள்ள கோழி, ஆடு, நெல், பால் என அனைத்தையும் பிடுங்கிச் செல்வார்கள், தராவிட்டால் ஏதாவது பொய்க் கேஸ்

போடுவார்கள். 1990 நான் கட்சியில் சேர்ந்தேன். ரயிலில் பயணம் செய்ய வேண்டுமென்ற ஆசை இன்னும் நிறைவேறாததாகவே உள்ளது" என்றார். எத்தனை சின்ன ஆசை?

வெங்கடேஷ் தான் ஆந்திராவில் வேலை செய்த போது ரயில், தொலைக்காட்சி, சினிமா ஆகியவற்றைப் பார்த்ததாகவும் பெருமையுடன் சொன்னார். "வனத்துறையினர் எங்களை விவசாயம் செய்ய விடுவதில்லை. எங்களை சாலை போடவும், காட்டு வேலைக்குமே இழுத்துச் செல்கின்றனர். அவர்கள் எங்கள் பெண்களை மோசமாக நடத்துகின்றனர். எங்கள் சமூகத் தலைவர்களைக் கொண்டு எங்களிடம் பணம் வசூலித்து லஞ்சம் பெறுகின்றனர். என் கண் முன்னாலேயே என் அண்ணனை அடித்தனர். நாங்கள் அரசுக்காக வேலை செய்வது குற்றம் என்கின்றனர். ஆனால் அரசு எமக்கு எதையுமே செய்யவில்லை.

இந்தக் கொடுமைகளுக்குப் பழிவாங்கவே கட்சியில் சேர்ந்தேன். இது ஒரு நீண்ட போராட்டம் தான். எங்கள் நிலத்திற்காகவும், உரிமைகளுக்காகவும், நடைபெறும் போராட்டத்தில் நாங்கள் வென்றாக வேண்டும். நிறையப் பேர் புதிது புதிதாக கட்சியில் சேருகின்றனர். ஆனால் சிறு காலத்தில் கிராமங்களை பாதுகாக்கும் பணியில் ஈடுபடுகின்றனர்.

எங்கள் தெற்குப் பகுதி கட்சிக் குழுவில் 10 பேர் உள்ளனர். அனைவருமே பழங்குடியினர். அதில் நான்கு பேர் பெண்கள். சென்ற ஆண்டு இரண்டு பழங்குடி இளைஞர்கள் பெண் தோழர்களிடம் தவறாக நடந்து கொண்டதற்காக விலக்கப்பட்டனர். பழங்குடியினரல்லாத ஒருவர் இத்தகைய குற்றத்திற்காக பதவி விலக்கப்பட்டார். ஆனால் அவர் போலீசில் சரணடைந்து விட்டார். ஆனால் பதவி விலகிய போதும் ஆதிவாசிகள் கட்சிக்கு எதிராக துரோகம் செய்யவில்லை. கட்சிக்காகவே வேலை செய்து வருகின்றனர்.

எனது மனைவிகூட உள்ளூர்க் குழுவில் உறுப்பினர். நாங்கள் குழந்தை பெற்றுக் கொள்வதில்லை என்று முடிவு செய்துவிட்டோம். நான் கருத்தடை செய்து கொண்டேன். எனக்கு இரண்டு மூத்த சகோதரர்கள் உண்டு. அவர்கள் அம்மாவுடன் கிராமத்தில் விவசாயம் செய்து பிழைக்கிறார்கள். அப்பா இளம் வயதிலேயே மரணமடைந்து விட்டார். ஒரே ஒரு சகோதரி உண்டு. அவருக்குத் திருமணமாகி விட்டது. சல்வா ஜுடும்

எங்கள் கிராமத்தில் புகுந்து 20 பேரை டோர்னபால் முகாமிற்கு இழுத்துச் சென்றுவிட்டனர். வீடுகளைக் கொளுத்தவில்லை. எங்கள் கிராமத்தில் எவரும் சல்வா ஜூதுமில் சேரவில்லை".

நான் இங்கு வந்து நீண்ட காலமாகி விட்டது. திரும்பிச் செல்ல வேண்டும். விடைபெற்ற நாளில் ஒவ்வொரு தோழரும் எனக்கு செவ்வணக்கம் கூறினர். "சென்று வா தோழனே , உனக்கு எம் செவ்வணக்கம். நம் லட்சியம் நிச்சயம் வெற்றி பெறும்" என்று பாடி வழியனுப்பினர்.

கணபதி என்னை ஆரத்தழுவி அனுப்பி வைத்தார். அது எனக்கு வியப்பாக இருந்தது. அவர் மீண்டும் சந்திப்போம் என்றார். பின் எப்படிச் சந்திப்பது? எங்கு சந்திப்பது? காட்டிலா? சமரசப் பேச்சு வார்த்தையிலா?

பொழுது சாய்ந்தது. இருளின் போர்வையில் புறப்பட்டேன். வெங்கடேஷ் என்னை வழியனுப்ப உடன் வந்தார். என்னைப் பாதுகாப்பாக விட்டுவர ஐந்து தோழர்களை உடன் அனுப்பினார். மூல சாலையை ஒட்டிய எந்த கிராமமும் பாதுகாப்பானதல்ல என்று எச்சரித்தார். என்னுடன் வந்த தோழர்கள் அனைவரும் மிகவும் இளையவர்கள். இரவு ஓரிடத்தில் தங்கினோம். ஒருவன் பக்கத்து கிராமத்திற்கு ஓடிப்போய் சாப்பிட ரொட்டி வாங்கி வந்தான்.

பின் ஒருவன், "நாங்கள் ஆதிவாசிகள். எங்களுக்குப் போராடுவது தவிர வேறுவழியில்லை. பிழைக்க வேலையில்லை. உண்பதற்கு உணவுமில்லை. நிலத்தில் கடுமையாக உழைக்கிறோம். எங்களுக்கு மக்களாட்சியே வாழ்வு தருகிறது. எங்கள் போராட்டம் சோற்றுக்கானது மட்டுமல்ல, உரிமைக்கானதும். இங்கு தோற் கடிக்கப்பட்டால், புதிய இடத்தில் மீண்டும் போராடுவோம்." என்றான் இந்தியில். இருட்டில் அவனது முகத்தைக் காண முடியவில்லை.

இரவு மரக்கட்டைகளைப் பொறுக்கி கணப்பு மூட்டினர். ஒருவன் ஒரு பெண்ணின் புகைப்படத்தைத் தனது பையிலிருந்து எடுத்து நெருப்பின் ஒளியில் பார்த்துக் கொண்டிருந்தான். "இவள் எங்கள் கிராமப் பெண். எங்கள் மக்களாட்சியின் ஒரு உறுப்பினர். இவளை சல்வா ஜூதும் ஆட்கள் இழுத்துப் போய்க் கற்பழித்துத் துண்டு துண்டாக வெட்டி சபரி நதியில் போட்டுவிட்டார்கள்".

ஜிட்ரு தனது கிராமம் எரிக்கப்பட்டு உறவினர்கள் கொல்லப்பட்ட கொடுமையைச் சொன்னான். தான் ராமகிருஷ்ணா மடம் நடத்திய பள்ளியில் ஏழாவது வரைப் படித்ததாகச் சொன்னான். தன்னைச் சுற்றி நடந்த வன்முறைகள் அவனை மிகவும் பாதித்துவிட்டது. படிப்பை நிறுத்திவிட்டுக் கட்சியில் சேர்ந்தான். அவனுக்கு உலக அரசியலை அறிந்து கொள்ளப் பெரும் ஆர்வம். என்னிடம் காஷ்மீர் பற்றி, பாலஸ்தீனம் பற்றியெல்லாம் கேள்விகள் கேட்டான். நிலவுக்கு மனிதன் செல்வது, அங்கு தண்ணீர் உள்ளதா என ஒரு ஆர்வமுள்ள இளைஞனின் அறிவுத் தேடலை அவனிடம் காணமுடிந்தது.

அவனுடன் தெளிவு தரும் உரையாடலைத் தொடர முடியாத வருத்தத்தை அது உண்டாக்கியது.

ஆகாஷ் மகாராஷ்டிரத்தைச் சேர்ந்தவன். தனது கிராமம், தனது உறவு மக்களை எதிர்த்துப் போராடுவதும், கொல்வதும் தவிர்க்க முடியாது உள்ளது என்பதை நன்கு உணர்ந்தவன். அவன் கிராமத்திலிருந்து மூன்று பேர் கட்சியில் சேர்ந்துள்ளனர். இருவர் போலீசில் சேர்ந்துள்ளனர். கட்சிரோலியில் போலீஸ் வேலை கிடைப்பது மிகவும் எளிதானது என்றான். கொஞ்சம் படிப்பு இருந்தால் போதும். லஞ்சம், பரிந்துரை எதுவுமின்றி போலீஸ்காரனாகி விடலாம். அது பழங்குடி இளைஞர்களை அழிக்கும் வேலை என்பதை அவர்கள் உணர்வதில்லை.

இவர்கள் கையில் ஒரு டிரான்சிஸ்டர் வைத்து உலக நடப்பை அவ்வப்போது தெரிந்துகொள்ளும் ஆர்வமுள்ளவர்கள். சதீஷ்கரின் ரெய்கர் கிராமத்தினர் தொழிற்சாலை உருவாக்கத் தங்கள் நிலத்தைத் தர முடியாது என்று அரசுக்குக் கடிதம் எழுதியுள்ளதாக வானொலி சொன்னது. மக்களை போலீஸ் அடக்குமுறையால் கொடுமைப்படுத்துவது அதிகரிக்கும். அரசு மக்கள் குரலைக் கேட்பதில்லை. நசுக்குவதிலேயே ஆர்வமுள்ளதாக உள்ளது.

இர்மா பாலமடகு கிராமத்தைச் சேர்ந்தவன். அவனுக்குத் தனது ஆசிரியர் ராம்பரண் படேல் ஒரு கடவுள் போல. சல்வா ஜுதும் கிராமத்தைத் தாக்கி அவன் வீட்டைத் தீயிட்டுக் கொளுத்தினர். “நாங்களும் மனிதர்கள் தான். எங்களாலும் போராட முடியும். நீதிக்கும் அநீதிக்குமான போராட்டம் இது. அவர்கள் மிருகங்களாகி விட்டனர். அவர்களை அழிப்பது தவிர்க்க முடியாத தேவையாகிவிட்டது. மக்கள் எதிர்த்துப் போராடத் துணிந்து

விட்டனர். பெண்கள் பெரும் திரளாகக் கூடி கைது செய்த அப்பாவிகளை விடுவித்துள்ளனர். இது நில்லாது தொடரும் போர். நான் கட்சியில் சேர்ந்து எங்கள் உரிமைக்காகப் போராட முடிவு செய்தேன்" என்றான்.

எங்களுடன் பயணம் செய்த ஒரே பெண் சோனி. அவளை நான் முன்பே சந்தித்துள்ளேன். தியாகிகள் தினப் பேரணியில் உரக்க முழக்கமிட்டுச் சென்றவள். மேடையேறி அவள் அரை மணிநேரம் முழங்கினாள். மக்கள் அமைதியுடன் அவளது இடி முழக்கத்தைக் கேட்டனர். அவளை நான் படம் பிடித்தேன். சோனி சந்திர குடா கிராமத்தைச் சேர்ந்தவள். அவளது குடும்பத்தில் மூன்று பெண்கள். சோனிதான் மூத்தவள். அம்மாவை இளம் வயதிலேயே இழந்தவள். அவரையும் அவரது இரு சகோதரிகளையும் அவரது தகப்பனாரே வளர்த்தார். கிராமத்தில் மிகவும் சிரமம். இத்தனை இன்னல்கள் எதனால்? இவற்றிற்குத் தீர்வு என்ன? அதனால்தான் கட்சியில் சேர்ந்தேன். தீர்வு காணும் வரைப் போராடுவோம்." என்கிறார் மனவுறுதியுடன்.

முதிர்ச்சி பெறாத சிறுவர்கள், அந்த இளம் தோள்களில் பெரும் சுமைகள். வேதனையில் மூழ்கடிக்கப்பட்டவர்களிடம் அவர்கள் செய்வது தவறு என்று யார் சொல்ல முடியும்? தியாகம் என்பது என்ன என்பதைத் தெளிவாக உணர்ந்து வாழ்பவர்கள். ஆபத்தான போர்ச் சூழலிலேயே வாழச் சபிக்கப்பட்டவர்கள். போராட்டம், மரணம் இவற்றிடையே வாழ்வைத் தேடுபவர்கள். காடுகளின் மத்தியில் மட்டுமல்ல நகரங்களான நந்திகிராம், சிங்கூரிலும் இதுதான் நடக்கிறது. ஆந்திர மாவோயிஸ்ட் தோழர்களின் கடுமையான உழைப்பு அவர்களின் சிந்தனையை மாற்றியுள்ளது.

சதீஷ் மற்றும் அவரது தோழர்கள் எங்களுடன் நெருப்பைச் சுற்றி அமர்ந்து குளிர் காய்ந்தார்கள். ஆந்திரத் தோழர்களான அவர்களுடன் பேச விரும்பினேன். சதீஷ் தன்னைப் பற்றிச் சொன்னார். "என் அப்பா ஒரு காண்ட்டராக்டர். தெலுங்கு தேசம் கட்சியில் சேர்ந்தவர். என் சகோதரன் பொறியியல் கல்லூரியில் படிக்கிறான். என் பாதை வேறானது. அவர்களைச் சந்தித்து ஆறுமாதங்களாகிறது. சில சமயம் வருடக் கணக்காகக் கூடச் சந்திக்க முடியாமல் போகிறது. இந்த வாழ்க்கை கடினமானது தான்.

சில காலம் கட்சியில் இருந்த பலர் சரணடைந்து, பழைய

வாழ்க்கைக்குத் திரும்ப முயல்கின்றனர். அப்படிச் சரணடைவது எளிது. பணமும் அரசாங்கம் தருகிறது. இதோ இந்தப் பையன்கள் இருவரையும் போலீஸ் பிடித்துப் போய்ச் சித்ரவதை செய்தது. அவர்கள் இயக்கம் பற்றியோ, என்னைப் பற்றியோ ஒரு வார்த்தைக் கூடச் சொல்லவில்லை. மற்றொரு தோழர் போலீஸ் சித்ரவதையால் கொல்லப்பட்டார். மக்களுக்கு எங்கள் மீது அபார நம்பிக்கை உள்ளது. நாங்கள் மக்களுக்கு உண்மையானவர்களாக உள்ளோம்" என்றார் பெருமிதத்துடன்.

நாளை அதிகாலை புறப்பட வேண்டும். எனவே கேட்க எத்தனையோ கேள்விகள் இருந்தாலும், இனி உறங்கப் போயாக வேண்டும்.

வாசுவையும், வெங்கடேஷையும் இந்தியாவின் பிற பகுதி மக்கள் எப்படிப் புரிந்துகொள்ளப் போகிறார்கள்? அவர்களின் உலகம் இந்தக் காடுகளும், கிராமங்களும், பழங்குடி மக்களுமே. இந்த நள்ளிரவிலும் தூரத்து கிராமத்தில் மக்கள் பாடியாடுவது கேட்டது. இன்னும் எத்தனை நாட்களுக்கு அந்தச் சுதந்திரக் குரல்கள் ஒலிக்கும்?

அதிகாலை நெடுஞ்சாலையை அடைந்தோம். வந்த பேருந்தில் அதிகக் கூட்டமில்லை. தோழர்கள் தூரத்திலிருந்து கையசைத்து விடை பெற்றனர். சற்று நேரம் குண்டும் குழியுமான சாலையில் பயணித்தோம். வழியில் பெரிய சிவப்புக் கொடிகள் பறந்து கொண்டிருந்தன. போஸ்டர்கள் வேலை நிறுத்தம் என்று அறிவித்தன. ஆனால் புறப்படும் போது தோழர்கள் இதுபற்றி எதுவும் சொல்லவில்லை. எனவே இது மாவோயிஸ்ட்டுகள் பெயரால் நடக்கும் போலி நிகழ்வு என நினைத்தேன். பஸ் நின்றது. பாதியிலேயே பயணம் முறிந்தது.

பக்கத்திலுள்ள போலீஸ் ஸ்டேசனுக்குச் சென்று உதவி கிடைக் குமா என்ற பார்த்தோம். அவர்கள் எதிலும் பெரிய அக்கறை காட்டவில்லை. உயர் அதிகாரிகளின் உத்தரவு பெற்றே எதையும் செய்ய முடியுமென்றனர்.

ஒரு பெரியவர் டி.வி.எஸ் 50 வண்டியில் வந்தார். அவருக்குப் பின்னமர்ந்து பக்கத்து ஊர்வரைக் கொண்டுபோய் விடக் கேட்டுக் கொண்டேன். ஒருவழியாக ஊருக்கு அருகாமை வரை வண்டி ஓடியது. இப்பகுதியில் பணத்திற்குப் பெரும் மதிப்பேதுமில்லை.

அவரை வாசு என்றே அழைக்கலாம்

நடந்து போய் ஹெமல்காசா சென்றடைந்தேன். இங்குதான் பாபா ஆம்தேவின் மகன் டாக்டர். பிரகாஷ் ஆம்தே ஒரு பள்ளியும், மருத்துவமனையும் நடத்துகிறார். டாக்டர் ஊரில் இல்லாத காரணத்தால் அவரது உதவியாளர் விலாஸ் மனோகரைச் சந்தித்தேன். இவர் 1975 முதல் சேவை செய்துவருகிறார்.

நான் விலாஸ்ஜியிடம் நக்சல் பிரச்சினைக்குத் தீர்வு என்ன என்று கேட்டேன். "நாங்கள் தீர்வு எதையும் கூற முடியாது. அரசியல் தலைவர்களே காரணமும் விடையும்" என்றார்.

"பின் ஏன் மக்கள் நக்சல்பாரிகளை நாடுகிறார்கள்?"

"இதில் என்ன தவறு? நான் ஒரு பழங்குடியாக இருந்திருந்தால் நானும் அவர்களுடனேயே சேர்ந்திருப்பேன். இதுவரை அரசு இவர்களுக்கு என்ன செய்துள்ளது? நக்சல்பாரிகளால்தான் ஏதாவது சில மாற்றங்களாவது நடந்துள்ளன. நான் வந்தபோது பீடி இலை ஒரு கட்டு விலை ரூ 3. இந்த வருடம் விலை 154. இது நக்சல்பாரிகளால்தான். நக்சல்பாரிகள் இல்லாத பகுதியில் மிளகாய் கிலோ 6 ரூபாய்க்குத்தான் வியாபாரிகள் வாங்குகிறார்கள். இங்கு கிலோ 60 ரூபாய். விவசாயிகளுக்குக் கட்டுபடியான, லாபகரமான விலை கிடைக்க நக்சல்பாரிகளே காரணம். வியாபாரிகள் ஆதிவாசிகளை ஏமாற்றிச் சுரண்ட இங்கு முடியாது. இத்தனை ஆண்டுகளாக அரசு செய்யாததை, நக்சல்பாரிகள் செய்துள்ளனர். அவர்கள் உள்ளதால்தான், இப்பகுதியில் சாலைகள், மின்சாரம், பள்ளிகள் என அனைத்தும் வந்துள்ளது".

"பழங்குடி மக்களின் பொருளாதாரம், வாழ்க்கைத் தரம் என அனைத்தும் உயர்ந்துள்ளன. பல பள்ளிகள் உள்ளன. இந்த வளர்ச்சிகளுக்கு நக்சல்பாரிகள் 40 விழுக்காடு காரணம் எனலாம். எங்கள் பங்களிப்பு குறைவே. மக்களின் விழிப்புணர்வே இதற்கு முக்கிய காரணம். எங்கள் பள்ளியில் படித்து ஐந்துபேர் டாக்டராகி உள்ளனர். கண்ணா மாதவி என்பவர் டாக்டராகிப் பக்கத்து நகரத்தில் பெரிய மருத்துவமனையே கட்டியுள்ளார். சுரண்டல் வர்க்கத்தின் ஒரு அங்கமாகவே படித்தவர்கள் மாறிவிடுவது பெரும் துயரமே. இந்தச் சமூக உணர்வற்ற கல்வியால் என்ன லாபம்? இப்பள்ளியில் படித்த 40 பேர் ஆசிரியர்களாகவும், போலீசாகவும் மாறியுள்ளனர். 4 பேர் மாவோயிஸ்ட்டுகளாகியுள்ளனர். அதில் இருவர் இறந்துவிட்டனர்."

“ஒரு சுவாரஸ்யமான நிகழ்வு. ஜுருவாட்டி, பண்டு என இரு வகுப்புத் தோழர்கள், ஜுரு மாவோயிஸ்ட்டானான் பண்டு போலீசானான். ஒரு என்கவுண்டரில் பண்டு ஜுருவைச் சுட்டுக் கொன்றான். அதே ஆண்டில் கட்சி பழிவாங்கும் வகையில் பண்டுவைச் சுட்டுக் கொன்றது. ஜுருவின் மகள் மாவோயிஸ்ட் டானாள். அவளும் சுட்டுக் கொல்லபட்டாள். ஜுருவின் மகன் கிறிஸ்தவப் பாதிரியாராகிப் போனான்”.

“விலாஸ்ஜி தமது ஆஸ்ரமத்திற்கு நக்சல்பாரிகள் வருவதை ஒப்புக்கொண்டார். அவர்கள் நல்ல மனிதர்கள், அவர்களைப் பற்றி கொடிய கதைகள் சொல்லப்படுவதைத் தன்னால் ஏற்றுக் கொள்ள முடியவில்லை” என்றார். இருவரும் சோனு பிற் காலத்தில் கட்சியின் தலைமைக்கு வரும் தகுதி பெற்றவன் என்றே கருதினோம்.

“மக்கள் முழு மனதுடன் மாவோயிஸ்ட்டுகளை ஆதரிக்கிறார் களா? அல்லது பயத்தால் வேறு வழியின்றி ஆதரிக்கிறார்களா?”

விலாஸ்ஜி ஒரு எதிர் கேள்வியைப் போட்டார். “நீ அபூஜ்மட் வரைச் சென்று இத்தனை நாட்கள் பழகியுள்ளாய். நீ என்ன நினைக்கிறாய்?”

எனக்கு பதில் சொல்வதில் சிரமமேதுமில்லை. எனது பயணத்தின் கடைசி நாள் நிகழ்வே போதும். அதுவே விடை யானது. கடைசியாகத் தங்கிய இரவில் எனக்குச் சூடான பரோட்டாவும், சுவையான கோழிக் குழம்பும், பாலும் பக்கத்து கிராமத்து மக்களே தந்தனர். இதை அவர்கள் பயந்து, வற்புறுத்தல் காரணமாகவே தந்தார்கள் என்று எப்படிச் சொல்ல முடியும்? ஏதோ நம்பிக்கை, நல்லெண்ணம் கிராமத்து ஏழை மக்களுக்கு உள்ளது. அது இல்லாமல் அந்தப் பூமியில் அவர்கள் அத்தனை இயல்பாக உலவ முடியாது.

விலாஸ்ஜி முழுமையாக எனது கருத்தை ஒப்புக் கொண்டார். இத்தனை மக்கள் நேயம் கொண்ட விலாஸ்ஜி, டாக்டர் பிரகாஷ் ஆம்தே போன்றவர்களின் அறிவுரைகளை வழிகாட்டுதலை தலை வர்கள் ஏற்றுக்கொள்வதில்லை.

இந்த பிரச்சனைக்கு தீர்வு தான் என்ன என நான் கேட் டேன்?

"கல்வி. சுய சிந்தனையற்ற ஏட்டுக்கல்வியல்ல. மக்களுக்கு உண்மையான கல்வி தரப்பட்டால், இன்று நாம் காணும் சுயநலம், பேராசை, கோழைத்தனம் ஆகியவை குறைந்து போகும். மக்களுக்குச் சரியான கல்வி தரப்பட வேண்டும். அப்போது மக்கள் எது சரி? எது தவறு? என்பதை உணர்வார்கள். குற்றங்கள் குறையும். கல்விதான் அனைத்துச் சமூகக் கேடுகளுக்குமான முதல் மருந்து" என்றார்.

எனது பயணத்தின் இறுதிக் கட்டம் வந்துவிட்டது. நான் இத்தனை நாட்கள் தங்கி அவர்களிடம் இருந்து பெற்ற தகவல்களை என்னுடன் எடுத்துச் செல்வது பாதுகாப்பானதல்ல. போலீஸ் இவற்றுடன் என்னைப் பிடித்தால் என்னை எப்படி நடத்துவார்கள் என்பது எனக்குத் தெரியும். எனவே அனைத்தையும் எரித்தேன். அதில் வாசு தனது பிள்ளைகளுக்குக் கொடுத்தனுப்பிய அன்புக் கடிதம் கூடத்தான். வேறு வழியில்லை. வாசுவுக்கும் இது நடக்கும் என்பது தெரியும். வேறு வழியில்லை. என் அன்பு அணைப்பையும், பாசமான முத்தத்தையும் தந்துவிடு என்று அவர் கூறினார்.

இவை சேகுவேராவின் வாழ்வைத்தான் எனக்கு நினைவூட்டியது. ஒவ்வொரு புரட்சியாளனும் இப்படித் தமது சொந்த விருப்பம், மகிழ்ச்சி, வாழ்வு ஆகியவற்றைத் தியாகம் செய்து வாழ்கிறார்கள். தம் குடும்பத்தின் மீதும், குழந்தைகள் மீதும் அவர்கள் கொண்ட அன்பு, சமூகத்தின் மீதும், சக மனிதர்கள் மீதும் கொண்ட பேரன்பைவிடச் சற்றும் குறைந்தன அல்ல. வாசு அத்தகைய ஒரு புரட்சிக்காரன்.

மனிதர்களை மனிதர் கொல்லும் வன்முறைகளை நான் ஏற்றுக் கொள்ளவில்லை. தனது கொலைகளுக்கு அவர்கள் ஆயிரம் நியாயங்களைக் கற்பிக்கக்கூடும். அரசும் கூட பல காரணங்களைச் சொல்லித் தமது வன்முறைகளை நியாயப்படுத்துகிறது. அதுவும் வேதனையளிப்பதே. வெளியிலுள்ள நாகரிக உலகம் வாசுவையும், அவரது தோழர்களையும் ரத்த வெறி கொண்ட வன்முறையாளர்கள் எனக் கருதலாம். தலைவர்கள் நாட்டின் அமைதிக்கு எதிரான ஒரே பெரும் அச்சுறுத்தல் எனலாம். ஆனால் வாசு ஒரு அன்பான நாகரிக மனிதர், நேர்மையான அரசியல்வாதி. உண்மையான மக்கள் நலத் தொண்டர் என நான் துணிவுடன் சொல்வேன். இது வாசுவுக்கு மட்டுமல்ல. சதீஷ்கர் காடுகளில் மக்களே அரண் என்று வாழ்ந்து போராடிக்

கொண்டிருக்கும் ஒவ்வொரு தன்னலமற்ற புரட்சிக்காரனுக்கும் பொருந்தும்.

வாசு மாவோயிஸ்ட் கட்சியின் தலைமைப் பொறுப்புக்கு ஒருநாள் வரக்கூடுமா? அனைத்து மக்களுக்கும் சமமான மகிழ்வான வாழ்வு தர விரும்பும் அவர் தனது குழந்தைகளுக்கு ஒரு இயல்பான வாழ்வைத்தர முடியுமா? சேகுவேரா போன்று புதிய புரட்சிக்கான புதிய களங்களைத் தேடி ஓடிக் கொண்டே இருப்பாரா? வாசு விரும்பும் சமுதாயம் அமையுமா?.

எல்லோரும் எல்லாமும் பெறும் மகிழ்ச்சி மிக்க சமத்துவ சமுதாயம், வாழ்வு என்பது இன்று ஆயுதங்களுடன் அலையும் புரட்சிக்கார மாவோயிஸ்ட்டுகளின் லட்சியம் மட்டுமல்லவே?

வாசு போன்ற தோழர்கள் சதீஷ்கர் காடுகளில் அப்பழங்குடி மக்களின் வாழ்வுக்காக நடத்தும் போராட்டத்தின் வெற்றியும், தோல்வியும் தான் காலம் காலமாக மனித குலம் போற்றிவரும் உன்னத வாழ்வியலுக்கான சரியான தீர்வாக இருக்க முடியும்.

பின்னுரை

வாசு போன்றவர்கள் உலகில் மிக அரிதாகவே காணக்கூடிய அபூர்வ மனிதர்கள். நாட்டுக்கே பெரும் அச்சுறுத்தலானவர்கள் என அவர்களைப் பற்றி பேசுவது அவர்களின் பின்புலம் பற்றி அறியாமல் இருப்பதனாலேயே. ஆதிவாசி மக்களின் நீண்ட கால மனக்குறை, மாவோயிஸ்ட்டுகளின் அர்ப்பணிப்பு மிக்க சேவை இவற்றின் கலவையே இன்றைய நிலை.

நான் காட்டுக்குள் சென்ற நாளிலிருந்து இன்று வரைப் பல மாற்றங்கள் நிகழ்ந்துவிட்டன. நான் முதன் முதலாக இப்புத்தகம் எழுதுவது பற்றிக் கலந்தாலோசித்த தோழர் கிஷண்ஜி கொல்லப் பட்டுவிட்டார். தண்டிவாடாவின் உயர் போலீஸ் அதிகாரி ராகுல் சர்மா தற்கொலை செய்துகொண்டார். மகேந்திர கர்மா சல்வா ஜுதுமின் முன்னோடித் தலைவரென்றபோதும் சட்டமன்றத் தேர்தலில் தோற்கடிக்கப்பட்டார்.

என்னைப் போன்ற பிற மாநிலத்தவர் மேலாதிக்கம் செலுத்தும் மனேந்தர்கர் பழங்குடி மக்கள் தொகுதி என்பதிலிருந்து மாற்றப்பட்டு பொதுத் தொகுதியாக்கப்பட்டுவிட்டது. பணக்கார குஜராத்தி தீபக் படேல் அமெரிக்காவில் வாழும் சதீஷ்கர்களின் சங்கத்தில் தலைவராக இருந்து இப்போது சட்டமன்ற

உறுப்பினராகவும் தேர்ந்தெடுக்கப்பட்டுவிட்டார். அன்னியக் கம்பெனிகளின் இரும்பாலைகளும் அவர்களின் முதலீடுகளும் பெருக உழைக்கிறார்.

சல்வா ஜுடும் கொண்டு மக்களைக் காப்பது என்ற அரசின் சோதனைகள் பேரழிவாக மாறிவிட்டன. சல்வா ஜுடும் வரவால் மாவோயிஸ்ட்டுகள் பெரிதும் பலம் பெற்று வளர்ந்து விட்டனர். மாவோயிஸ்ட்டுகளுக்கு மாயை எதுவுமில்லை. அவர்கள் தங்களை ஒரு அவசர காலப் பயன்பாட்டுக்கான கருவியாகவே கருதுகிறார்கள். உண்மையான போராட்டம் என்பது கிராமங் களிலும் நகரங்களிலும் நடப்பதாகவே இருக்கும். அதற்கு காடுகள் ஒரு பாதுகாப்பான துணையிருப்பு. நாட்டின் உண்மை அவசர நிலைக்குக் காரணம் பிரதமரும் அவருடைய தவறான கொள்கைகளுமே என்கின்றனர்.

அதிகார மையம் பற்றிய மாயையும் மாவோயிஸ்ட்டுகளுக்கு இல்லை. உள்துறை அமைச்சரகத்தில் உள்ள நக்சல் செல்லில் ஒரே ஒரு அதிகாரி மட்டும் மதியம் 11 மணிக்கு அமர்ந்துள்ளனர். வேறு எவரும் அதுவரை வரவில்லை. இதுதான் நிலை.

மகாபாரதத்தில் யார் வென்றார்கள்? பாண்டவர்கள் ஐந்து கிராமங்களே கேட்டனர். அதைக் கூடத் தர மறுக்கும் ஆணவம் தான் அதில் இருந்தது. அதுபோலத்தான் இப்போதும் அரசு ராணுவத்தை அனுப்பி அடக்கப்பார்க்கிறது என்கின்றனர்.

செங்கோட்டையில் சிவப்புக் கொடிதான் அவர்கள் கனவு. ஆனால் மாவோயிஸ்ட் தலைவரான பழங்குடி வெங்கடேஷ் மாநிலத் தலைநகரம் ராய்பூரைக் கூடக் கண்டதில்லை. அபூஜ் மட்டைப் பிடித்து விட்டால் வாசுவும், மாவோயிஸ்ட்டுகளும் வேறு புதிய இடத்திற்கு ஓடிவிடுவர். ஆனால் இந்தப் பழங்குடி மக்களோ துப்பாக்கிக் குண்டுகளுக்கு இரையாகிச் செத்துக் கொண்டிருப்பார்கள்.

ஆதிவாசிகள் மாவோயிஸ்ட்டுகளின் கருத்துக்களையே திரும்பத் திரும்பக் கிளிப்பிள்ளை போலச் சொல்லிக் கொண்டிருக்கிறார்கள். வாசு போன்றவர்களின் கடுமையான பணியால் சோம்பேறித் தனமாக வாழ்ந்து கொண்டிருந்த ஆதிவாசிகள் தங்களது உரிமை களுக்கான போராளிகளாகியுள்ளனர். எனினும் மாவோயிஸ்ட்டு கள் தங்களுக்கு நிரந்தரமான தீர்வைத் தந்துவிட முடியாது என்பதையும் அவர்கள் அறிந்தே உள்ளனர். பின் ஏன் அவர்களை

ஆதரிக்கின்றனர்.

மொத்தத்தில் ஆதிவாசிகளின் பிரச்சினைகள் பற்றிய உண்மையான அக்கறை எங்கும் இல்லை. மாவோயிஸ்ட்டுகள் எப்போதும் தங்கள் போராட்டம் முழுதுமாக ஆதிவாசிகள் நலனுக்கானதே என்று கூறவில்லை. இக்காடுகள் பாதுகாப்பானது என்ற காரணத்தாலேயே இங்கு தஞ்சம் புகுந்துள்ளனர். இந்த பாதுகாப்பான இடத்தை நன்கு பயன்படுத்த விரும்புகின்றனர். ஆதிவாசிகளின் காடுகள் மீதான உரிமைகளைக் கூறும் அரசின் 5 வது, 6 வது வனப்பாதுகாப்புச் சட்டத்தை மீறிச் சட்டவிரோதமாகச் செயல்படுவது அரசே. ஆதிவாசி மக்களின் உண்மையான தேவை என்ன என்பது பற்றி அரசு கவலைப்படவில்லை. மத்தியதர வர்க்க மேதாவிகள் தமது மரத்துப்போன தேசபக்தியில் மயங்கிக் கிடக்கிறார்கள். நாட்டின் நலனுக்காகச் சில தியாகங்களைச் செய்துதானாக வேண்டுமென்ற உணர்வின்றி, மனிதாபிமானம் மறந்து அரசு வன்முறைகளை ஆதரிக்கின்றனர்.

ஆதிவாசிகள் மாவோயிஸ்ட்டுகள் பக்கம் சென்றுள்ளது ஒரு வரலாற்றின் விபத்தே. மாவோயிஸ்ட்டுகள் முதலில் காட்டுக்குள் நுழைந்தனர். வலதுசாரி மதவாதிகள் சற்று தாமதமாக இப்போது காட்டுக்குள் நுழைந்து கொண்டுள்ளனர். பழங்குடி மக்கள் இருவரையும் வேறுபடுத்திப் பார்க்கவில்லை. மதவாதிகள் பக்கம் அவர்கள் போகும் போது வலதுசாரித் தீவிரவாதம் என்கிறோம். உண்மைப் பிரச்சினை அவர்களின் உடமைகளும், உரிமை களுமே.

இந்தியாவுக்கும், அதன் இருண்ட காடுகளில் வாழும் பல கோடி மக்களுக்கான உறவுப்பாலம் முறிந்துகிடக்கிறது. வேறு எவரும் அக்கறை கொள்ளாத அவர்களைத் தேடி வந்த மாவோயிஸ்ட்டுகள் மீது அவர்கள் நம்பிக்கை வைப்பதில் என்ன வியப்பு? அவர்களுக்கு நீதி வழங்கப்பட வேண்டும். அவர்களின் குறைகளை அரசு காது கொடுத்துக் கேட்கவேண்டும். அவர்களுடன் அரசுக்குத் தொடர்பு வேண்டும். அவர்களுடனான உறவுகள் அதிகாரமாக அன்றி ஜனநாயகத் தன்மை கொண்டதாக வேண்டும்.

நான் காஷ்மீரின் பிரச்சினைகளைக் கண்டு எழுதச் சென்றபோது, ஒரு காஷ்மீரி தெரிந்த மொழிபெயர்ப்பாளர் தேவைப்பட்டார். ஸ்ரீலங்கா சென்ற போது தமிழும், சிங்களமும் தெரிந்தவர்கள் தேவைப்பட்டனர். சதீஷ்கரில் நுழைந்த பழங்குடியில்லாத முதல்

மனிதன் நானே. எனக்கு கோண்டி தெரியாது. கோண்டி தெரிந்த பழங்குடியினர் எவருமே பத்திரிக்கைத் துறையில் இல்லை. ஆனால் சதீஷ்கருக்கு மாநில மதிப்புத் தந்து பிரிக்கப்பட்டது. ஏன்? எதற்காக? யாருடைய நலனுக்காக? அங்கு ஹிந்தி பேசுபவர்கள் அனைவரும் மேல்ஜாதியினரே. சுரண்டும் அவர்களை எதிர்த்த மாவோயிஸ்ட்டுகளுடன் பழங்குடிகள் சேருவதில் என்ன தவறு?

பழங்குடி மக்களுடன் தகவல் தொடர்பு அவசியம். சி.ஜி.என் வலையதளம் சில பழங்குடியினருக்கு செல்போன் தந்து அவர்களிடமிருந்து நேரடியாகத் தகவல்களைப் பெறுகிறது.

டாடா இரும்பாலை அமைப்பது குறித்த மக்கள் கருத்துக் கேட்புக் கூட்டம் பஸ்தர் மாவட்ட ஆட்சியர் அலுவலகத்தில் நடத்தப்பட்டது. எதிர்ப்புத் தெரிவிக்க வந்த எவரையும் உள்ளே விடாமல் பார்த்துக் கொண்டது போலீஸ். நிகழ்ச்சி வெற்றிகரமாக நடைபெற்றதாக விபரங்கள் அறிவிக்கப்பட்டது. இதே கதைதான் தண்டிவாடாவிலும் நடத்தப்பட்டது.

தண்டிவாடா மாவட்ட ஆட்சியர் அலுவலகத்தில் 50 பேர் கூடினர். அதில் ஒருவர் கூட காட்டில் நிலம் உள்ளவர் இல்லை. இழப்பதற்கு எதுவும் அங்கு இல்லாதவர்கள் கூடி அங்கு நிலத்தை டாடாவுக்குக் கொடுக்கும் முடிவை எடுக்கின்றனர். ஆதிவாசிகள் மாவோயிஸ்ட்டுகளிடம் தீர்வுதேடிப் போகவேண்டியுள்ளது. டாடா சுரங்கம் அமைக்க உள்ள பகுதி மாவோயிஸ்ட் கட்டுப்பாட்டில் உள்ளது. காடுகள் ஏதுமற்ற அப்பகுதியில் அவர்கள் சாதாரண உடையில் மக்களோடு மக்களாக வாழ்கின்றனர்.

அங்கு கடந்த ஐந்தாண்டுகளாக நடந்துவரும் அத்துமீறல்களைப் CGN மட்டுமே பதிவு செய்து தெரிவித்து வருகிறது. டட்மெட்லா என்ற கிராமத்தில் 2011 மார்ச் 11 அன்று பல குடிசைகள் எரிக்கப் பட்டன. இதைப் பற்றி எந்தப் பத்திரிக்கையும் கவலைப்படவில்லை. 29 பத்திரிக்கையாளர்கள் அப்பகுதிக்கென உள்ளனர். ஐந்து நாட்கள் தொடர்ந்து நடந்த கொடுமையைப் பத்திரிக்கைகள் ஏன் எழுதவில்லை?. குடிசைகளை எரித்தவர்கள் அனைத்து வசதிகளும் பெற்றவர்கள். எரிக்கப்பட்ட குடிசை மக்களின் குரலைச் சொல்ல எவருமில்லை.

இப்படி இரண்டு கிராமங்கள் எரிக்கப்பட்ட பின் முதலமைச் சருக்கு விசாரணை நடத்த வேண்டுகோள் விடுக்கப்பட்டது. அதன் பின் முன்னணிப் பத்திரிக்கைகள் முதல் பக்கச்

செய்தியாகப் படங்களுடன் வெளியிட்டது. CGN உண்மை நிலையைக் கண்டறிய ஊடகங்கள் டட்மெல்லாவிற்கே செல்ல வேண்டுமென்றது. டட்மெல்லா செல்லும் பாதைகள் யாவும் தடுக்கப்பட்டிருந்தன. இரண்டு வாரங்கள் பின் பத்திரிக்கைகள் சென்று, 300 குடிசைகள் எரிக்கப்பட்டன, பலர் தாக்கப்பட்டனர், பெண்கள் கற்பழிக்கப்பட்டனர் என்றெல்லாம் எழுதின. அதன் பின்னர்தான் உச்ச நீதிமன்றம் தலையிட்டது. சி.பி.ஐ ஆய்வுக்குப் புறப்பட்டது.

லிங்காராம் கோடாபி தான் முதல் ஆதிவாசிப் பத்திரிக்கை யாளராக CGNல் சேர்ந்தவர். அப்பகுதி பற்றியும், அவர்களின் மொழியையும் தெரிந்த அவரே டட்மெட்லா வன்முறைகளைப் படமெடுத்து அனுப்பியவர். அவர் இதழியல் கல்வியை டெல்லியில் பெற்றார். ஆனால் வீடு திரும்பிய அவர் கைது செய்யப்பட்டார். அவரது சித்தி சோனி சோரி மாவோயிஸ்ட்டுகளுக்கு உதவினார் என்று குற்றம்சாட்டப்பட்டுச் சிறையிலிடப்பட்டு, சித்திரவதை செய்யப்பட்டார். இதழியல் துறையில் சேர ஆதிவாசி இளைஞர்கள் முன்வந்தபோதும், போலீஸ் அச்சுறுத்தலால் அவர்கள் சேரத் தயங்கினர்.

டட்மெட்லா போல் எத்தனையோ மலைப்பகுதி கிராமங்கள், பத்திரிக்கைகளின் கவனத்தைப் பெறாமலேயே வாடிக் கொண்டுள்ளன. எனவே மாவோயிஸ்ட்டுகள் வலிமை நாளும் வளர்ந்து வருகிறது. நமது பிரதமர் இந்தியாவின் மிகப் பெரிய பாதுகாப்பு அச்சுறுத்தல் எனப் பயப்படும் மாவோயிஸ்ட்டுகள் வளராமல் தடுக்கும் ஒரே வழி ஜனநாயகத்திற்குத் திரும்புதலே. அதிக பத்திரிக்கைச் சுதந்திரம், உரையாடல், தொலைபேசி, செல், வானொலி, ஊடக செய்தி அனுமதி பகிர்வு, ஜனநாயகம் இவையே இந்தக் கொடிய நோய்க்கான அருமருந்து.

தகவல் தொடர்பு என்பது மேல்தட்டு மக்களுக்கான இண்டர்நெட் உலகம் என்றும், மத்தியதர அறிவுஜீவிகள் தங்களின் செல்போன் உலகிலிருந்து இன்டர்நெட் செல்ல விரும்புபவர்கள் என்றும், இவை எதுவும் எட்டாத ஏழைகளை வானொலி உலகில் வாழ்பவர்கள் என்றும் புதிய வகைப்படுத்தலுக்கு உலகம் உள்ளாகி வருகிறது. சுதந்திரமாக செல்போன் வைத்திருக்கலாம். இண்டர்நெட் தொடர்பு கொள்ளலாம். ஆனால் ஊடகங்கள் எட்டமுடியாத மலைப்பகுதியில் வாழும் ஏழைகளுக்காக மலிவான ஊடகமான வானொலியை அவ்வளவு எளிதாக உருவாக்கிவிட

முடியாது. இதுதான் ஏழைமக்களே பெரிதும் உள்ள இந்திய ஜனநாயகம். ஏழைகளின் குரல் இவ்விதமாக அடக்கப்படுவது ஜனநாயகமற்ற செயல்பாடே. தங்கள் குரல் நிராகரிக்கப்படும் இவர்கள் மாவோயிஸ்ட்டுகள் பக்கம் திரள்கிறார்கள்.

பெருமளவில் உலவி வரும் படித்த நடுத்தர வர்க்க செல்போன் மனிதர்கள் விரைவில் நம்பிக்கை இழந்து, விரக்தியுற்று இந்த ஆட்சி முறை உதவாதென வானொலி வர்க்கத்தின் பக்கம் செல்லக்கூடும். அப்போது இந்தியாவுக்கான, அதன் பிரச்சினைக்களுக்கான மாற்று கிடைக்கக்கூடும் என நம்புவோம்.